பாதையில் பதிந்த அடிகள்

[வாழ்க்கை வரலாற்றுப் புதினம் -
மணலூர் மணியம்மாள்]

ஆசிரியர்

ராஜம் கிருஷ்ணன்

பரிசல்

தலைப்பு		**பாதையில் பதிந்த அடிகள்**
ஆசிரியர்		**ராஜம் கிருஷ்ணன்**
முதல் பதிப்பு		1991
பரிசல் பதிப்பு		2024
நூல் வடிவம்		1/8 டெமி
பக்கங்கள்		224
வெளியீடு		**பரிசல் புத்தக நிலையம்** No.47 B1 பிளாட், தாமோதர் பிளாட், ஐஸ்வர்யா அபார்ட்மெண்ட், ஓம் பராசக்தி தெரு, VOC நகர், பம்மல், சென்னை - 600 075 செல்: 9382853646 8825767500
மின்னஞ்சல்		parisalbooks@gmail.com
வடிவமைப்பு		இராமசுப்ரமணிய ராஜா, சென்னை-35. Ph:97102 33021
அச்சகம்		கம்ப்யூ பிரிண்டர்ஸ், சென்னை-14
விலை	:	**ரூ.250/-**
TITLE		***PATHAIYIL PATHINTHA ADIGAL***
AUTHOR'S NAME	:	RAJAM KRISHNAN
PUBLISHED BY	:	**PARISAL PUTTHAGA NILAYAM**
PUBLISHER'S ADDRESS:		NO.47 B1 FLAT, DHAMODAR FLAT, AISWARYA APARTMENT, OM PARASAKTHI STREET, PAMMAL, CHENNAI - 600075 TAMILNADU
E-MAIL	:	parisalbooks@gmail.com
PRINTER'S DETAILS	:	COMPU PRINTERS, CHENNAI -14
ISBN No.	:	978-81-19919-63-5
FIRST EDITION	:	1991
PARISAL EDITION	:	2024
PAGES	:	224
RATE	:	Rs.250/-

முன்னுரை

ஒரு தேசிய வரலாற்றில் எந்த ஒரு மக்கள் இயக்கமும் பெண்கள் சம்பந்தப்படாததாக இருக்க முடியாது. ஒரு சமுதாயத்தின் இயக்கத்தை அச்சாணியாக நின்று இயக்குபவர்கள் பெண்களே என்றாலும் மிகையில்லை. ஏனெனில் அதன் சாதக, பாதகமான பாதிப்புகளை முழுமையாகத் தாங்குபவர்களும் அவர்களேதாம். ஆனால் ஒரு தேசிய வரலாற்றையோ, சமுதாய வரலாற்றையோ கணிப்பவர்களும் பதிவுசெய்பவர்களும் பெண்ணின் முக்கியத்துவத்தை அத்துணை உயர்வாகக் கருதுவதில்லை.

ஜான்ஸி ராணியின் தீரத்தைப் பற்றி எதிராளியே குறித்துவைத்தான். வள்ளியம்மையின் மன உறுதியைப் பற்றி, தென்னாப்பிரிக்க சத்தியாகிரகப் போராட்டத்தை உலகுக்களித்த காந்தியடிகளே எழுதி வைத்தார். ஆனால் அத்தகைய பெருந் தன்மையாளர் மிக மிக அபூர்வமாகக் காணப்படும் நிலையில் அரசியல் அரங்கிலும், சமுதாய அரங்கிலும் பல பெண்மணிகள் காட்டிய அசாதாரணமான மன உறுதியும் துணிச்சலும், சமூக நீதிக்காகப் போராடும் திறனும் வெளிக்குத் தெரியாமலே போய்விட்டதுதான் உண்மை.

பல நூற்றுக்கணக்கான ஆண்டுகளாக, பெண்கள் சனாதன சமயக் கொடுமைகளுக்கும் சமூகப் புறக்கணிப்புக்கும் உள்ளாகி ஒடுக்கப்பட்டிருப்பதால், அவற்றை மீறுவதற்கே போராளியாக மாறவேண்டி இருக்கிறது. அப்படித் தடைகளை மீறி, ஒரு முட்பாதையில், குடும்ப உறவுகள், சமுதாய உறவுகள் எல்லாம் எதிர்ப்புகளாக மாறிவிட்ட நிலையில் அரசியல் கட்சிகளின் (ஆண்) ஆதிக்கங்களையும் எதிர்த்து, ஒரு பெண், தேசியவாதியாக, சமுதாயவாதியாக நின்று தாழ்த்தப்பட்ட பண்ணையடிமைகளுக்கும் உழைப்பாளருக்கும் நீதி கோரிப் போராடி, இறுதியில் ஒரு தியாகியாகவே தன் இன்னுயிரையும் ஈந்தாள். ஆனால், இந்த அம்மையைப்பற்றி அவள் சார்ந்திருந்த அரசியல் கட்சியுடன் தொடர்புகொண்டிருக்கும் இன்றைய பெண்மணிகளே அறியார்!

1979 - 1980 - 1981 ஆண்டுகளில் கீழ்த்தஞ்சைப் பகுதியில் உழவர் பெருமக்களின் வாழ்நிலையை ஆராயப்போன நான்,

1953-ல் மரித்த மணலூர் மணியம்மாள் என்ற இந்த அரிய பெண்மணியைப் பற்றி முதன்முதலாகக் கேள்விப்பட்டேன். ஒவ்வோர் உழவர் குடிலிலும் இந்த அம்மையைத் தெய்வமாகக் கொண்டாடியதையும் அவருடைய செயல்களை, வீர சாகசங்களை, போராட்டங்களை, அவர்கள் கதை கதையாக விவரித்ததைக் கேட்டு வியப்பிலாழ்ந்தேன். முதலில் நொத்தூர் இராமசாமி என்ற முதியவர், வறுமையும் முதுமையும் தம்மை ஒடுக்கி இருந்த நிலையில், என்னிடம் மணியம்மையாரின் அளப்பரிய பரிவையும், துணிச்சலான செயல்களையும் பலவாறாகச் சொல்லிக்கொண்டிருந்தார். அவர், அம்மையாருக்கு ஒரு காலத்தில் வண்டி ஓட்டியிருந்தாராம். தெளிவில்லாத முதியவரின் புலம்பல் என்றுதான் முதலில் நினைக்கத் தோன்றியது எனக்கு. ஆனால், நான் முற்றிலும் கேள்விப்பட்டிராத, நம்ப முடியாததொரு செய்தியாக, அவர் ஒரு கைம்பெண்ணுக்கு இழைக்கப்பட்ட அவமானக் கொடுமையிலிருந்து வெளிப்பட்டு, ஆண் கோலத்தில், ஒடுக்கிய சனாதனங்களை எதிர்த்து நின்றார் என்ற செய்தி, சுரீரென்று என் உணர்வில் உறைத்தது. அப்பெருமாட்டியைப் பற்றிப் பிறகுதான் பொதுவுடைமைக் கட்சி சார்ந்த பெண்களிடமும் மற்றவர்களிடமும் நான் விசாரிக்கத் தலைப்பட்டேன். மூத்த சகோதரிகள், நான் கேள்விப்பட்ட செய்திகள் உண்மையே என்று ஆமோதித்தார்கள். நடவுப்பாடல்களை இசைக்கும், உழவர் குடிப்பெண் மக்களின் நாவிலே தவழும் ஓரிரு பாடல்களிலும் இந்த அம்மை அமரத்துவம் பெற்றுத் திகழ்வதைச் செவியுற்றேன். தேசிய சமுதாய அளவில், புரட்சிப் பெண்மணியாக மூடப் பழமைகளை, ஆதிக்கங்களை எதிர்த்துப் போராடிய இப்பெண்மணியின் பெயரைக்கூட நான் அதுகாறும் கேள்விப்பட்டிருக்கவில்லையே?

இந்நாட்களில், அரசியல் சுதந்திரம், கல்வி உரிமை, பொருளாதார சுதந்திரம் எல்லாம் வந்திருந்தும் பெண் புதிய புதிய விதங்களில் சமுதாயக் கொடுமைகளுக்கு ஆளாகிக் கொண்டிருக்கிறாள். கருவிலேயே அவளை அழிக்கும் ஒரு செயல் கூட நியாயப்படுத்தப்படும் கொடுமையைப் பார்த்துக் கொண்டிருக்கிறோம். ஆனால் இவற்றை எதிர்த்து நிற்கும் போராட்டச் சக்தியும் துணிவும் இன்றும் நமக்கு வரவில்லை. எனவே மணியம்மையின் வரலாற்றை எப்படியும் வெளிக் கொணர்ந்து பதிவுசெய்ய வேண்டும் என்று உறுதி செய்து கொண்டேன். இந்த என் கனவை நினைவாக்க, மேலும் சில ஆண்டுகள் பொறுத்திருக்க வேண்டியிருந்தது. பிறகு முழுமூச்சுடன் செயல்பட, எனக்கு உறுதுணையாக நின்று உதவிகள் அனைத்தும் செய்தவர்கள் பெரும்பான்மையோரும் அந்த உழவர் குலப்பெருமக்களேதாம்.

வில்வனம் படுகை கோபாலன் என்ற தோழர், முதன்முதலாக மணியம்மையைப் பற்றி நான் கேள்விப்பட்ட நாட்களில் என்னை மணலூருக்குக் கூட்டிச் சென்ற நாளிலிருந்து, கடைசியாக, நான் வரலாற்றை எழுதி முடிக்கும் வரையிலும், என் முயற்சியில் தம்மை முழுதுமாக ஈடுபடுத்திக்கொண்டு தம் பங்கை அளித்திருக்கிறார். அவர் வாயிலாகவே, நான் அனைத்து இயக்கக்காரர்கள், நண்பர்கள், அக்கால வரலாற்றில் பங்குகொண்டவர்கள் என அனைவரையும் கண்டுகொண்டேன்.

பொதுவுடமைக் கட்சியைச் சார்ந்த காலம் சென்ற திரு. காத்தமுத்து அவர்கள் பல செய்திகளைக் கூறி உதவினார்கள். தொழிற்சங்கத் தலைவர்கள், திரு. கோபு அவர்களும், திரு. கே.டி.கே. தங்கமணி அவர்களும், மணியம்மையுடன் அவர்கள் பழகிய நாட்களை அன்போடு நினைவுகூர்ந்து எனக்கு ஆதரவளித்தார்கள். முரசொலி திரு. தியாகராஜன் சின்னக் குத்தூசி அவர்கள், அம்மையாரின் இறுதிக்கால நிகழ்ச்சிகளை, உளம்கனிய நினைவுகூர்ந்து விவரங்களைத் தந்து உதவினார்கள்.

பல அரங்குகளிலும், போராட்ட வீராங்கனையாகவே திகழ்ந்து வாழ்ந்து முடிந்த ஒரு பெருமாட்டியைப் பற்றி மிகச் சரியான வரலாற்றுப் பின்னணியுடன் எழுதுவதென்பது, சிரம் சாத்தியமான செயலே. சான்றுகனைத் தேடிச் செல்வது ஒருபுறமிருக்க, கிடைத்த சான்றுகளைத் தொடர்புபடுத்தித் தெளிவு காண்பது மிகக் கடினமான முயற்சியாக இருந்தது. அலிவலம் கு. பாப்பம்மாள், தம் வீட்டில் இருந்த பல புகைப்படங்களைத் தேடித்தந்து உதவினார். இவருடைய காலஞ் சென்ற கணவர் திரு.குமாரசாமி தேச விடுதலைப் போராட்டத்தில் பங்குகொண்டவர். மணியம்மை இவர்கள் வீட்டுக்குப் பலமுறைகள் வந்திருக்கிறார். அந்தப் படங்களில் பல நிகழ்ச்சிகளுக்கான சான்றுகள் இருந்தன. ஒரு நிழற்படத்தில் 1940-ம் ஆண்டில்; சனவரி, 26ம் நாள், முதலாவதாக நேருவின் தீர்மானத்துக்கிணங்க, சுதந்திர நாளை நிர்ணயித்துக் கொண்டாடிய விழா ஊர்வலக்காட்சி கண்டேன்.

அம்மாளை, கிராப்பு-வேட்டி-கதர் ஜிப்பா - துண்டு அணிந்த கோலத்தில் கண்டுகொண்டபோது, எனது உணர்வுகளை விவரிக்க இயலாது. அந்தப் படத்தை எடுத்துக்கொண்டு, அவர்கள் நடமாடிய வரலாறு கண்ட கிராம மக்களிடம் சென்று காட்டி, அவர்களுடைய உணர்ச்சிப்பெருக்கையும் மகிழ்ச்சியையும் கண்டு, 'அம்மையே'தான் என்று தெளிந்தேன். படங்கள், பல நண்பர்களைக் கண்டு கொள்ள உதவின. எடுத்துக்காட்டாக, அம்மையின் துவக்க கால, காங்கிரஸ் ஈடுபாட்டு நிகழ்ச்சிகளைக் கேட்டு அறிய வாய்ப்பாக, திரு. முருகையா

என்ற நண்பரின் தொடர்பு கிடைத்தது. அவருடைய பம்பாய் முகவரி அறிந்து தொடர்புகொண்டதும், மிகவும் ஆர்வம் கொண்டு அனைத்து விவரங்களையும் உடனே தெரிவித்தார்கள். இவர்கள், அனைவருக்கும் என் உளம் கனிந்த நன்றி உரித்தாகிறது.

மணியம்மாளோடு வேலூர்ச் சிறையில் இருந்த அனுபவங்களைத் தொகுத்து எனக்கு நேர்முகமாகத் தந்த சகோதரி ஷாஜாதி அவர்கள் உதவினார்கள். அந்தக் காலத்தின் செங்கொடி காத்த சிவப்பி என்று புரட்சிப் பெண்ணாகப் புகழ் பெற்ற திருமதி சிவப்பி அவர்கள் மிகுந்த ஆர்வத்துடன் எனக்கு மணியம்மை தொடர்பான தம் சிறை அனுபவங்களைக் கூறினார்கள்! காலத்தால் புதையுண்டு போன மணியம்மையின் வாழ்க்கை நிகழ்ச்சிகளைத் தேடிக்கண்டுபிடித்து அறியும் முயற்சியில் நான் சந்தித்த ஆண்கள், பெண்கள், அரசியல் இயக்கத் தொடர்பாளர், குடும்பத்தினர் அனைவரையும் பட்டியல் போட்டால் விரியும். அதனாலேயே சுருக்கமாகத் தெரிவிக்கிறேன். திரு. இராம அரங்கண்ணல், நாகப்பட்டினம் திரு. வெங்கடாசலம், டாக்டர் திரு. சந்திரமோகன், காலஞ்சென்ற திருமதி. வத்ஸலா நடேசன், மன்னை திரு. அமிர்தலிங்கம், திரு. நாகப்பன் ஆகியோர் எனது முயற்சி மேலும் மேலும் ஆர்வம் பெற, நுட்பமாக ஆய்வு செய்யத் தகுந்த பல இன்றியமையாத தகவல்களைத் தந்து உதவினார்கள். ஆந்தக்குடியில் நான் சந்தித்த உறவினர்களான மூத்த பெண்மணிகள் பலரும், அக்காலத்தில், மணியம்மை எடுத்த புரட்சிகரமான முடிவுகளைப் பற்றிய சனாதன எதிரொலியை நன்கு உணர்ந்துகொள்ள உதவினார்கள். திருவாரூர், நாகப்பட்டிணம், மன்னார்குடி, தஞ்சை, கும்பகோணம் ஆகிய இடங்களில், நான் சான்றுகளைத் தேடிப் பெறவும், சென்னையில் இயக்கம் பற்றிய பல செய்திகளை அறியவும், பல நண்பர்கள் எனக்கு உதவினார்கள். குறிப்பாக, ஜனசக்தி அலுவலகத்தில் சென்று பழைய இதழ்களை நான் பார்ப்பதற்கு ஜனசக்தி ஆசிரியர் குழுவும், நிர்வாகிகளும் எனக்குப் பேருதவி செய்தார்கள். தாம்பரம் வீணை வித்வான் திருமதி பாமா அவர்கள் எனக்கு மணியம்மையின் நாகப்பட்டிணத் தொடர்பு பற்றியும் சிநேகிதை குஞ்சம்மாள் பற்றியும் நேரில் கண்ட பல செய்திகளைக் கூறி உதவினார்கள்.

மணியம்மையுடன் பழகி அனுபவம் பெற்று, பழம்பெரும் தியாகிகளும் தொண்டர்களுமான ஜனநாயக மாதர் சங்கத்து ருக்மணி அம்மாள், தேசிய மாதர் சம்மேளனத்தைச் சார்ந்த திருமதி மீனாட்சி சுந்தரத்தம்மாள் ஆகியோர், மணியம்மையுடன் பழகிய அனுபவங்களைப் பேரன்புடன் கூறி உதவினர்.

வாழ்க்கை வரலாறு எழுதியாயிற்று. ஆனால், அது மக்களிடம் சென்று சேர வேண்டுமே? அந்த அரிய பொறுப்பை, மனமுவந்து தினமணி கதிர் பத்திரிகையின் பொறுப்பாசிரியக் குழு ஏற்றுக்கொண்டது. மிக நல்ல முறையில் இந்தத் தொடரை வெளியிட்ட திரு.கி.கஸ்தூரிரங்கன் அவர்களுக்கும், திருப்பூர் கிருஷ்ணன் அவர்களுக்கும்தான் பெரிதும் கடமைப்பட்டுள்ளேன். பத்திரிகையில் வெளிவருவதில் உள்ள கூடுதல் சிறப்பு, தொடரை உயிர்த்துவமுடையதாகச் செய்யும் படங்களேயாம். இம்முறையும் புகழ்பெற்ற ஓவியர் திரு.கோபுலு அவர்கள் மணியம்மை, அந்த வரலாற்று நிகழ்ச்சிகளுடன் கண்முன் பவனிவரும் உயிரோவியமாக வாராவாரம் அளித்து, எண்ணற்ற வாசகர் மனதில் இடம் பெற்றுவிட்டார். ஏனெனில், மணி அம்மையின் புகைப்படத்தை அவர் வாழ்ந்த கிராம மக்களிடம் நான் கொண்டு சென்று காட்டியபோது, அவர்களனைவரும் ஒரே குரலாகத் தங்களுக்கு அம்மாளின் படம் வேண்டுமே என்று கோரினார்கள். அத்தகைய படம் ஒன்றுகூட இல்லாமல், திரு. கோபுலு அவர்கள் தீட்டி வெளியிட்ட படங்களைக் கண்டவர்கள், மிக மகிழ்ந்து அம்மா வாழ்ந்த நாட்களை நேரில் பார்த்தாற் போலிருப்பதாகத் தெரிவித்திருக்கிறார்கள். எனவே அரிய ஓவியர் திரு. கோபுலு அவர்களுக்கு என் மனப்பூர்வமான நன்றியைத் தெரிவித்துக் கொள்கிறேன்.

பத்திரிகையில் தொடர் வெளியாகும்போதே புத்தகம் வந்துவிட்டதா? புத்தகம் வரும் இல்லையா? என்று நண்பர்கள் பலர் கேட்டிருக்கிறார்கள். பலருக்கும் முழுமையாகப் புத்தகத்தில் படிப்பதில்தான் ஆர்வம் நிறைவேறுவதாக இருக்கிறது.

எனது நூல்கள் அனைத்தும் உருவாவதற்கு என் முயற்சிகளுக்கு ஊக்கம் அளிக்கும் திரு. கண முத்தையா அவர்களை நான் நன்றியுடன் நினைவு கூருகிறேன். பழம்பெரும் தேச பக்தரும், முற்போக்கு இலக்கியக் கொள்கை உடையவருமாகிய அவர், மணியம்மையைப் பற்றி எழுதுவதற்கு முதன்முதலாக ஊக்கம் அளித்து நான் செயல்படுவதற்குத் துணிவூட்டினார்.

என் நூல்கள் அனைத்தையும் வெளியிட்டு, வாசகருலகுடன் என் தொடர்பைப் பசுமையாகவே வைத்திருக்கும் ‘தாகம்’ பதிப்பாளர் திரு.அகிலன் கண்ணன் அவர்களுக்கும் திருமதி மீனா அவர்களக்கும் இந்நூலையும் பதிப்பிட்டு வெளியிடுவதற்கு என் நன்றியைப் புலப்படுத்திக் கொள்கிறேன். வாசகருலகம் குற்றம் குறை பொறுத்து இந்நூலை ஏற்க வேண்டும்.

6.7.1991 **ராஜம் கிருஷ்ணன்**

பாதையில் பதிந்த அடிகள்

1

'ரோதை உருண்டு வர,
ரத்தம் தெறிச்சுவர,
பாதையெல்லாம் செங்குழம்பு,
பதிஞ்ச அடி செம்பருத்தி ...'

"அஞ்சலை! அம்மாவும் வந்துடட்டும், சித்த நில்லு!" மணிக்கே செருப்பில்லாத கால்களை அறுவடையான நிலத்தில் வைத்து நடப்பது கடினமாக இருக்கிறது. அவளைவிட முதிர்ந்த தாய் இன்னும்தானே சிரமப்படுவாள்? தலையில் கம்பளி சுற்றப்பட்ட பிரப்பம்பெட்டியை வைத்துக்கொண்டு குடியானவப் பெண் அஞ்சலை வரப்பிலேறி நிற்கிறாள்.

"செருப்புப் போட்டுக் கொண்டால் என்ன? கதிர்கள் மறுத்த பின்னான வேர்முனைகள் குச்சி குச்சியாகக் காலைக் குத்துகின்றன. கல்லும் முள்ளும் வேறு பதம் பார்க்க...!" மணி மனதோடு முணுமுணுத்துக்கொண்டு, அம்மாவுக்காக நடுவில் நிற்கிறாள்...

"ஏம்மா? செருப்புப் போட்டுண்டு நடந்தா என்ன ஆயிடும்?"

"என்ன ஆயிடும்? என்னமோ வச்சிருக்கே! இந்த பிராமண ஜாதில பொம்மணாட்டி செருப்புப் போட்டுக்கப்படாது. அதுவும் வீணாப் போனவா போட்டுக்கலாமாம்மா?"

மணி பேசவில்லை, நாகப்பட்டினத்துப் பெரிய வக்கீலின் மனைவியாக பத்து வருஷங்களுக்கு கொடிகட்டிப் பறந்த வாழ்க்கையில் செருப்பு மட்டும் இல்லை; வெள்ளைக்காரி வந்து 'இங்கிலீஷ்' கற்றுக் கொடுத்ததும், 'கான்வஸ்' 'ஷூ' போட்டுக் கொண்டு உலாவியதும் பொருத்தமாக இருந்தது. இப்போதோ, இவள் வாழ்விழந்து மூலையில் முடக்கப்பட்டவள். முடியிழந்த தலையும் வெள்ளைச் சேலையும் சனாதனத்தின் பரிமாணங்களில் அவளை மேவியிருக்கின்றன.

“ஏம்மா? செருப்புப் போட்டுண்டா என்ன ஆயிடப் போறது? ஆமாம்... சித்தாகிட்டச் சொல்லி உனக்கும் எனக்குமா ரெண்டு ஜோடி செருப்புத் தச்சுத் தரச் சொல்றேன் ...”

“நீ போட்டுக்கலாம் அம்மா, விடிய விடிய இருபத்தேழு வயசாகல. அதுக்குள்ள எல்லாம் முடிஞ்சு போயாச்சு. எனக் கென்னம்மா! மலைபோல புள்ளைய முழுங்கிட்டு ராஜாத்தி போலப் பொண்ணும் இப்படிப் போனப்புறம், கல்லும் முள்ளும் குத்தினால் என்ன?...” என்று அந்த மூதாட்டி, கண்ணீரை விழுங்கிக்கொள்கிறாள்.

குடியானவப் பெண் அஞ்சலைக்கு இந்த நடை ஒரு பொருட்டா? வயலும் வரப்பும், முள்ளும் கல்லும், களியும் சேறும் அவளுக்கு வாழ்வாகப் பழகியவை. மணலூரில் இருந்து செல்லும் இந்தக் குறுக்கு வழி, அடுத்த கிராமமான ஆந்தக்குடியைச் சென்றடைகிறது.

வைகாசிக் கடைசி நாட்கள். குடமுருட்டிக் கால்வாயில் தண்ணீர் இன்னும் வரவில்லை. சாரல் காற்றும் தூற்றலும் விழுந்து, தண்ணீர் வந்துவிட்டால் இந்த விளை நிலங்களில் உழவு, நடவு என்று கலகலப்புக் களைக் கட்டி விடும்.

பகலுணவு முடிந்த பிற்பகல் நேரம். வெயிலின் கடுமை இப்போதுதான் அதிகமாக உறைப்பதுபோல் இருக்கிறது. மணி கையில் மடித்து வைத்திருக்கும் சிறு துண்டினால் முகத்தைத் துடைத்தாற்போல் ஒத்திக்கொள்கிறாள். நெற்றியில் பட்டையான ‘விபூதி’த்தடம், அழிந்து, நீண்ட பச்சைக்கோடு பற்றிய உணர்வோடு நடக்கிறாள், வெள்ளை வெளேரென்ற சிவப்பு நிறம் கொண்டவள். ஒன்பது வயசுப் பிராயத்தில், சோழியும் பாண்டியும் ஆடிக்கொண்டு கள்ளங்கவடு பாயாச் சிரிப்புடன் வளைய வந்த சிறுமியை, அத்தைதான் ‘கல்யாணம்’ என்று சொல்லி மனதில் குழப்பத்தை ஏற்றி வைத்தாள். அவளுக்குத்தான் ‘நாகப்பட்டினம் வக்கீல்’ ஏதோ புக்ககத்து உறவு.

“மணியின் நிறத்துக்கும் அழகுக்கும் சமத்துக்கும் ஏத்த இடம், வக்கீல்னு சொன்னாப் போருமா? முனிசிபல் சேர்மன் வேற. வெளிப் பாளையத்தில், சுயம்பு அய்யர் பங்களாவை வாங்கிப் போட்டிருக்கான். அதென்ன விமரிசை! அரமணை தோத்துப் போகும்! கோச்வண்டியென்ன, ஆள் அம்பு, சமையக்காரன்னு படையென்ன! அந்த இடத்துக்கு மணிதான் ஆளப் போகணும்...” என்றாள்.

“ஏண்டிம்மா? என்ன இருந்தாலும் இளையாளில்லையோ?” அம்மா சொல்லாமலில்லை.

“இளையாள்னா என்ன கசக்கிறதா? அந்தச் சொத்துக்கும் சுகத்துக்கும் ஈடேது? அவனுக்கு விடிய விடிய முப்பத்தஞ்சு வயசாகல. இது ஒரு வயசா? ரெண்டு பிள்ளை; பொண்ணு சின்னது; அதைப்பத்தி இவளுக்கென்ன? நம் குழந்தைக்கு ராஜயோகம்னா, ராஜயோகமான இடம். தங்கமும், வயிரமுமா இழைச்சுடுவன். நீங்க கல்யாணம் பண்ணிக் குடுக்கலன்னா, அவன் தூக்கிண்டுபோய்க் கல்யாணம் பண்ணிண்டுடுவன்!”

அப்போது இந்தப் பேச்சுகளின் பொருள் ஏதும் விளங்காத பருவம், இருபது வயதுக்குமேல் வித்தியாசம் உள்ள ஒருவருக்கு, நிலபுலன் என்று செல்வாக்காய் இருந்த ஒரு ‘மிராசு’க் குடும்பத்தில் இரண்டாம் பெண்ணாய்ப் பிறந்த மணி வாழ்க்கைப்பட்டாள்.

பெண் என்பவள் ஓர் ஆணின் சொத்து சுகங்கள், பதவி போகங்கள் ஆகிய செல்வாக்குகளில் அடங்கிய, அவனுடைய ‘சுக ஜீவனத்’தை மேன்மைப்படுத்தும் ஒரு சின்னம். இப்போது கல்லும் முள்ளும் குத்தும் காய்ந்த வயலில் நடக்கையில் மணி நினைத்துப் பார்க்கிறாள். அவள் தந்தை என்ன செய்தார்? மூன்று மனைவிகளைக் கொண்டார்; முதல் தாரம் இறந்து போனாள், இரண்டாம் மனைவியும் அவள் பெண் குழந்தையும் இருக்கையிலேயே இவள் தாயைக் கட்டினார். அம்மா..... இவளுக்கு என்ன வாழ்க்கைச் சுகம் இருந்தது? மூன்று பிள்ளைகளையும் நான்கு பெண்களையும் பெற்றிருக்கிறாள். தலைப்பிள்ளை தங்கவில்லை, அடுத்தவள் குஞ்சம்மாள், மணி மூன்றாமவள், கிளி நான்காவது பெண். மதுரையில் பணக்காரக் குடும்பத்தில் வாழ்க்கைப்பட்டிருக்கிறாள், ஐந்தாவதுதான் தம்பி வெங்குசாமி. துரையப்பன் என்பது சொல்லிக் கூப்பிடும் பெயர், அவன் சென்னையில் வக்கீலாக இருக்கிறான். அடுத்த தம்பிதான் கல்யாணம் பண்ணிச் சில வருஷங்களில் அம்மை போட்டுக் குளிர்ந்து போனான். கடைக்குட்டி, மோகம் சிமிளி கிராமத்தில் இருக்கிறாள். அந்த மாப்பிள்ளைக்கும் நிலம் நீச்சென்று கிராம வாழ்க்கைதான். இவர்களுக்குப் பூர்வீகம், அகரம் குளப்பாடு கிராமம். இவளைக் கல்யாணம் செய்து கொடுத்ததும், அந்தக் கிராமத்தைவிட்டுப் பெயர்ந்து, மணலூருக்கு வந்தார் தந்தை. இங்கே கிராமம் முழுவதற்கும் உள்ள ஒரே பிராமணக் குடும்பம் இவர்களுடையதுதான். குளப்பாட்டை விட்டு ஏன் பெயர்ந்து வந்தார்? அக்கிரகாரமாக வாழ்ந்தபின் இங்கே தனிமைப்பட்டு நிற்க வந்த காரணம் என்ன?

‘சுகஜீவனம்‘ என்ற பெருமைக்குள் மூழ்கி, திண்ணையில் சீட்டாடிக்கொண்டு வெற்றிலை புகையிலை, கும்பகோணம் சீவலுடன் தாசிகள் சமாச்சாரங்கள், அவர்களைச் சார்ந்த சங்கீத -

நாட்டியப் பெருமைகள் என்று பேசிக்கொண்டு பொழுதைக் கழிக்கும் வாழ்க்கையில் குன்றான செல்வமும் குறையாமலிருக்குமா...? அங்கே இருக்கும் நிலங்களில் மண்ணடித்துப் போக, தரிசாகப் போட்டுவிட்டு, இந்தக் கால்வாய்ப் பாசன நிலவிளைவை நம்பிக் குடியேற வந்தார். இங்கும் பன்னிரண்டு வேலி நிலம்; அதற்கு இதற்கு என்று பிய்ந்தபின், இப்போது பாதியாகக் குறுகியிருக்கிறது. அவரும் இறந்து பதினேழாண்டுகளாகிவிட்டன ....

அம்மாவுக்குக் காலில் முள் குத்திவிட்டது போலும்!

"மணி ... இதைச் சித்த எடுத்துடும்மா ? ..."

காய்ந்து கிடக்கும் வரப்பில் உட்கார வைத்து, மணி பக்குவமாக, தைத்திருக்கும் நெருஞ்சி முள்ளை எடுக்கிறாள்.

"இதுக்குத்தான் அந்த ராமசாமிய சித்த வண்டியக் கட்டிண்டு வாடான்னேன். எதயோ சொல்லிட்டுப் போயிட்டான்."

"இதோ எட்டிப் புடிக்கிறாப்பல இருக்கிற ஊருக்குச் சுத்தியடிச்சிண்டு வண்டிகட்டச் சோம்பல் அவனுக்கு! ...."

மணி நினைத்துக் கொள்கிறாள், சுபத்திரை தேர் ஓட்டினாளாம்; கைகேயி இதற்காகவே தசரதன் கிட்ட வரம் கேட்டாள் ... ஏன், ராமசாமியையும் வீராசாமியையும் எதிர் பார்க்க வேண்டும்? பசுமாட்டைக் கட்டிக் கறக்கிறவளுக்குக் காளை மாடுகளை ஓட்ட முடியாதோ?

ஆந்தக்குடி, மணலூரைப் போன்ற ஊரில்லை, அக்கிரகாரம் முழுவதும் இவர்களுக்குத் தொட்டுத் தொட்டு உறவுமுறைதான். மணியின் தந்தை வழித் தாயாதி பங்காளிகள், பெண்கள், பிள்ளைகள் என்று உறவுகள், கல்யாணம், கிரகப்பிரவேசம், வளைகாப்பு, சீமந்தம்; ஆண்டு நிறைவு, முதியவர்கள் விரதங்கள், கோயில் உற்சவம், கதாகாலட்சேபம் என்று உறவுகூடி மகிழ்ந்து கொண்டாடப் பல சந்தர்ப்பங்கள். அப்படி ஒரு புதிய மருமகள் பிள்ளை பெற்று வந்திருப்பதைச் சாக்காகக் கொண்டு தாயும் மகளும் வருகிறார்கள். தெருக்கோடிக் கோயிலில் ஒரு புகழ்பெற்ற பாகவதர் சப்தாஹம் சொல்லுகிறாராம். துருவ சரித்திரம் அன்று சொல்லப் போகிறாராம்.

அஞ்சலை கிராமத்தின் எல்லைக்குள் நுழைந்து அக்கிரகாரக் கோடியில் நிற்கிறாள். இங்கு மணி, கம்பளி சுற்றிய பூசைப் பெட்டியைப் பெற்றுக் கொள்கிறாள். பெட்டிக்குள் லிங்கங்கள், சாளக்கிராம வடிவங்கள் இருக்கின்றன. பிரம்புப் பெட்டிக்கு மேல் குடியானவப் பெண்ணின் சாதித் தீட்டுப் பற்றாமல் இருக்கக் கம்பளித்துண்டு சுற்றியிருக்கிறாள். இந்தத் தெய்வச் சின்னங்கள்,

வழிவழியாக மூதாதையர் காலத்திலிருந்து வரும் சொத்து. இவளுடைய தந்தை இறந்த பின்னர், யாருமே அவற்றைப் பூசைச் செய்வதற்கில்லாமல் பெட்டிக்குள் கிடந்தன. அம்மா அலமாரியில் விளக்கேற்றி வைத்து, நிவேதனம் என்று அன்னமும் பருப்பும் வைத்துக் கைகாட்டிக் கொண்டிருந்தாள். மணி, கைம்மைக்கோலம் எய்தி, இந்த வீட்டுக்கு வந்ததும், இந்தப் பூசனையை மிகவும் சிரத்தை கொண்டு செய்யலானாள். சிவபூசை நியமம் ஒருநாள் கூடத்தவறாது. எனவே, இவள் இரண்டு நாட்கள் உறவினர் கலகலப்பில் இருந்து, சப்தாஹ உபன்யாசம் கேட்டு மகிழவரும்போது, அந்தப் பெட்டியும் கூட வருகிறது.

“நீ போம்மா, அஞ்சலை! ராத்திரி தோட்டத்துக் கதவைச் சாத்தி வை, மாட்டுக்கு வைக்கோல் போட மறக்காதே!”

வயசுப்பெண்ணான அஞ்சலை, சின்னானின் மகள். பக்கத்தில் பஞ்சாண்டார் கோயிலில்தான் வாழ்க்கைப்பட்டிருக்கிறாள். அம்மாளின் சாமியைப் பக்தியுடன் தூக்கிவந்த பெருமை மின்ன அவள் திரும்பிச் செல்கிறாள்.

தெருவில் வெயில் இறங்கும் ஆசுவாசம் கீற்றுவரித்தட்டி கட்டிய திண்ணை ஒன்றில் இருந்து சீட்டாட்ட அரவங்கள் கேட்கின்றன, சிறுவர்கள் சிலர் வெயிலாவது இன்னொன்றாவது என்று கிட்டிப்புள் ஆடிக்கொண்டிருக்கின்றனர். வாயிலில் ஆரத்தி கொட்டிய சிவப்புத் தடம் தெரியும் வீட்டுக்குள் இவர்கள் நுழைகிறார்கள். திண்ணையில் யாரோ இருவர், உண்ட மயக்கமாகப் படுத்து உறங்குகிறார்கள். ஒரு முதியவர் கை விசிறியைச் சுழற்றிக் கொண்டிருக்கிறார், -

“வாம்மா, மணி! வாங்கோ மன்னி? காலம் வருவேள்ன் னிருந்தேன் ....”

“வண்டி கட்டிண்டு வரதுக்காகக் காத்துண்டிருந்தோம். அவன் நேத்தே போனான், கோவில் திருவிழான்னு...அம்மாக்குத்தான் சிரமம்...”

மணி உள்ளே சென்று, சுவாமிப் பெட்டியைச் சித்தியிடம் கொடுத்துவிட்டு, முற்றத்தில் நின்று கால்களைக் கழுவிக் கொள்கிறாள். வாசலில் பெரியவர் பேசும் குரல் கேட்கிறது,

“நாகப்பட்டினம் வக்கீலுக்குக் குடுத்திருந்தாளே, அவதானே இவள்! வாலாம்பாளில்லையோ இவ பேர்?” -

“ஆமாமாம், வாலாம்பான்னு யாருக்குமே பேர் தெரியாது. மணியாட்டமா இருக்கான்னு அப்படியே கூப்பிட்டுக் கூப்பிட்டு மணின்று பேர் நிலச்சுப் போச்சு!” -

"ஆமாம், இவா திருவாலூர் நவக்ரஹத் தெருவில் ஜாகை வச்சிண்டிருக்கலியோ? பெரியவள் அகமுடையான் தானே காங்கிரஸ் காங்கிரஸ்னு கதர் கட்டிண்டு, அங்கே இங்கெல்லாம் போறவன்?"

"ஆமாம். அவா புள்ளையைப் படிக்கவச்சிண்டு, அதுக்காகத்தான் ஜாகை போட்டிருந்தா. அவன் திருவாலூர் படிப்பு முடிச்சு டாக்டருக்குப் படிக்கப் போயிட்டான், அந்த ஜாகையைக் கலைச்சிட்டு இங்க வந்து மூணு வருஷமாச்சு ..."

"இவளக் கல்யாணத்தும்போது பாத்தது எனக்கு இன்னும் ஞாபகம் இருக்கு, பத்து வயசு இருக்குமா, அப்ப? ... அப்பவே, கல்லிழைச்ச வங்கியும் ஒட்டியாணமும் போட்டான்னு சொன்னா, அப்புறம் நாகப்பட்டினத்தில், இவர் மூத்தா பொண் குப்புக்குக் கல்யாணம் பண்ணாளே ? அடேயப்பா! பங்களா எத்தனை பெரிசு? வெள்ளக்காரனைக் காட்டிலும் அவனுக்கு அப்படி ஒரு கீர்த்தி, செல்வாக்கு. அவர் அகத்தோட இருந்து, ஒரு மாசம் எங்க மாமா ... ஓமம் பண்ணிருக்கார். நானும் போவேன். அப்பவும் இவளப் பாத்திருக்கேன். வயசிரமா இழச்சிருந்தார். காதுத்தோடு ப்ளூஜாகர் கன்னத்திலே டாலடிக்கும். லஸ்தர் குளோப் விளக்குகளும், அந்தப் பீரோக்களும், அலமாரிகளும், கண்ணாடிகளும்... என்னமோ, குடுத்து வைக்கல... இப்ப... அவர் மூத்தா பிள்ளைகள். போக்குவரத்தெல்லாம் ... இருக்கோ?"

"எரஞ்சு பேசாதேயும்? இவளே ஒண்ணும் வேண்டாம்னு அத்தனையும் கழட்டி எறிஞ்சிட்டுத்தான் வந்தா... என்னமோ அப்படி வரப்பகூட ஸேஃப் சாவி இவகிட்டத் தங்கிடுத்தாம். அதையும் குஞ்சம்மா அகமுடையான் விசுவநாதன் கிட்டக் குடுத்து விட்டெறிஞ்சிட்டு வரச் சொன்னாளாம். அவன் போய் ஏதோ பேசி ஒரு எட்டோ பத்தோ இவளுக்குன்னு கேட்டுவாங்கினாம் போல இருக்கு, அதுக்கும்கூட அவளுக்கு இஷ்டமில்ல. அத்தனைக்குத் தன்மானம் ... மான் ஜாதி !"

மணி மேலும் கேட்கப்பிடிக்காமல் சரக்கென்று பின்கட்டுக்குச் செல்கிறாள்.

2

யாருடைய குழந்தையோ தெரியவில்லை. கக்குவான் இருமலில் மூச்சு உள்ளே சென்று செருகிச் செருகி மீள வாதைப்படுகிறது.

பொழுதோடு சாதம் போட்டிருப்பாள் போலிருக்கிறது. முற்றமெல்லாம் வாந்தி எடுத்துக் கொண்டு...

"கடங்காரா? ஏண்டா ஓடறே? எவடா வழிக்கிறது?" என்று கத்திக்கொண்டு தாயானவள் தலையைப் பிடித்துக் குனியச் செய்கிறாள். கூடத்தை ஒட்டிய அறையில் ஜபம் செய்து கொண்டிருக்கும் மணிக்கு மனம் ஒட்டவில்லை. மந்திரங்கள் இயந்திர பரமாக நாவில் தோய்ந்து தேய்கின்றன. மூடிய சேலை மடிக்குள் கைகளில் உருத்திராட்ச மாலையின் மணிகள் நகராமலே தங்குகின்றன. மனம் தான் எங்கோ உருண்டு சென்று கடந்து போன காலங்களுக்குள் அமிழ்ந்திருக்கும் நினைவு மணிகளை நெருடுகிறது...

கல்யாணமா அது? பெண்மை பூக்காத பேதைமைப் பருவம். அவனோ பெண்ணை அனுபவித்துச் சுகம் கண்டவன்; மூன்று குழந்தைகளுக்குத் தகப்பன். கடைசிக் குழந்தைக் கைக்குழந்தை, சீராட்டிப் பேணி வளர்க்கத் தாய் வேண்டும் என்ற சாக்கில் மறுதார ஆசையின் சுயநல வேட்கையை மறைத்துக் கொண்டவனில்லை. ஏனெனில், குழந்தையைப் பேணி வளர்க்க, அவனுடைய உறவினரும், தாதியரும் செவிலியரும் இருந்தார்கள். இவன் இந்தப் பூவை அப்பம் தின்னும் நப்பாசைக் குரங்கின் வேட்கையுடன்தான், குறிவைத்தான். 'இளையாள்' என்று அவர்கள் கொடுக்காவிட்டால், 'நான் தூக்கிக் கொண்டு போய்க் கல்யாணம் பண்ணிக் கொள்வேன்' என்று அத்தையிடம் சொன்னானாம். அந்த அத்தை அப்பாவுக்குக் கடுக்காய் கொடுத்து, பங்களா பவர், தோரணை என்று இளக்கி விட்டாள். அவனுக்கு ஒரு சுதேச மகாராஜா என்று தோரணை. பொம்மைக்கு அலங்காரம் செய்வது போல் நகைகளைப் போட்டு...

சீச்சீ!...

உருத்திராட்ச மணிகள் அறுந்து சிதறினாற் போல ஒரு குலுக்கலில் உடல் ஆடுகிறது.

"மணி ஜபம் பண்ணிட்டு வந்துடட்டுமே? எனக்கென்ன இப்ப பலகாரத்துக்கு அவசரம்?..."

"இல்ல மன்னி. இப்ப முடிச்சுட்டா, கதைக்குப் போகச் சரியா இருக்கும். கூடத்தில் புருஷாளுக்கு இலை போட்டுடறேன்,,,"
உள்ளே 'சொய்'யென்று தோசை வார்க்கும் மெல்லோசை. கூடத்தல் செருமல்கள். 'புருஷாள்.' பலகாரமோ, சாப்பாடோ தெரியவில்லை. வாசலில் இவள் வீட்டைப் பற்றிய வித்தாரங்கள் பேசிய பிராமணர் வந்திருக்கிறார் என்று தெரிகிறது.

தோசை, சட்டினி, மிளகாய்ப் பொடி சம்பிரமங்கள். அரிசியை அப்படியே சமைத்துச் சாப்பிட்டால் அது பாவம். அதே பச்சரிசையை ஊறவைத்து அரைத்துச் சுட்டால் அது பாவமில்லை.

புருஷன் போகும்போது, இவர்கள் தாலி, தலை முடி, வண்ண ஆடைகள் வயிர, தங்க ஆபரணங்கள், மஞ்சள் குங்குமம் என்ற வரிசைகளை மட்டும் கொண்டு போகவில்லை. இதே போன்ற சில்லறைச் சாத்திரங்களிலும் மாட்டிவிடுகிறான். சில்லறைச் சாத்திரங்கள்...

“ஆமா, குடியானச்சி ஏதோ கம்பளி சுத்தின பொட்டியக் கொண்டு வந்து வச்சாளே? ... மாம்பழம் பழுக்கப் போட்டதோ?...”

“அது வந்து... அவா பாரம்பரிய சிவபூஜை பண்ணிண்டிருந்தாள்ளியோ? தோப்பனாருக்கப்புறம் பிள்ளைகள் யாரும் கவனிக்கல. இப்ப... இவதான் ஏதோ சிரத்தையா பண்ணிண்டிருக்கா. அதை ஆத்தில அடச்சுப் போட்டுக் கதவைச் சாத்திண்டு எப்படி வர? அதனால இப்படிப் பெட்டியோட, கம்பளியச் சுத்திக் குடியானச்சி தலைல வச்சு எடுத்துண்டு வருவ... இருந்துட்டுப் போவ. பாவம், அவ தலைவிதிதான் இப்படி ஒண்ணுமில்லாம ஆயிடுத்து... என்ன செய்யறது...?”

மணிக்கு ஜபத்தில் சுத்தமாக மனமில்லை. உருத்திராட்ச மணி மாலையைக் கழுத்தில் போட்டுக் கொண்டு எழுந்து சமையலறைப் பக்கம் வருகிறாள்.

“யார் அந்தக் கிழவர்...?”

“அவர்தாம்மா ஸப்தாஹம் சொல்றவர்! உனக்குத் தெரியாதோ?”

“எந்தூர்க்காரர்?...”

“பூர்வீகம் பழமானேரியாம். வடக்கே காசி கயாவெல்லாம் போய் ரொம்ப நாள் தங்கிட்டு வந்திருக்கார். ரொம்ப நன்னா சொல்றார்னு போன மாசம் ஆசாரியாள் சால்வை போத்தி கௌரவம் பண்ணாளாம். அண்ணா போய்ப் பார்த்துட்டு வந்துதான் நம்மூர்ல இருக்கட்டும்னு ஏற்பாடு பண்ணிருக்கு?...”

“மணிக்கு புது டிகாக்ஷன்ல காபி கலந்து குடம்மா?”

மணி இளைஞன் முன் உட்காருகிறாள். மன்னி மிக மெல்லியதாகத் தோசை வார்த்துப் போடுகிறாள்.

“சுண்டைக்காய்கறி போடட்டுமா மணி? உனக்குப் பிடிக்குமே? தைலாம்பா கைக்கே அப்படி ஒரு பக்குவம். பாவம், நேத்திக்கு இதை வதக்கம் போட்டுட்டுப் பொடி இடிச்சிண்டிருந்தா, ஆள் வந்தது, ஓடிருக்கா...”

ஏதேதோ அக்கப் போர்கள்.

மணிக்குத் தொண்டையில் தோசை விள்ளல் சிக்கிக் கொண்டாற் போல் விக்குகிறது.

"காபியைக் கலவேண்டி ருக்கு! குடிக்க ஜலம் எடுத்துக்குடு!"

மணி கடகடவென்று தண்ணீரைக் குடிக்கிறாள். தொண்டை செருமினாற்போல் விரிசல் விழுகிறது.

"இப்ப ராவேளையில் காபி எதுக்கு? வேண்டாம்"

"காபி வேண்டாமா, மணி? ... எனக்கு இப்ப போல இருக்கு.

"அந்தக் காலத்தில், மணி சாந்தி கழிஞ்சு புக்ககம் போனதும் மச்சுனர் போய்ப் பாத்துட்டுக் கூட்டிண்டு வரப் போனாராம். இவ தலையே தூக்காம படுத்துண்டு கிடந்தாளாம். மாப்பிள்ளை ரொம்ப வருத்தப்படறார். ஆசை ஆசையாகக் கல்யாணம் பண்ணிண்டார். இந்தப் பொண்ணுக்கு என்ன உடம்புன்னு தெரியல. தான் போனதும் எந்திருந்து, சாதம் போட்டா, எல்லாரையும் விசாரிச்சா. ஏம்மா உடம்புக் கொண்ணுமில்லையேன்னு கேட்டேன். ஒண்ணுமில்லேப்பான்னா... நா ஒடனே சிரிச்சிண்டு, எங்காத்துப் பொண்ணுக்கு மாயவரம் ஃபில்டர்ல டிகாஷன் எறக்கி, டிகிரி காபி குடிச்சுப் பழக்கம். வேறொண்ணுமில்லன்னேன். சமஸ்தான மகாராஜா மாதிரியான வீட்டில் இவளுக்கு இதுக்கா பஞ்சம் ?... ஒடனே சொல்லி அனுப்பிச்சு, புது மாயவரம் ஃபில்டர் வாங்கிண்டு வந்து காபி போடச் சொன்னாராம்! நாகபட்டணம் வக்கீல் குஞ்சிதபாதய்யர் வீட்ல ஒண்ணில்லேன்னு இருக்கலாமோன்னு சொல்வாளாம், அந்தக் காலத்துல..."

"ஆமாம். அப்பல்லாம் காபி ஏது? எங்கண்ணா சமையக்காரிய அந்தாண்ட போகச் சொல்லிட்டு, தானே காபிக் கொட்டையை வாசனைக்குச் சொட்டு நெய்விட்டு வறுப்பார். கல்லுரல் ஒண்ணு, அது இடிக்கவே தனியா இருக்கும். ஃபில்டர் கிடையாது. ரெட்டில போட்டு வடிகட்டி, நுரைப்பால் கறந்து காச்சிக் கலந்து வெள்ளிக் கிண்ணத்தில் ஆத்துவார். புஸ்ஸுனு நுரை பொங்கும். நான் ஊஞ்சப் பலகையப் புடிச்சிண்டு நிப்பேன். நமக்குச் சொட்டூண்டு குடுக்க மாட்டாளான்னு இருக்கும். அதெல்லாம், பொண்ணாப் பிறந்த குழந்தைகளுக்குக் குடுப்பாளா? அவர் போனப்புறம் நான் அந்தக் கிண்ணம், டம்ளரில் தங்கியிருக்கிற நுரையைத் தொட்டு இரகசியமா நாக்கில் வச்சுப் பாப்பேன் ...." என்று மன்னி சிரிக்கிறாள்.

"அப்பல்லாம் காபி ஏது, இன்னொண்ணு ஏது? கச்சட்டி நிறையப் பழையது தண்ணூத்தி வச்சிருப்பா. காலம்பற, ரெண்டு உப்புக் கல்லையும் ஒரு கரண்டித் தயிரையும் விட்டுப் பிசைஞ்சு, வடுமாங்காயோ, பழங்குழம்போ போட்டுண்டு சாப்பிட்டுட்டு உண்டானப்பட்ட காரியம் பண்ணுவோம். இப்ப குடியானச்சி உள்ளுப் பெருக்கினா தோஷமில்லை. கிணத்துக் கயிறைப் புடிச்சு வாளியைக் கூடத் தூக்கலாம். தோஷமில்லைன்னு ஆயிடுத்தே ? , , ." ,

காபியை டம்ளரில் கலந்து, ஆற்றி மணிக்குக் கொண்டு வைக்கிறாள் ருக்கு.

மணி பேசவில்லை. இந்தக் காபியை, புருஷனை இழந்த இவள் குடிக்கலாம். ஆனால், 'சொட்டூண்டு' டிகாக்ஷன்கூட விடாமல், 'மொட்டையாகி'ப் போனவள் பாலைக் குடிக்கலாகாது!

இந்தச் சாஸ்திரங்களை எந்த ரிஷி முனிவர்கள் எழுதி வைத்தார்கள்? இதுபோன்ற பல சில்லறைச் சாத்திரங்கள் மணியைப் பொருமச் செய்கிறது. இவள் மற்றவர்கள் செய்யாத ஒரு மீறலாக, இரவிக்கை தைத்துப் போட்டுக் கொண்டிருக்கிறாள், கிளாஸ்கோ மில் சேலை ஒன்பது கஜத்தோடுகூட ஒரு கஜம் வாங்கி, உடம்பை நன்றாக மறைக்க தூய வெண்மையான ரவிக்கை போட்டுக்கொண்டு, ரவிக்கை போட்டது தெரியா வண்ணம், இரண்டு தோள் பட்டைகளும் மறையும்படி மாராப்புச் சேலையைக் கழுத்தைச் சுற்றி மீண்டும் குறுக்கே கொண்டு வந்து செருகிக் கொள்கிறாள். இந்த முறையினால் இரண்டு கைகளுக்கும் விடுதலையான இயக்கம் கட்டுப்படுத்தப்படுகிறது.

மணி, கூட்டுக்குள்ளே இருக்கும் புழுவைப்போல் எதிர்ப்புச் சக்தியின் உயிர்ப்பில் உள்ளூர இயங்கிக் கொண்டிருக்கிறாள்.

தெருக்கோயில் எதிரே உள்ள வீடும் இவளுக்குச் சிற்றப்பன் முறையாகும் உறவுள்ள வீடுதான். இந்தத் திண்ணை ஓரத்தில், மணி தாயுடனும் மற்ற உறவுக்காரப் பெண்களுடனும் அமர்ந்து இருக்கிறாள்.

ஏழு நாட்களில் பாகவத புராணக் கதைகளைச் சொல்வதுதான் 'சப்தாஹம்'. பாகவதர், விரிப்பின் மீது அமர்ந்து இருக்கிறார். கதாகாலட்சேபக்காரர்களைப் போல் நின்றுகொண்டு, பக்க வாத்தியக்காரரும் பின் பாட்டும் பின்னணியில் தெரிய ராகம் இழுத்துக்கொண்டோ, சிப்ளாக்கட்டை தட்டிக் கொண்டோ இல்லை. இது வெறும் உபந்நியாசம். ஒரு சுருதிப் பெட்டி பின்னால் இருக்கிறது. சுலோகத்தைக் கூடச் சொல்ல, ஒரு இளவட்டப்பிள்ளை, குடுமியை நன்றாக வாரி முடித்துக் கொண்டு பின்னே வீற்றிருக்கிறான். அவன் காதுகளில் வெள்ளைக்கடுக்கன் மின்னுகிறது... விசிறிக்காம்பால் முதுகைத் தேய்த்தபடி அவள் மாலையில் கண்ட 'பெரியவர்' தாம், இங்கே ஒரு சால்வை அணிந்த கோலத்தில் இருக்கிறார்.

பாகவதர் என்ன சுலோகம் சொன்னார் என்பது புரியவில்லை. நேராகக் கதையைத் தொடங்கி விடுகிறார்.

"இந்த எல்லாப் பெரிய காவ்யங்களிலும், இதிகாசங்களிலும் முக்கியமா நிக்கறது ஸ்த்ரீயின் குணாம்சம்தான். ராமாயணத்தில்

ஒரு கூனியும் கைகேயியும் இல்லேன்னா, ராமாயணமே இல்லை. அப்படி, திரௌபதி அன்னிக்கு துரியோதனன் விழுந்ததைப் பார்த்துச் சிரிக்கலேன்னா, மகாபாரதமே இல்லை. புகையிலை விரிஞ்சுட்டா, அதுக்கு மகிமை ஒண்ணுமில்லை, பொண்டுகள் சிரிப்பு, கலகலன்னு வரப்படாது. அவா உணர்ச்சிகள் வெளியில தெரியப்படாது. அதுதான் அவா அழகு. நம்மாத்துல, பின்கட்டிலே பேசிச் சிரிச்சிண்டிருந்தா தெருக்கோடில வரப்பவே கேழ்க்கிறது. அவா புருஷன் போஜனம் பண்ண எலேல உக்காந்து, சாப்பிடறப்ப அப்பளாம் நொறுக்கறது கூடக் கேழ்க்கப்படாதுங்கறது சாஸ்த்ரம். கைகேசி சம்பராசுர யுத்தத்திலே, ஸ்த்ரிகள்னு இருக்கிற தர்மம் மீறி புருஷனுக்குத் தேரோட்டினாள். தசரதர் வாக்குக் குடுத்துட்டார் வரம் தரேன்னு. ஸ்த்ரீ தர்மத்தை மீறின ஒரு செயலாலே, பின்னாடி எத்தனை விபரீதங்கள் விளையறது? கூனி வரத்தை ஞாபகப்படுத்தறா. அது புருஷன் உயிரையே குடிக்கிறது. அஞ்சு புருஷாளும் பாத்துண்டிருக்கறப்ப, திரௌபதை கூந்தலை விரிச்சு விட்டு சபதம் பண்ணா. என்ன ஆச்சு? அத்தனை புத்ராளும், பௌத்ராளும் அழியும்படி கோரமா யுத்தம் வந்தது. எதுக்குச் சொல்றேன்னா, ஸ்திரீயாப் பிறந்துட்டா அவாளுக்குன்னு ஒரு தர்மம் இருக்கு. பாலே ரக்ஷித: பித்ருக் கௌமாரே ரக்ஷித: பர்த்தா, வார்த்தஹ்யே ரக்ஷித; புத்ரன்னு மனு சொன்னா.. ஏன்? அப்பத்தான் லோக தர்மம் நிலைக்கும். ஸ்த்ரீ தர்மம் பர்த்தா, ப்ரதிவ்ருத்யம்ங்கறதிலதான் நிக்கறது. அதனால்தான் கன்னிகைகளை ருதுவாகும்முன்ன, மஹாவிஷ்ணு ஸ்வரூபமான பிரும்மசாரிக்கு தானம் பண்ணிடணும்னு வச்சிருக்கா, ஜலம் எப்படி, ஒரு இடத்தில் தரிக்காதோ, அப்படி ஸ்த்ரீஹ்ருதயம் சலனமடைவது இயற்கை. ஜலம் ஒரு உத்தரணில இருந்தாலும், சமுத்திரத்தில் இருந்தாலும், வரம்புதான் அதன் மகிமை... அந்த ரூபம், வைதவ்யம்ங்கறது துர்ப்பாக்கியத்தில் போயிட்டா, அவா, பர்த்தாவின் நாமத்தை எப்போதும் ஸ்மரிச்சிண்டு தன்னை ஒடுக்கிண்டு பிராணனை விடும் வரையிலும் இருப்பதுதான் தர்மம். சில பேர் இப்பல்லாம் என்ன நினைச்சுண்டறான்னா, குங்குமத்துக்குப் பதிலா விபூதி இட்டுண்டு, வெள்ளை ஆடை தரிச்சிக்கறதுனால, புருஷா மாதிரி இருக்கலாம்னு. அது அப்படி அர்த்தமில்லே. அவாளுக்கு மரித்த பர்த்தா நாமமே தெய்வம், வேற தெய்வம் கிடையாது. தெய்வம் தொழாள், கொழுநன் தொழுதெழுவாள்ங்கறது தமிழ் வாக்கு. அதனால் இவாளுக்கு வேற தெய்வ பூஜை பண்ண அருகதை இல்லை. ஸ்த்ரீகள் சுமங்கலியாக இருந்தால், லக்ஷ்மி பூஜை, தேவி பூஜை, துளசி பூஜை பண்ணலாம். அதுக்கும் ஒரு ஆசார்யன் வேணும். அதுலயும் பர்த்தா, குழந்தைகள் க்ஷேமார்த்தம்தான் காரணம். ஆனா, வைத்வ்யம் வந்துட்டா, அதெல்லாம் உசிதமில்ல,

இராவணன், ஸீதையைப் பதினொரு மாசம் வச்சிருந்தான். ஸீதை, இராம நாமத்தையே பூஜிச்சிண்டு ஸதா ஸர்வ காலமும் அவா நினைவாகத்தான் இருந்தா. ஆனாலும், அவளுக்குத் தோஷம் வந்தது. அக்னிப்பிரவேசம் பண்ணியும் தீரல..."

இவர் துருவ சரித்திரம் சொல்கிறாரா, ஸ்த்ரீ தர்மம் உபந்யாசமா? உடலும் உள்ளமும் முட்குத்தலால் தாக்கப்பட்டாற் போல் மணிக்கு வேதனை உண்டாகிறது.

விடுவிடென்று எழுந்து அந்த வீட்டுக்குள் செல்கிறாள். உள்ளே விசிறிக்கட்டை ஓசைப்பட விசிறிக்கொண்டு படுத்திருக்கும் கிழவிக்கு, வந்தவள் மணி என்று புரிந்துவிடுகிறது.

"மணியா? ஏம்மா? எனக்குத்தான் உக்கார முடியல, இடுப்புக் கடுக்கிறதுன்னு வந்துட்டேன் ... கொல்லைப் பக்கம் போகணுமா?"

மணி முற்றத்துக்குறட்டில் உட்காருகிறாள். கூடத்தில் பாயில் குழந்தைகள் அங்கொன்றும் இங்கொன்றுமாகக் கிடப்பதை, சுவரில் முணுக் முணுக்கென்று தன்னை மட்டும் காட்டிக்கொள்ளாத 'பெட்ரூம்' சிம்னி காட்டிக் கொண்டிருக்கிறது. இளந்தாய் ஒருத்தி தூக்கத்தில் அசையும் குழந்தையைத் திட்டுகிறாள்.

"ஏம்மா? உள்ளே வந்துட்டே? இந்த பாகவதர் நன்னாத்தானே சொல்றார்...?"

"இல்ல, எனக்கும் அங்க உக்கார முடியல அத்தை ..."

"புழுங்கி எடுக்கிறது. மழை வருமோ என்னமோ? வாய்க்கால் திறந்துவிட்டாக் காத்தெடுக்கும் ..."

புழுக்கம் ... புழுக்கமா இது? இவளுள் ஒரு பிரளயம் வரும் போன்றதொரு... புயல்...

○

3

மணியைக் கேட்பவளாக வைத்துக்கொண்டு அத்தை பேசிக் கொண்டு போகிறாள்.

"பாவம், நேத்திக்குத் தைலாம்பா விழுந்தடிச்சிண்டு போயிருக்கா. அவதான் என்ன பண்ணுவ? ஏதோ கல்யாணம் பண்ணிக்குடுத்து வேண சீரும் செனத்தியும் பண்ணினா. இது, அவன் கூட்டாப் போகாம திரும்பிண்டு முரண்டும் புடிவாதமுமா இருந்தா என்ன பண்ணுவ? மூணுதரம் கூட்டிண்டு வந்து புத்தி சொல்லி, அனுப்பிச்சா,

ஆனா, பெரியவாளைப் பார்த்துத் தீர்த்தம் வாங்கிண்டு வரலாம்னா வரவேமாட்டேன்னுடுத்து. இருளடஞ்சாப்பல ஒரு கோலம். முட்டக்குத்திண்டு மூஞ்சிய வச்சிண்டு உக்காந்திருக்கும். காத்து கருப்புன்னு தோஷ சாந்தி பண்ணினா நாலு வருஷமாச்சு, அவன்தான் என்ன பண்ணுவன்?... 'பீமசே'னனாட்டம் இருப்பன், போய் இன்னொண்ணு பண்ணிண்டு வந்துட்டான். பதினாறு வயசு, தெரண்ட பொண். வச்ச பாரம் தாங்கற ஆகிருதி, யாரோ ஜோசியனாம் அவன் பொண். மதுரையிலேந்து பண்ணிண்டு வந்துட்டான். வந்த ஒடனே வயித்தில வந்தாச்சு, இவ அலறிப்புடிச்சிண்டு இதை எப்படியோ சமாளிச்சு, பெரியவாகிட்ட கூட்டிண்டு போயி, கும்மாணத்துல, தீர்த்தம் வாங்கிக் குடுத்தா, அவர் ஆசீர்வாதம் பண்ணிக் குங்குமம் குடுத்தாராம். அவன் நல்லவன். கொண்டு விடுங்கோ, வச்சுக்கறேன்னு .... திரட்டுப்பால் காச்சிண்டு, தேங்குழல் புழிஞ்சிண்டு பொண்ணையும் ஆயிரம் புத்திமதி சொல்லிக் கூட்டிண்டு போய் பட்ணத்தில விட்டுட்டு வந்தா. பத்து நாத்தான் ஆச்சாம். தந்தி வந்திருக்கு. எதோ கோளாறு, அம்மா புறப்பட்டுப் போலான்னு புள்ளை மன்னார்குடிலேந்து கூப்பிட வந்துடுத்து. அப்படியே கைக்காரியத்தைப் போட்டுட்டு ஓடினா..."

இந்தக் கதையின் நாயகியான பெண் யாரோ; மணிக்குத் தெரியாது. உறவுத்தொடர்புகளில், ஏழை, இல்லாமை, அண்டியது என்று எத்தனையோ வகை. அதில் தைலாம்பா ஒரு வகை. அடுப்படியில் சமைப்பாள். மடிப்புடவை உலர்த்தி எடுப்பாள். பரிமாறுவாள். புருஷன் தள்ளி வைத்த வகை, மஞ்சளும் குங்குமமும் உண்டு. அதனால் வாழமாட்டேன் என்று பிடிவாதம் பிடிக்கும் பெண்ணை நசுக்க வேண்டும் என்று கோபப்படுகிறார்கள், பெண்ணைக் கல்யாணம் செய்து கொடுக்கும்போது, அவள் மனசு, உடம்பு இதெல்லாம் யோசித்தார்களா? வாழ்க்கை என்பது என்னவென்று அவளுக்குத் தெரியுமா என்று பார்த்தார்களா? ஆயிரத்து தொளாயிரத்துத் தொண்ணூற்றொன்பதும், பொம்மைக் கல்யாணம்தான், அவன் பொம்மையை வைத்து விளையாடலாம்; கோபம் கொண்டு அடிக்கலாம்; கையைப் பிய்த்து எறியலாம். குப்பையில் வீசிவிட்டு வேறொரு புதிய பொம்மையை நாடலாம். ஆயிரத்தில் ஒன்று இவ்வாறு முரண்டும் போது பூசை, மந்திரம் என்று பேய் பிடிக்க வைக்கிறார்கள்.

அந்தச் சிறுமிப் பருவத்தில், பெண்மையின் உட்பொருள், உடல் பாரமாகக் கூடத் தெரிந்திருக்காத பருவத்தில் அவளைக் கட்டிவைத்தார்களே? பருவ மலர்ச்சியே அவளுக்கு மருட்சியாக இருந்தது. அந்த மருட்சி அகலுமுன், பதினாறு நாட்களுக்குள் 'சாந்தி' என்று ஒரு சடங்கைச் செய்து, நாகப்பட்டினத்துப் பங்களாவின் ஆளுயரக்

கண்ணாடிகள் உள்ள படுக்கையறைக்குள் விடப்பட்டதும்... அவளுக்கு இப்போது நினைத்தாலும் வெறுப்பு திரண்டு வருகிறது. இவளுடைய முரண்டுகளும், கோபங்களும் இலகுவில் வளைய வைக்கவில்லை. ஆனால் அவன் தேர்ந்த தந்திரசாலி. அவளை உடலளவில் வசப்படுத்தினான் என்றாலும், அவன் எதிர்பார்ப்புகளுக்கு அவள் ஈடுகொடுப்பவளாக இல்லை. துவக்க கால முரண்டுகளுக்கு அவன் அவளுக்குக் கொடுத்த நயமான பரிசுதான், ஒரு வெள்ளைக்காரியை ஏற்பாடு செய்து ஆங்கிலம் கற்பித்த நன்மை. ஆம், கற்பிக்க வந்தவள், அவன் புகழைப் பாடுபவளாக இல்லாமல், அவனை ஆய்ந்து வெறுக்கக்கூடிய ஒரு நிலைக்கு அறிவூட்டி வைத்தாள், அது அவளுக்கு நன்மைதானே?

அந்த வெள்ளைக்காரி சிறிது வயதானவள். கருமை பாயாத விழிகளில் ஓர் இரக்கம் கசியும். செம்பட்டை முடியில் அடர்த்தி இருக்காது. பின்னே சிறு முடிச்சாகக் குவித்திருப்பாள். ஒரு வளைந்த தொப்பியும், பாதம்வரை தொங்கும் அங்கியுமாக இருப்பாள். ஏசுவின் பணியாட்டியாகத் திருமணமே செய்து கொள்ளாமல் தொண்டு செய்வதே மேலாம் பணி என்று கடல்கடந்து வந்திருந்தாள்.

அவள் கொஞ்சிக் கொஞ்சி, நிறுத்தி மெதுவாகத் தமிழ் பேசுவது, வேடிக்கையாக இருக்கும். அவளுடைய தாய் காட்டாத பரிவை அந்த அம்மை காட்டினாள். எப்படி? 'யூ ஆர் எ சைல்ட்' என்பாள் (நீ ஒரு குழந்தை) ஐ டோன்ட் அப்ரூவ் திஸ் கஸ்டம்ஸ் ஆஃப் ஹிந்தூஸ். (ஹிந்துக்களின் இந்த வழக்கங்களை என்னால் ஒப்ப முடியவில்லை.) என்ற மாதிரியான சம்பாஷணைகளே அவர்கள் பேசியவை. டூ யூ லைக் . .? (உனக்குப் பிடிகிறதா?) இந்தப் பேச்சுவார்த்தை ஆங்கிலத்துக்கென்றே (ஸ்போக்கன் இங்கிலீஷ்) என்ற வகை 'ரீடர்' புத்தகங்கள் கொண்டு கொடுத்திருந்தாள். இடை இடையே ஏசுவின் மகிமைகளையும் போதனை செய்தாள். பல வரலாறுகளைக் கூறினாள். மரியா மக்தலேனா என்ற பெண், பாவியாக இருந்து, தேவனின் அருள் பெற்று அவர் குரல் கேட்ட விவரம் கதையாகச் சொன்னாள். உங்கள் புராணங்களில், உங்கள் சுவாமி இப்படி மன்னிப்புக் காட்டி இருக்கிறாரா என்று கேட்பாள். 'உங்கள் சாஸ்திரங்கள் இளம் பெண்களை மனமில்லாமல் திருமணம் செய்து கொடுக்கும்படி கட்டாயப்படுத்துகின்றன. அவர்கள் விதவைகளாகிறார்கள். பிறகு பல கொடுமைகளுக்காளாகிறார்களா இல்லையா?" என்று கேட்டாள்.

மணியின் இளம் உள்ளத்தில் அன்று பதிந்த அந்த வினாக் களுக்கு இன்னும் விடைகள் தெரியவில்லை. மணி வெகு விரைவில் அந்த மொழியில் பேசிப் பழகக் கற்றுக்கொண்டாள். ஆனால் கணவனிடம் பேச நா எழவில்லை. அவனைக் காணும் போதே வெறுப்பு திரண்டு வந்தது. வெளிப்பார்வையில் அவர்கள் கணவன்

மனைவியாகப் பழகினார்கள். அவன் தன் ஆசை தீர்த்துக் கொள்ள வேறு வழி தேடிக்கொண்டான். நாகப்பட்டினத்தில் கிடைக்காத சமாச்சாரமா?

அவளுக்கும் நகைகள் செய்து போட்டான். வெள்ளைக்காரர் விருந்துகள் பார்ட்டிகளுக்கு அழைத்துச் சென்றான். அத்தனை பெரிய பங்களாவில் அவன் உலகம் தனி; இவள் தனி என்றாயிற்று, இவளால்தான் அவன் வேறு தொடர்பு கொள்ளும்படி ஆயிற்றென்று, அவனைச் சார்ந்த மனிதர்களுக்கு ஆத்திரம் உண்டாயிற்று. அவன் இறந்ததுமே அந்த வெறுப்பை அவளிடம் கக்கினார்கள்.

சீ! இந்த நகைகளும் பிற சாமான்களும் தூசுக்குச் சமம் எனக்கு! என்று உதறிவிட்டு வந்தாள். தன்னிடம் தவறுதலாக ஒட்டி வந்துவிட்ட புழுதியைக்கூட அந்த வீட்டில் சென்று உதறிவிடச் சொன்னாள். அந்தப் புருஷனின் 'நாமா'வை பாத்துளியை ஸ்மரிச்சிண்டு .... ஏன்? ஏன்? எதற்கு? என்ற கேள்விகள் அக்கினி முளைகளாய் இன்று எழுகின்றன.

முளை... முளை என்ற பசுமையான நம்பிக்கைக்குரிய பதம், இவர்களுடைய தீச்சொல் வழக்கில் 'முளையிலே அறுத்து' என்ற வழக்கில் அக்கினிபட்டாற்போல் கருகிப் போயிற்று.

அந்தக் கொடுமையைத் தாங்க முடியாமல்தான் திறப்பார் இல்லாமல் தூசி படிந்து கிடந்த அந்தப் பிதுரார்ஜிதமான சுவாமிப் பெட்டியைத் திறந்து, கதியற்றுப்போன தன்னை ஓர் ஒழுங்கில் சரணடையப் புகுத்திக்கொண்டாள் மணி. பாரம்பரியமான நிலபுலங்கள், ஏகபோகங்களாக இருந்த நான்கு கிராம மண்ணும், 'சுகஜீவன'ங்களின் வெட்டி வாழ்க்கையில் எப்படி எப்படியோ சிதைந்து, துண்டாகி வளங்கள் வறண்டாலும், இந்தச் சுவாமிப் பெட்டி சீந்துவாரில்லாத சொத்தாகவே இருந்தது. எங்கெங்கோ, பிழைப்புத் தேடிச்சென்ற ஆண் வாரிசு இதை எதற்கு நினைக்கப் போகிறான்?'

மணி பெட்டியைத் திறந்து, புழுதி துடைத்து நியமமாகப் பூஜை செய்யலானாள். பழுப்பேறிப்போன புத்தகங்களைத் திறந்து பூஜை நியமங்களைத் தானே மேற்கொண்டாள். சின்னஞ்சிறு வயசில் தந்தை ருத்திராட்ச மாலையுடன், அந்த லிங்க வடிவங்களை எடுத்து, முதல் நாள் அப்பிய சந்தனங்களைப் பக்தியுடன் எடுத்து ஒரு செப்புத் தட்டில் வைத்துவிட்டு, ஒரு பெரிய தாம்பாளத்தில் வைப்பார். அந்தச் சிறு பூஜா பாத்திரங்களே சிறு வயதில் அவள் விளையாடிய பித்தளைச் செப்புகளைப் போன்றவைதாம்.

அந்தப் பெட்டிக்குள் இருந்த வடிவங்கள்.... எத்தனை வகைகள்? மூதாதையர் அவற்றை எங்கிருந்து எப்படிப் பெற்றனர்?

சொத்து என்ற உரிமைகள் தூலமாக மண்ணாக, பொன்னாக, (ஏன் பெண்ணாகக்கூட) இருப்பதைத்தான் கணக்கிடுகிறார்கள். இந்தப் பிதுரார்ஜி தங்களுக்குள் யாரும் வழக்கிட்டுக் கொள்வதில்லை; கோர்ட்டுக்குப் போவதில்லை.

அந்தச் சுவாமிப் படிகங்களில் சில தேன் வண்ணத்தில் இருக்கின்றன. கருஞ்சிவப்பில், பச்சையில், நீலம் பாய்ந்த கருமையில்... உருளையாக, நீண்ட குழவி போன்ற வடிவில் .... அது நிற்க சிறுவெள்ளி உருளைக்குழாய் போன்ற பூணில் செருகப்பட்டிருக்கிறது... எல்லாம் அடங்கிய செப்பு சம்புடம்.

முதல் நாள் சம்புடத்தில் போட்ட வஸ்திரத்தை எடுத்து வைத்து, சந்தனம் நீக்கி, தட்டில் வைத்து, நன்னீரும் பாலும் சந்தனமுமாக அபிஷேகம் செய்வாள். பிறகு அவற்றைச் சிரத்தையாகத் துடைத்து, அதில் சந்தனம் இட்டு வஸ்திரம் சாத்தி அட்சதையுடன் காலையில் பறித்த புது மலர்களால், சிவதோத்திரம் சொல்லிப் பூசனை செய்வாள். தீபம், தூபம், நிவேதனம், கற்பூரம் என்று வழிபாடுகள் முடிய இரண்டு மணி நேரமாகும். அந்தச் சுவாமிச் சந்தனத்தைக் குழைத்துத்தான் அவள் தந்தை நெற்றியில் நீண்ட குறுக்கிட்டுக் கொண்டு பூணூல் முனையினால் மூன்று வரிகளை ஒழுங்குபடுத்திக் கொள்வார்.

இவள்... வாழ்க்கை 'பஸ்மமாகிப் போனதன்' அடையாளமாக அந்த நீறுதான் தரிக்கலாம். சந்தனத்துக்கு இடமில்லை. அதனால் ஸ்த்ரீயாகிய இவள் பூஜை செய்யலாகாது. ஆம், இவள் அப்பாவின் அந்தப் பழைய புத்தகம் பிரித்து, புருஷ ஸூக்தம் படித்தாள். அது தடை செய்யப்பட்ட எல்லைக்குள் பிரவேசித்துவிட்ட குற்றமாகும். ஏன்...? ஏன்...?

பெண்ணாய்ப் பிறந்தால், இவ்வளவு கழுமுனைகளா? குடியானவப் பெண்மணிகள், இடையர் பெண்கள் புருஷன் இறந்தாலும் தலை மழிப்பதில்லை; வெற்றிலை போடலாம். இத்தனை கட்டுப்பாடுகள் இல்லை. ஆனால் இந்த உயர் வர்க்கம்.....? இது உயர் வர்க்கமா? என்ன உயர்வுகள் தனியாக இருக்கின்றன? பெண்ணாய்ப் பிறந்ததற்காக, ஈசுவர பூஜை கூடச் செய்யலாகாது. ஏன்? ஏன்? எங்கள் கேள்விக்கு பதில் சொல்வீர்களா? தன்னை அறியாப் பருவத்தில், பொருத்தமில்லா ஒருவனுக்குப் பிணைத்தார்கள். அவள் புத்தியுடன் தன்னை விடுவித்துக் கொண்டாள். ஆனால் இந்த மீட்சி, அவளைக் குச்சியால் குத்தி எண்ணெய்ச் சட்டியில் போட்டாற்போன்று இந்த முடங்கிய கும்பாவுக்குள் புகுத்தியிருக்கிறது. இதிலிருந்து அவள் எழும்பியாக வேண்டும்.

மறுநாள் அதிகாலையிலேயே மணி கிராமத்துக்குக் கிளம்பி விடுகிறாள். பூஜைப் பெட்டியின் நினைவேயில்லை. எதிர்வீட்டு

அலமேலு ஆச்சி கேட்கிறாள். "என்ன மணி? புசுக்குனு போன சுருக்கில் வந்துட்டீங்க? என்ன சமாசாரம்?" மணி பதில் கூறவில்லை. கொல்லைத் தோப்பில் குறுக்கும் நெடுக்கும் நடக்கிறாள்... கல்லில் உட்கார்ந்து, மாடுகளைப் பார்க்கிறாள். அம்மா, பூஜைப் பெட்டியை எடுத்துக்கொண்டு வண்டியில் வந்து இறங்குகிறாள்.

சுதேசமித்திரன் பத்திரிகை திறந்து கிடக்கிறது. சிமிளியில் இருந்து தங்கையும் அவள் கணவரும் வரும் போது கொண்டு வந்து போடும் பத்திரிகைகள். மணி, பூஜை புனஸ்காரம் முடித்து, ஒரு வேளை உணவும் கொண்ட பின் சாவகாசமாகத் தான் அவற்றைப் பிரித்துப் பார்ப்பாள். படிப்பில் செய்திகளில் பரபரப்பு இருந்ததில்லை.

இன்று நடுப்பகல் சென்ற பின்னரும், இவள் இன்னும் குளிக்கவில்லை ..... ஏன்?

"மணி என்னம்மா? யார் என்ன சொன்னா? காபி குடிச்சுட்டுக் கொல்லைப் பக்கம் குளிக்கப் போயிருக்கேன்னு நினைச்சுண்டிருக்கேன்... நீ கிராமத்துக்குப் போனேன்னு சுந்தர் சொல்லித்து. சரி, நீங்க சாப்பிட்டப்புறம் வண்டி கட்டிண்டு போகலாம். கொண்டுவிடச் சொல்றேன். ஏம்மா? உடம்பு சரியில்லையா?" இவளுக்குக் குமுறி வருகிறது. ஈசுவர பூஜை, ஆணுக்குத்தான் உரிமை; அது பெண்ணுக்கு இல்லை.

"ஏம்மா? நீ இன்னிக்குப் பூஜை பண்ணலியா? காலமேந்து பட்டினியா இப்படி உட்காந்திருக்கே? யார் என்ன சொன்னா? ரவிக்கை போட்டுண்டிருக்கான்னு, அந்த அத்தைக்கிழம் சொல்லித்தா?..."

"பூஜை எல்லாம் இனிமே எந்தப் பிராமணனையேனும் பண்ணச் சொல்லு, இல்லாட்டா, தூக்கிக் கிணத்தில போடு? ..."

கிணற்றில் இருந்து நீரை இறைத்துத் தடதடவென்று தலையில் கொட்டிக்கொள்கிறாள். இந்தப் பூசை உணர்வுக்கு முழுக்கு, முழுக்கு என்று ஒரு வெறியே வந்தாற்போல் நீராடி முடிந்ததும், உள்ளே சலவை செய்த மடிப்போடு கூடிய புடவையையும் ரவிக்கையையும் போட்டுக் கொண்டு அம்மா கனிவுடன் தூக்கில் வைத்துக்கொண்டு வந்த உணவைக் கொள்கிறாள்.

பிறகு அந்தப் பத்திரிகைகளை எடுத்துக்கொண்டு வந்து பெஞ்சில் உட்கார்ந்து பிரிக்கிறாள்.

மகாத்மா காந்தியின் தென்னாட்டுப் பிரயாணம் கொட்டை எழுத்துக்களில் கண்களைக் கவருகின்றது. சட்டென்று ஓர் ஒளிக்கீற்று தோன்றினாற் போன்று நம்பிக்கை. பரபரப்புடன் வரிகளைப் படிக்கிறாள். காந்திஜி, செப்டம்பர் 13, 14, 15, 16

தேதிகளில் நாகப்பட்டினம், மன்னார்குடி, தஞ்சை ஆகிய ஊர்களில் சுற்றுப் பிரயாணம் வருகிறார். மக்களிடையே சேவை செய்வதே மகேசன் சேவை என்று கருதும் மகாத்மா காந்தி வருகிறார். அவர் காங்கிரஸ் என்ற அமைப்பின் பெரிய மகான். ஸ்திரீகள் பூஜை செய்யக்கூடாது என்று சொல்லக் கூடியவரல்ல. அத்திம்பேர் விசுவநாதன் அந்நாளிலிருந்து காங்கிரஸ்காரர். இந்தத் தஞ்சாவூர், கும்பகோணம், மன்னார்குடி ஊர்களில் உள்ள பெரிய மிராசுகளான அவளுடைய சொந்தக்காரர்கள் எல்லாமே 'காங்கிரஸ்' தான்; குன்னியூர், மூலங்குடிச் சித்தப்பா, ஆகிய அனைவருமே காந்தியின் கட்சிக்காரர்கள். காங்கிரஸில் சேருவது என்பது ஓர் அரசியல் தேசிய கௌரவமாக இந்தப் பெரிய மிராசுதாரர்கள் கருதியிருக்கிறார்கள். ஏன் இவளும் இப்போது காங்கிரஸில் சேரக்கூடாது? காங்கிரஸ் என்றால், முன் நிற்பது கதர்ப் பிரச்சாரம்தான். அத்திம்பேர் கதர்ப்பிரச்சாரம் செய்வார்; கதர்க்கடையே கூட வைத்து இருந்தார். சிறுவன் மோகனுக்குத் திருவாரூரில் படிக்கையில் கதர்ச் சட்டைதான் அப்பா தைத்துக் கொடுத்திருந்தார், பள்ளிக்கூடத்து வாத்தியார், அதைத் தொட்டுப் பார்ப்பாராம்; கதர் என்றால் கோணிச்சாக்கு என்ற எண்ணம் பொதுவாக இருந்த காலம் அது.

இந்த கிளாஸ்கோ மல்லைத் துறந்து அவளும் கதர் உடுத்துவாள். இன்னும் சேவை செய்வாள். அதற்கு முன் அந்த மகாத்மாவைச் சென்று பார்ப்பாள். ஓர் இலக்குக் கிடைத்த ஆறுதலில் மணி சற்றே அமைதி பெறுகிறாள்.

❍

4

காந்திஜி மன்னார்குடியிலிருந்து நாகப்பட்டினம் பாசஞ்சர் ரயிலில் ஏறிக் காலையில் தஞ்சை வருகையில் கூட்டம் ரயில் நிலையத்தில் நிலை கொள்ளாமலிருக்கிறது.

சத்யமூர்த்தி, இராஜாஜி... என்று தலைவர்களைக் காண்பதில் ஒரு பரபரப்பு. மணி, சிமிளி சாம்பசிவம் அய்யருடன் வந்திருக்கிறாள். கூட்டத்தின் நடுவே, மெலிந்த வடிவினராய் காந்தி வருவதைப் பார்க்கிறாள். இதற்கு முன் சில வருஷங்களுக்கு முன்... ஐந்து வருஷங்கள் என்று நினைவு. அவர் இங்கு தென்னாட்டுக்கு வந்தபோதுதான் பெரிய தலைப்பா, அங்கி, மேல் உத்தரியம், எட்டு முழ வேட்டி என்ற உடைகளைத் துறந்து, 'நான்கு முழத்துணியே உடுப்பேன்' என்று விரதம் பூண்டார். அந்த நினைவில் மணி

மெய்சிலிர்த்தாற் போல் நிற்கிறாள். கச்சையாக அணிந்த நான்கு முழக் கதர்த் துணி. நேரம் காட்டும் கடிகாரம் அந்தக் கச்சை இடுப்பில் தெரிகிறது. காலில் முரட்டுச் செருப்பு. அத்தகைய செருப்பை மணி இப்போது அணிந்திருக்கிறாள். இடையிலுங்கூட கதர்ச் சேலை; கதர் இரவிக்கை. பழைமைகளை முறித்து எறிந்து புதிய உருவம் எடுத்திருக்கிறாள்.

“மணி, இங்கே கூட்டத்தில் இடித்துக்கொண்டு நாம் பார்க்க முடியாது. உக்கடை ஹவுசில்தான் தங்கப் போகிறாராம். நாம் போய்ப் பார்க்கலாம்!” என்று சாம்பசிவம் தெரிவிக்கிறார். இவர்கள் காலை பதினோரு மணியிலிருந்து அங்கே காத்திருக்கிறார்கள். ‘ஜஸ்டிஸ்’ கட்சிக்காரர்கள், மோட்டாரிலும், வில் வண்டிகளிலும் மகாத்மாஜியைப் பார்த்துப் பேசி வருகிறார்கள். ஒருவர் வயதான தாயாரை அழைத்து வருகிறார். கதர் மாலைகள், கனிவகைகள் அடங்கிய தட்டுகள், கற்கண்டு என்று காணிக்கைகள்.

சாம்பசிவமும் நல்ல மாதுளை, கொய்யா, வாழைக்கனிகள் வைத்த தட்டுடன் மணியை அழைத்துக்கொண்டு அனுமதி பெற்று முன்னே செல்கிறார்.

“இவள் என் சகோதரி. காங்கிரசில் சேர்ந்து சேவை செய்ய ஆசைப்படுகிறாள் ...”

அந்த மொழிகளைக் கறுவலாக ஓர் இளம்பிள்ளை ஹிந்தியில் மொழிபெயர்க்கிறான். காந்திஜி, “அச்சா” என்று மொழிந்து புன்னகை செய்கிறார்.

“கதர்ப் பிரசாரமும், தீண்டாமைப் பிரசாரமும் உங்களுக்கு ஏற்றது. பெண்கள் விரும்பி அணியும் கதர் நம்மால் உற்பத்தி செய்ய முடியும். பெண்கள் நிறைய பேர் இந்தத் தேசீய இயக்கத்தில் சேர வரும்போது நாம் சுயசார்பு உள்ளவர்களாக ஆவோம் ...”

மணி கைகுவித்து ஏற்கிறாள். இது புதியதோர் உவகையையும், ஊக்கத்தையும் அவளுக்கு அளிக்கிறது. சனாதனக் கும்பலில் இருந்து மீண்டுவிட்டாள்.

ஆவணி மாதத் தாழை மணமாய் புரட்டாசியின் புதிய பசுமைகளாய் அந்தச் சூழலே தேசியத்தை உணர்விக்கிறது. மொடமொடக்கும் முரட்டுக் கதர், வெண்மை, எளிமை, தூய்மை - வைரங்களும், தங்கம், பளபளக்கும் பட்டுப் பகட்டுகளும் நுழையக் கூசும் எளிமை. இதுதான் ஆன்மிகமாகவும் இருக்கமுடியும். ஆணுக்கு ஒன்று; பெண்ணுக்கு ஒன்று என்று பிரிக்கும் சனாதனச் சாமிகளிடம் ஆன்மிகம் இருக்க முடியாது.

மணியின் வாழ்வில் ஒரு புதிய ஏடு திரும்புகிறது. நாட்கள் மாதங்களாய் விரைந்து கழிகின்றன. இத்தனை காலமாக இவளுடைய நோக்கில் ஆழமாகப் பதியாமல் இருந்த பல விஷயங்கள் புதிய பொருளுடன் இவள் அறிவைத் தூண்டுகின்றன.

அதிகாலையில் எழுந்து நீராடியபின் ஊர் ஓரத் தெருக்களை எல்லாம் சுற்றும் வகையில் பெண்களுக்கும் குழந்தைகளுக்கும் சுத்தமும் சுகாதாரமும் போதிக்கிறாள். தீண்டாமை ஒழிய வேண்டுமே? மது விலக்குப் பிரசாரமும் செய்கிறாள். பிறகு ராட்டையில் நூல் நூற்கிறாள். ஊரில் காங்கிரஸ் என்ற அலையைத் தோற்றுவிக்க ஜாதி பாராட்டா வகையில் சபாபதி, அழகு சுந்தரம் என்று பல இளைஞர்கள் பழகுகிறார்கள். சொந்த பந்தம் என்ற வட்டத்திலும் காங்கிரஸ் என்பது - ஆண்கள் சமாச்சாரம், பெண்கள் கல்யாணங்களைச் சீர் செய்நேர்த்திகளை, முத்துப்பேட்டைப் புடவைகளை, கல் இழைத்த தங்க நகைகளைப் பற்றிப் பேசுவதுதான் இயல்பு என்ற வரைமுறையை விட்டு, மணி ஆண்கள் கூட்டங்களில் கலந்து கொண்டு காங்கிரஸ் கொள்கை, தேசியம், சமூகம் என்று பேசலானாள்.

இவளுக்கு இதே சொந்தபந்தங்களிடையே காங்கிரஸ் மிராசு குடும்பங்களிடையே மதிப்பு மேவுகிறது. வண்டி கட்டிக்கொண்டு ஒன்றுவிட்ட இரண்டுவிட்ட தமையன், தம்பி, சிற்றப்பா, பெரியப்பா என்ற பண்ணைக் குடும்பங்களுக்கு இந்தக் காங்கிரஸ் உறவு கொண்டே செல்கிறாள். அங்கத்தினர் சேர்ப்பதும் கடைவீதிகளில் உண்டியல் குலுக்கி நிதி சேர்ப்பதும் இந்தக் காங்கிரஸ்காரிக்கும் பழக்கமாகிறது. இந்த வகையில் இவள் ஒரு கூட்டத்துக்குச் சென்றிருக்கையில்தான் காங்கிரஸ் சுகஜீவனங்களிடையே இந்தப் பேச்சு அடிபடுகிறது.

“மாயவரத்தில் அன்னிக்கு காந்தியப் பார்க்க வந்திருந்தவ யார் தெரியுமாண்ணா? சத்தியமூர்த்தி, சீனிவாசய்யர், எல்லாரும் இருக்கறச்சே இவ வந்து ஷோக்கா வில்வண்டியில் வந்திறங்கினா. இதென்னடா கர்மம், கிரகசாரம், இவாளும் காந்தி காங்கிரஸுன்னு புறப்பட்டுட்டாப்பல இருக்கேன்னு தூக்கி வாரிப் போட்டுது !”

மணிக்கு மூளையில் பொட்டென்று ஒரு மின்வெட்டு அதிர்ச்சி உண்டாகிறது.

“ஏன் மாமா தாசின்னா அவா மனுஷா இல்லையா?”

“ஆகா! மனுஷாதான்!” என்று நக்கலாகக் கூறிவிட்டு அவர் மூக்குப் பொடியைத் திணித்துக் கொண்டு வைரக்கடுக்கன் பளிச்சிடத் தலையைக் குலுக்குகிறார்.

"அவளைப் பார்க்கத்தான் அந்த மைனர் பிள்ளையாண்டான், ரைஸ் மில்காரன் எல்லாரும் வந்திருந்தான்! காந்தியப் பார்க்கவா?"

இது இன்னொரு சுகஜீவனம்.

"இது என்ன நியாயம்? அவங்க வேலையத்துப்போய் அவளைப் பாக்க வந்தாங்கறதுக்காக அவள் காந்தியைப் பார்க்க வந்தது தப்பாகுமா? எல்லாரும் சமம்னு பேசுகிறீர்கள். அவள் அப்ப மனுஷியில்லையா?"

"அதெப்படி ஆகும் மணி? இவளுக்குக் காந்தியப் பார்த்து என்ன ஆகணும்? அவாவாளுக்குப் பிராசீன தர்மன்னு ஒண்ணிருக்கு. பொட்டுக் கட்டிண்டு வழி வழியா குலாசாரம் தர்மமா பாவிக்கணும். காந்திகிட்ட இவாளுக்கு என்ன வேலை...!"

மணிக்கு எரிச்சல் மண்டுகிறது.

"காந்தி அவங்களை ஏன் வந்தீங்கன்னு கேட்டாரா?"

"அவர் கேட்பாரா? இவா போனது பிசகு ... அப்படித்தான் இந்த அசத்து... சுப்பிணி இருக்கே, அது வீணாப் போனவாள்ளாம், ஏன் பொண்டாட்டி செத்தவனைக் கல்யாணம் பண்ணிக்கக் கூடாதுன்னு கேட்டுது. அதுக்குக் காந்தி என்ன சொன்னார் தெரியுமா?"

"என்ன சொன்னார்?"

"புருஷாளும் பொம்மாணட்டிகள் வைதவ்யம் காப்பது போல், ஒரு தரம் கல்யாணம் பண்ணிண்டு தவறிப் போயிட்டாள்னா மறுபடி சம்சாரம் வேண்டாம்னு அபிப்பிராயப்படறதாச் சொன்னார். அவர் அப்படித்தான் சொல்வார். ஆனாக்க குழந்தைகள் இருந்தா காப்பாத்தறது ஆரு? அதுக்குக் கல்யாணம்தான் பண்ணிக்கணும். குழந்தைகள் இல்லேன்னாலும் அவா வம்சம் வளரணுமே, கல்யாணம் பண்ணிக்கணும். ஏதோ ஒரு கோத்திரத்துக்குச் சொந்தமாய்ப் போட்டு வந்தவளை வேற கோத்திரத்துக்கு இழுக்கிறதா? சிவ சிவா! காந்தி கீதை படிக்கிறார். உபநிஷத் வேதம் தெரிஞ்சவர் சரி. அதுக்காக பள்ளு பறைகளைச் சேத்துக்க முடியுமா? வீணாப் போனவா தலை வளத்துண்டு வேதம் சொல்லப் பொறப்பட்டாப்பலதான் ..."

பட்டு பட்டென்று தலையில் அடிக்கும் சொற்கள் இவை.

"அதுசரி, மாமா, ஆதிசங்கராசாரியார், மனீஷா பஞ்சகம் சொல்லவில்லையா? புலையன் - தீண்டாதவன்னா, இந்த உடம்பா, ஆத்மாவான்னு கேள்வி வந்தப்ப, ஆத்மாவுக்கு வேற்றுமை இல்லைன்னுதானே சொன்னார்? இப்ப, ஆண் வேற பெண் வேறன்னு சொல்லலாமா? இந்த ஆண்கள் ஒழுக்கமாக இருந்திருந்தால் தாசிகுலம் ஏற்பட்டு இருக்குமா?"

"மணி, இதென்ன விதண்டாவாதம் பண்றே? பள்ளுப்பறைக் கோயிலில் விட்டுப் பார்க்கட்டும்? இவா போங்கோன்னாலும் அவனுக அடிவைக்க மாட்டானுக. நந்தனார் சரித்திரத்தில் என்ன சொல்லி இருக்கு, நந்தனை அக்கினிப் பிரவேசம் பண்ண வச்சு, வேதப்பிராம்மணனா ஆக்கினப்புறம் சுவாமி ஏத்துண்டார்! ... சுவாமி அப்படியே ஏத்துக்கல!... ஹாஹா..."

இவளை மடக்கிவிட்ட சிரிப்பு அது.

இதெல்லாம் உண்மையாக இருக்குமா? அக்கினிப் பிரவேசம் பண்ணினால் கரிந்து போயிருப்பான்; வெந்து சாம்பலாகியிருப்பான். பிராம்மணர்கள் சொல்லும் இந்தக் கதை எவ்வளவுக்குச் சரி? மணியினால் இந்த முரண்பாடுகளை ஏற்றுக்கொள்ள முடியவில்லை. அக்கா அத்திம்பேர் தஞ்சாவூரில் குடும்பம் போட்டிருக்கிறார்கள். அடுத்தடுத்துப் பிள்ளைப்பேறு, குடும்பப் பாரம், நிலத்து வருமானம் காணமுடியாத குடும்பத் தலைவர் என்ற பிரச்னைகளில் அவள் உடம்பு நலிந்துவிட்டது. அம்மா அடிக்கடி, அந்த மகளைப் பார்க்கப் போய்விடுகிறாள்.

மணி மணலூரிலேயே மும்முரமாகக் காங்கிரஸ் இயக்கத்தைப் பலப்படுத்துகிறாள். காளியம்மன் கோயிலுக்கு எதிரே கொடி நட்டுக் கூட்டம் போடுகிறாள். தொப்பளாம் புலியூரில் இருந்தும் காக்கழனியில் இருந்தும் பலர் வந்து பேசுகிறார்கள். அந்தக் கூட்டத்துக்குச் சேரியில் இருந்து பலரையும், குஞ்சு குழந்தைகளையும் இவள் திரட்டிக்கொண்டு வருகிறாள்.

ஐயர் வீட்டு அம்மாளைக் கண்டதுமே அந்தப் பஞ்சைக் குழந்தைகள் ஒதுங்கிப் போகின்றன. இவள் கூட்டத்தில் நின்று முழங்குகிறாள்.

"நீங்கள் ஏன் ஒதுங்கிப் போறீங்க? இப்படி ஒதுக்கி வைத்தது அநியாயமா இத்தனை நாளா நடந்திருக்கு. உங்களுக்கெல்லாம் மகாத்மா காந்திங்கறவரைத் தெரியுமா? அவர் பெரிய பதவியில் இருக்க வேண்டியவர். சீமையில் வெள்ளைக்காரருக்குச் சமமாப் படிச்சவர். ஆனா, நம் சொந்த ஜனங்கள், தங்களுக்குள்ளே இப்படி ஒரு பிரிவை வச்சிட்டிருப்பதற்காக வருத்தப்பட்டு, சேரி ஜனங்களை, பள்ளுப்பறைன்னு கேவலம் சொல்லக் கூடாது அவர்கள், 'ஹரிஜனங்கள்' 'கடவுளின் மக்கள்'னு சொல்றார். நீங்கள் எல்லாரும் படிக்கணும். சுத்தமாக இருக்கணும், மொத்தமாக எல்லாருக்கும் உள்ள உரிமைகள் உங்களுக்கும் உண்டு. தனிக்குளம், தனிக்கிணறு இதெல்லாம் போகணும்... இப்படியெல்லாம் நாம் ஒத்துமையா இருந்தாத்தான்... வெள்ளைக்காரன் ஆட்சியை நாம் எதிர்க்கலாம்;

சுயராஜ்யம் வரும். இதைக் கேட்கறதுக்காகவே காங்கிரஸ்னு ஒரு கட்சி இருக்கு. நீங்க எல்லாரும் இதில் சேரணும் ... வந்தே மாதரம்...!

“சொல்லுங்க, எல்லாரும் பலமா!”

குரல்கள் எழுப்பியவர்கள் முருகையா, அழகு சுந்தரம் ஆகியவர்தாம்!

மணலூரில் இவர்கள் குடும்பத்தைத் தவிர, பெரிய நில உடமைக்காரர் பட்டாமணியம்பிள்ளை குடும்பம் செல்வாக்கானது. பண்ணைப் பார்க்கும் சேரிக்குடும்பங்கள் இவர்கள் வகையிலும் பிள்ளை வகையிலும் கடமைப்பட்டிருந்தன.

பிள்ளை, குடும்பம், அண்ணன், தம்பி என்று பிரிவினைப் பட்டிருந்தாலும் பட்டாமணியும் சாதாரண ஆளில்லை என்று பெயரெடுத்தவர். மணியம் பொறுப்பும் இருந்ததால், ஊரை - மக்களை ஆளுகை செய்யும் மிதப்பில்தான் அவர் நடமாடினார்.

ஆனால் மணி, ஹரிஜன சேவை என்று இறங்கிய போது இவர் ஆட்கள், தங்கள் குடும்பத்து ஆட்கள் என்று தரம் பிரிக்கவில்லை. பட்டாமணியத்துக்கு ஒரு தம்பி அற்பாயுளில் போய்விட்டான். வாரிசு இல்லை. அவன் மனைவி அலமேலு ஆச்சி, மணியை மகளாகப் பாவிப்பாள். ஜீவனாம்சமாகக் கிடைத்த நெல்லை அவளுடைய தனிக்குச்சில் பொங்கித் தின்றுகொண்டு, எஞ்சிய நேரத்தை இந்த எதிர்வீட்டில் கழித்துக் கொண்டிருந்தாள்.

மணியின் இந்த ஹரிஜன சேவையில் மகிழ்ந்தவள் அவள்.

வீட்டிலே பசுக்கள் பாலைப் பொழிகின்றன. மாடான மாடுகள். வாய்க்கால் கரைக்காடுகளில் மேய்ந்து, தன்னிச்சையாக உலவிவரும் பசுக்கள்... வைக்கோலும் தவிடும் போட்டு, நீர் காட்டிப் பேணுகிறாள் அல்லவா?

பாலுக்குப் பஞ்சமில்லை. நாலு பீறல் கறந்து, கன்று குடிக்கட்டும் என்று விட்டுவிடுவார்கள். காளைக் கன்றொன்று மொழுமொழுவென்று வளர்ந்து பாய்ச்சல் காளையாகியிருக்கிறது. மணி பூவரசு மரம் ஒன்றை வெட்டி, ஒற்றை ஆள் அமர்ந்து செல்லும் வண்டி கூட்டி இருக்கிறாள். அதில் அவளே அமர்ந்து அந்தக் காளையைக் கட்டிக்கொண்டு செல்கையில் ஆகா...! என்ன உற்சாகம் பொங்குகிறது!

கறந்த பாலைத் தயிர் தோய்த்துக் கடைந்து வெண்ணெயாக்கி, நெய்யிறக்கி அம்மா, பேரன் பேத்திக்குக் கொண்டு செல்கிறாள். மோர் .... பானையாக மோர் ... சேரிக் குழந்தைகளுக்குப் பயன்படுகிறது. பாலுங்கூட அந்தக் குழந்தைகளுக்கு வழங்குகிறாள்.

"வீணாப் புளிச்சு இத்தனை நாளாக் கருவேப்பில மரத்தில கொட்டிட்டிருந்தோம். மோர் ஊத்தினா கருவேப்பில வாசனையா இருக்குமாம்! நான் கருவேப்பிலைய மோரில போட்டுக் குடுக்கறேன் ஆச்சி, எப்படி?"

"ரொம்ப சரி, மணி" என்று சொல்லும் ஆச்சிதான், தயிரைப் பானையில் ஊற்றிப் பாதி நாட்களிலும் கடைகிறாள்.

சேரியில் பிள்ளைகள் குளிக்கவேண்டும், துப்புரவாக இருக்கவேண்டும் என்ற ஆர்வத்தில் இவள் வீட்டிலிருந்து அலுமினியத் தூக்கில் எண்ணெய் கொண்டு செல்கிறாள்.

பெண்கள் சாணிக்கூடை சுமக்கவோ, விறகு சேகரிக்கவோ, நாற்று நடவோ, களை பறிக்கவோ சென்றுவிடுகிறார்கள். குப்பை மேடுகளில் கோழிகளும், சொறி நாய்களும், பன்றிகளும் உறவு கொண்டாடுகின்றன. சொறியும் பரட்டையும், எலும்புக் கூடுகளுமான வயிறும், புளிச்சைக் கண்களும், அம்மணமுமாகக் குழந்தைகள்...

அழுக்குப்போக ஒவ்வொருவராக இந்த ஐயர் வீட்டம்மா, வாய்க்காலிலோ குளத்திலோ குளிப்பாட்டுகிறாள்.

பிறகு தலைசீவிப் பேன் எடுத்து சுத்தமாக்குகிறாள்.

நொய்யைப் போட்டு கஞ்சி காய்ச்சி, பாலோ, மோரோ ஊற்றிக் கொடுக்கிறாள்.

"ஏண்டா, ராசு? எங்கேடா விழுந்து பட்டுக்கிட்டே? ரத்தவிளாரா இருக்கு? மூஞ்சியெல்லாம் காயம்?"

"விழலீங்க. அம்மா தள்ளிடிச்சி."

"அம்மாவா? ஆரு, அம்மாவா? எதுக்குத் தள்ளினா?"

"எங்கப்பாருகூடச் சண்ட போட்டுகிச்சி. அப்ப தள்ளிடிச்சி"

"நான் வந்து கேட்கிறேன். குழந்தையை இப்படியா தள்ளுவாங்க?" சேரிக் குடிசைகளின் முன் ஆட்டுப் புழுக்கைகளும், காயவைத்த உப்புக் கண்டங்களும்... இவள் காலடிக்குக் கூசிக் குறுகி முக்கியத்துவம் இழக்கின்றன. வெற்று வாயை மென்றுகொண்டு ஒரு வாயிற்படியில் கந்தைச் சுருணை போல பாவாயிக் கிழவி குந்தியிருந்தாள்.

"அய்யிரூட்டம்மா . .!"

"ஏம்மா? அம்சு ஒம்மருமவதான? புள்ளய ஏனிப்படி, அடிச்சிட்டா?"

கிழவி திக்குமுக்காடிப் போகிறாள்.

"அம்மா .... நீங்க .... நீங்களா?"

“ஆமா. குழந்தையப் போட்டு நீங்களே அடிச்சிடறதா? எங்கே அம்சு?”

“அது ... நடவுக்குப் போயிருக்கு. அவ புருசன் பொஞ் சாதிக்குள்ள தகராறு. பட்டாமணிய வூட்டுக்காரியகாருகிட்ட இவ பேசிட்டாளாம். கரவெளி தகராறு - ..”

கிழவி கூறுவது எதுவும் புரியவில்லை .

“என்ன தகராறு ? ....”

“கரவெளி தகராறம்மா ... நீங்க நிக்கிறீங்களே ?”

மணிக்கு இப்போதும் புரியவில்லை.

“கரவெளின்னா .... என்ன அது ?”

“நடவாளுங்களுக்குள்ளதாந் தகராறு.”

மணி அசையாமல் நிற்கிறாள். பயிர், பண்ணை, சாகுபடி நெல் விற்றுப் பணம், பட்டு, வயிரம், மிராசு இதெல்லாம் மட்டுமே பரிச்சயம் இவளுக்கு.

இவை தவிர, எதுவுமே அறியாத மட்டித்தனத்துக்கு வருந்தி நிற்கிறாள். இப்போதுதான் இந்த ஏழை உழைப்பாளிகளின் உழைப்பைப் பற்றியும் பல்வேறு முரண்பாடுகளைப் பற்றியும் அறியாமல் இங்கு சேவை செய்வது பொருளற்றது என்று உறைக்கிறது, அவளுக்கு.

5

கரவெளி.....

மணி ஆசாரக்காரியாக அல் அயல் சொந்தக் கிராமங்களுக்கு வரப்பில் நடந்து சென்றிருந்தாலும் கூட வயலில் நடவா, களையா என்று கூர்ந்து பார்த்ததில்லை. ‘அம்மா வாராங்க’ என்றறிந்தாலே, கண்களுக்கெட்டாத் தொலைவுக்கு அவர்கள் அகன்று செல்வார்கள். தீண்டாமை அப்படிப் பாவிக்கப்பட்டது.

“கரவெளி நடவுன்னா, ஒரு வயல்ல ரெண்டு பங்கா நடவாளுங்க, பிரிஞ்சி நின்னுப்பாங்க. இந்தப் பொம்பிளங்க நடவு நடும்போது, நிமுந்து பார்க்கக் கூடாது. அந்தண்ட இந்தண்ட பாக்கக் கூடாது, இப்பிடிப் பின்னாலேயே நவுந்து நட்டுட்டு வரணும். ஆரு முன்னுக்கு வாரதுன்னு ஒரு பந்தயம் போல...”

“பந்தயத்துல ஜெயிச்சா அதுக்கு ... ஏதானும் வெத்திலக் காசு குடுப்பாங்களா?”

“உஹூம் ... அதெல்லாமில்லிங்க... சும்மா இதொரு.... வேடிக்கபோல, நிமுந்துட்டா ஏசன்டையா ஏசுவாரு... அவங்கவங்க வேல விருசா நடக்கணுங்கிறதுக்குத்தா இந்த ஏற்பாடு. இந்தப் பொம்பிளகளுக்குள்ளாறவே இப்பிடி ஒரு போட்டி போல. இதுதாங்க கரவெளி ...”

என்ன அக்கிரமம் என்று மணிக்குப் பற்றிக்கொண்டு வருகிறது.

“அம்சு கரவெளியில் ஜெயிச்ச பொம்பிளங்க பக்கமாக இருந்தாளா?”

“அதாங்க....?”

குரலைத் தாழ்த்திக்கொண்டு சுப்பன் சொல்கிறான்.

“ஏசன்டையாக்கு... வேண்டப்பட்ட பொம்பிள ஒரு பக்கம் இருக்கு. அம்சு மொதல்ல வந்திச்சாம்... ஆனா அவங்கதா வந்தாங்கன்னு சொல்லவே, அம்சு வாயில அடக்கி வச்சிருந்த பொவயில எச்சில் உமிஞ்சிட்டு என்னமோ பேசிட்டுதாம். இதான் தகராறு, ‘ஏண்டி, எம் மூஞ்சில துப்புற நீ? உனக்குக் கூலி கெடையாது இனி வேலையும் இல்ல ... போன்னு வெரட்டிட்டாரு .... அதான் புருசன் வூட்ல வந்து அதைப் போட்டு அடிச்சிட்டான்.... இப்ப இதுனால அம்புட்டுப் பேருக்கும் வாயில மண்ணு... வெளியாளக் கொண்டாந்து நடவு செய்வாங்க...”

மணி உறைந்து போனாற்போல் நிற்கிறாள்.

“இதெல்லாம் செஞ்சது பட்டாமணியம் ஏசன்டா?”

“இல்லீங்கம்மா, நம்ம ஏசென்டையாதா....”

“நம்ம ஏசன்டா?”

பணிவாகக் கைகட்டி நின்று, நெல் மூட்டைகளை வண்டியிலேற்றுவானே, அவனா? அந்தப் பக்கிரிச்சாமியா? அம்மா எது வேண்டுமானாலும் அவனிடம்தான் சொல்வாள்; முருங்கைப் பிஞ்சு, புடலம்பிஞ்சிலிருந்து, தேங்காய் மாங்காய் வரை, எல்லாம் அவன் மேற்பார்வை...சேரிப் பறையர், பள்ளர் கொல்லையில் எங்கோ நின்று போர் போடுவார்கள்.... வெட்டுவார்கள், கொத்துவார்கள், மண் சுவர் செப்பனிடுவார்கள் .... -

பொரி பொரிக்க இந்த நெல் ... புழுக்க இந்த நெல், ஐயர் வீட்டில் சாப்பிடுவதற்குத் தனியாக மாட்டுரம், தழையுரம் போட்டு வயலில் விளைவிக்கும் ருசியான அரிசி தரும் நெல்...

இதெல்லாம் அந்த ஏசென்ட் அம்மாவிடம் வக்கணையாகச் சொல்வான். மணி வண்டி பற்றிச் சொன்னாள். மரம் வெட்டிப் பத்தே நாட்களில் வண்டி வந்துவிட்டது. அவன் குடியிருக்கும் இடம் தொட்டடுத்த கிராமம்தான். பெண்சாதி குழந்தைகளை விசேஷ நாள்களில் கூட்டி வருவான். சங்கராந்திக்கு அவளுக்குப் புடவையும் அவனுக்கு வேட்டியும் வைத்துக் கொடுப்பார்கள்.

அந்த ஏசென்டையா...

மணி உடனே அவனைக் கண்டு பேசி முடிவு செய்கிறாள்.

நேராகத் தங்கள் விளை நிலங்களின் பக்கம் நடக்கிறாள். இவன் வேட்டியை மடித்துக் கட்டிக் கொண்டு, சுரீலென்று விழும் வெயிலைத் தடுக்கக் குடையும் பிடித்து நிற்கிறான். விரல்களில் மோதிரங்களும் காதில் கடுக்கனும் இவன் செல்வாக்கைப் பறையறைகின்றன.

அம்மா தொலைவில் வருவதைப் பார்த்து விரைந்து வருகிறான்....

மடிப்பு வேட்டியை அவிழ்த்து விடுகிறான்.

“அம்மா? நீங்க என்னாத்துக்கு இங்க வந்திய? ஏதானும் வேணும்னா சொல்லி அனுப்பிச்சா கொண்டுட்டு ஓடியார மாட்டேன்?... வாங்க...”

இலுப்பை மரத்தடியில் ஒரு கயிற்றுக் கட்டில் இருக்கிறது.

“ஏ கட்டையா இங்க வா? அதா அந்தக் குட்ட மரத்திலேறி நல்ல எளனியாப் பாத்து ரெண்டு பறிச்சி சீவிக் கொண்டா?”

“நா எளனி சாப்பிட வரல. இங்க. நடவு நடுற ஆளெல்லாம் வெளியூர்க்காரங்களா? கரவெளி அது இதுன்னு பொம்பிளங் களெப் பிரிச்சி, இதெல்லாம் என்ன . . .? அவங்க உழைப்பை நாம் தின்னுறோம். அந்த உணக்கை, நன்னி வேண்டாமா?”

ஏசன்டையா மர்மத்தில் அடிபட்டாற்போல் சுருண்டு போகிறார் என்பது புலனாகிறது.

“இத பாருப்பா, இந்த ஏழைகளிடம் உழைப்பை வாங்கிண்டு கூலி இல்லைன்னா எங்க போவே? நீ காருவார் பண்ணுவது இன்னிக்குல்ல தெரியுது? ...”

“அம்மா..... உங்ககிட்ட யாரோ அநாவசியமா இல்லாததெல்லாம் சொல்லியிருக்காங்க. அந்தப் பொம்பிள சமாசாரம் வேற. புருசன் அடிச்சான்னா, அவங்க தகராறு, வேற என்னென்னவோ, அதுங்களுக்குள்ள ஒரு ஒழுக்கம் கெடையாது. அது முதப் புருஷனை வுட்டுப் போட்டு இவனைச் சேத்துக்கிட்டிருந்துச்சி... அவன் வந்து

போறாப்பல... அது ஈனச் சாதிம்மா... நீங்க இந்தாங்க, எளனி குடியுங்க...”

ஒரு வெண்கலச் செம்பில் ஊற்றி இளநீரை முன்வைக்கிறான்.

மணிக்கு இது முழுப் பூசணிக்காயைச் சோற்றில் மறைக்கும் விவகாரம் என்பது புலனாகிறது.

இந்தச் சம்பவத்துக்குப் பிறகு இவளே வயல் வரப்பு வேலைகளைக் கண்காணித்துக் கூலி வழங்குதலைப் பார்க்கத்தானே முன் நிற்கிறாள்.

இந்த ‘நடுவாள்’ ஏசென்டு ஆடிப் போகிறான். அவனைப் பேசவிடவில்லை இவள்.

“கரவெளியாவது, பரவெளியாவது? எங்கள் நிலம், நீங்க உழைக்கிறீங்க. ஒங்க உழைப்புக்கு நாங்க அந்த நிலத்திலிருந்து தான் பலன் கொடுக்கிறோம். அதுக்கு நியாயம் இருக்கு. உங்களுக்குக் கூலி இல்ல, வேலை இல்லன்னு மண்ணைப்போட நடுவில இவன் யாரு?” மணி நேரடியாகவே உழைப்பாளர் அணியில் நின்று நியாயம் பேசுவதைக் காண ‘ஏசென்ட்’ அலறி அடித்துக்கொண்டு இந்த அநியாயத்தை அம்மாளிடம் வந்து முறையிடுகிறான். ஒன்றும் பலனளிக்கவில்லை.

“அம்மா, உனக்கென்ன தெரியும்? நடுவில் இவன் புகுந்து, கொள்ளையடிப்பது மட்டுமில்லை. அவங்கள மிரட்டுறது, உருட்டுறது, அடிக்கிறது, பெண்களை அத்துமீறிக் கேவலப் படுத்துறது? இதெல்லாத்துக்கும் ஏசன்டுக்கு யார் அதிகாரம் குடுத்தா? நாணயமா மேற்பார்வை பண்ணட்டும். அப்படிப் பண்ணுறானா?”

“ஏன்? எனக்கென்ன வேலை? நான் இந்த நடுவாள் இல்லாம பண்ணைப் பார்க்கிறேன். நிலத்துச் சொந்தக்கார ருக்கும், நிலத்திலிருந்து எப்படி எல்லாச் சுகமும் வரதுன்னு தெரியணமில்லையா...” என்று தீர்த்துவிடுகிறாள்.

அந்த ஏசன்டுக்கு வயல் பக்கம் வேலை இல்லை. என்றாலும், அம்மாளிடம் வந்து குழைந்து பேசிவிட்டுப் போகிறான். மணி பொருட்படுத்தவில்லை. மணி இப்போது, வெறும் தாலுகா காங்கிரஸ் கமிட்டி உறுப்பினர் மட்டுமில்லை. இவள் உறவினர் அனைவரும், இவளை மாகாண காங்கிரஸ் வரையிலும் கொண்டு சென்றிருக்கின்றனர்.

எனவே, இந்த ‘நடுவாள்’ விவகாரம் காங்கிரஸ் வட்டங்களில், ஊரில் பரவிவிடுகிறது.

"என்னம்மா இது? நீங்க இப்பிடி வேண்டாத ஒரு கோளாறு பண்ணிப்பிட்டீங்க?" என்று உள்ளூர்க்காரர் கேட்கிறார்.

"மணி, நீ இந்த ஏசன்டு விஷயத்தில் எல்லாம் ஏன் தலையிடுற? அந்த ஈனச் சாதிகளை உன்னால் மேய்க்க முடியுமா? தவிர, ஊர்க்கட்டு நியாயம் ஒண்ணிருக்கு. இது காலம் காலமா வந்திருக்கிற முறை... நாம் நேரடியா பண்ணைக்குப் போய் காரியஸ்தன் வேலை பண்ண முடியுமா? பக்கிரிசாமி வந்து அழறான். அவன் அப்பன் முப்பாட்டன் காலத்திலிருந்து நடுவாளா இருக்குற குடும்பம். இதெல்லாம் என்ன புடிவாதம்?" என்று உறவுமுறைத் தொடர்புகள் இவளிடம் சமரசம் பேச முற்படுகின்றன.

"நான் சொல்றது, நில சொந்தக்காரன், பாடுபடும் ஜனங்கள் ஒண்ணா இருக்கணும். அவங்களும் மனுஷ ஜாதி, நாமளும் மனுஷ ஜாதி. ஏஜன்டுன்னு இருக்கிறவன் சொந்தக்காரனையும், உழைக்கிறவனையும் பாத்து ஒண்ணு சேர்க்கும் நியாயம் பண்ணணும். அதுக்குத் தகுந்த கூலியை அவனும் எடுத்துக்கலாம். ஆனா, இன்னிக்கு அப்படியா நடக்கிறது? இவனுக காட்டு தர்பார் நடத்தறானுங்க. எனக்கு ஒண்ணும் தெரியாதுன்னு நினைக்க வேண்டாம். சின்னப் பண்ணைக்குச் சரக்கு வாங்கிக் குடுக்கறதும் பொண்ணுக ஏற்பாடு செய்யறதும், ஏழைகளைக் கட்டி வச்சு அடிக்கிறதும், பண்ணைக்காக அநியாயங்களைச் செய்யறதும் இந்த 'நடுவாள்'கள் தான். உழைப்பாளிகளையும் மிராசுகளையும் பிரிக்கிறாங்க. இந்த 'நடுவாள்' ஒழியணும்."

"இது என்ன விபரீதமாயிருக்கு? இதனால் அந்தப் பள்ளுப்பறை ஒரு பய சொன்னது கேட்கமாட்டான் ? இவங்க குணம் உனக்குத் தெரியாது மணி. நீ வெளுத்ததெல்லாம் பாலுன்னு நினைக்கிறே, ஆட்டுக்கு வால் சாமி அளந்துதான் வச்சிருக்கார். உங்க ஊர் பட்டாமணியம் போக்கிரி.ஒஉ நீ இப்படிப் புதுசா ஒண்ணைக் கொண்டு வந்தே, இந்த எடுபட்டவன் அங்கேபோய் வத்திவச்சு, ஊரில் பிராமண சாதியாவேற இருக்கும் உன்னைத் தலையெடுக்க முடியாதபடி பண்ணிடுவான்? ஊரோடு ஒத்து வாழணும் அம்மா?"

இவளால் உறவு அபிப்ராயங்களை ஏற்கவே முடியவில்லை.

நாட்டில் 'காந்தி' என்ற பெயரின் மகிமை எல்லாத் திசைகளிலும் ஒரு தெய்வ மரியாதையைத் தோற்றுவித்திருந்ததென்னவோ உண்மை. காந்தி நிலக்கடலை சாப்பிடுகிறார்; ஆட்டுப்பால் ஆகாரம்; கீதை படிக்கிறார் என்று மேல்சாதி கொண்டாடினார்கள். உப்புச் சத்தியாக்கிரஹம் அங்கே ஒரு பேரலையைத் தோற்றுவித்தது. மணியும் கூட ஏதோ தீர்த்த யாத்திரை செல்வது போல், வேதாரணியம்

சென்று வந்தாள். மதுரை டாக்டர் பிச்சைமுத்து அம்மாள் காங்கிரஸ் தலைவியாகக் கும்பகோணத்தில் வந்து பேசியபோது இவளும் போய்ப் பார்த்தாள். இவள் அத்திம்பேர் விசுவநாதன், அப்போது நடந்த ஒத்துழையாமைப் போராட்டத்தில் ஈடுபட்டுச் சிறைக்கும் சென்று வந்தார். அந்தக் குடும்பத்து நல்லது, பொல்லாததெல்லாம் இவர்கள் சுமையாக ஏற்க வேண்டி இருக்கிறது. அவர்களுக்குப் பெரும்பாலும் புன்செய் நிலங்கள்தாம். முத்துப்பேட்டை அருகில் ஆலங்காடு... அம்மா, பால் காய்ச்சிய பண்டங்களாக, அருமையாகப் பிறந்த பேத்திக்காக, அணிபணி கைக்கொண்டு போய்ச் சீராடுகிறாள். அத்திம்பேர் சிறையிலிருந்து வந்த பின், மணி பார்க்கவில்லை. முக்கியமாக இந்த 'நடுவாள்' சமாச்சாரம் பேச வேண்டும். தாயுடன் புறப்பட்டுச் செல்கிறாள். சமையலறையில் ஓர் அம்மாள் பெரிய இரும்புச் சட்டி வைத்துப் பூந்தி தேய்த்துக் கொண்டிருக்கிறாள். வீட்டில் ஏதோ வைதிக காரியங்கள் நடந்த வகையில் ஒரு (ஹோமம்) வாசனை பரவி இருக்கிறது.

"என்ன விசேஷம் அக்கா ?"

அக்கா வெளுத்து உடல் நலிந்து இருக்கிறாள். "ஜெயில்ல இருக்கறச்சே, அவப்பா சிரார்த்தம் வந்ததில்லையா? அங்கே அதைவிடாம, சாங்கியமா, மந்திரங்கள் சொல்லித் திதிக்குத் தர்ப்பணம் எல்லாம் பண்ணினாராம். விடுதலையாய் வந்தப்புறம் ஆசாரியாளைப்போய் கும்மாணத்தில் பார்த்தார். அவருக்கு ரொம்ப சந்தோஷம். ஜெயில்லயும் நீ சம்ஸ்காரம் விடாம பண்ணிருக்கே. சிலாக்கியம் ஆனாலும் இன்னொரு தரம் வேதாரண்யத்தில் ஸமுத்ரஸ்நானம் பண்ணிட்டு வந்து உசிதமா சிரார்த்தம் பண்ணிடுன்னாராம். அதான் காலம பண்ணினா ..."

இவர்கள் பேசிக் கொண்டிருக்கையிலேயே, குடுமியில் தெரியும் அட்சதையுடன் அத்திம்பேர் வந்துவிடுகிறார்.

"வா மணி, நான் செத்த முன்னதான் நினைச்சிண்டேன். நூறாயிசு..."

"எதுக்காக நினைச்சிண்டீரோ? வருணாசிரம தருமம் - சனாதனமாகக் காப்பாத்தறதுக்கா?"

"மணி, நாளைக்கு ஒரு விசேஷம். இவங்கல்லாம், காங்கிரஸ்ன்னு சொல்றாங்களே ஒழிய அரிஜனங்களை அண்டவிடுறதில்லைன்னு புகார் பண்ணிட்டிருக்கிறானுக. இந்த ஊரில அரிஜனங்க கிடையாது. இது பிரும்மதான கிராமம். நான் பக்கத்து ஊரிலேந்து, அரிஜனங்களை இங்கே வரப்பண்ணி, ஒவ்வொருத்தருக்கும் லட்டு குடுக்கிறதா ஒரு ஏற்பாடு பண்ணிருக்கேன் .... எப்படி ?"

......ம்....

மணி, இது எதுவரை செல்லக்கூடியது என்று அனுமானம் செய்ய முயல்வதுபோலப் பார்க்கிறாள்.

அவர் மேலும் பெருமை விளங்க, "தேசியம் காந்தி, அதுக்காக வைதிகம் விடப்படாது. காந்தி அரிசன சேவை சொல்றார். அதுக்காக அவனுகளை வாசலுக்கு வரச் சொல்லி, நானே என் கையால் லட்டு கொடுப்பேன். நீயும் வேணா கலந்துக்கலாம். ஏன்னா, நீயும் இப்ப மாகாண கமிட்டி வரை வந்துட்டே..." என்று உற்சாகமாகவே பேசுகிறார்.

அடுத்த நாள் சிலர் அடுத்த கிராமத்தில் இருந்து, குளித்து முழுகி நெற்றியில் திருநீறு பூசி, கக்கத்தில் துண்டும், அரையில் முண்டுமாக வந்து வாசலில் நிற்கிறார்கள். ஒரு சில குழந்தைகளும் வந்திருக்கின்றனர்.

அத்திம்பேர் திண்ணையில் தூக்கில் வைத்திருந்த லட்டு களில் ஒவ்வொன்றாக எடுத்து வழங்குகிறார். சிலர் அவர் கால் பக்கம் விழுந்து கும்பிடாமலும் இல்லை. அந்தத் தெருவே இந்த விமரிசையைப் பார்த்துப் புகழ்ந்து நிற்கிறது.

மணிக்கு இது கேலிக்கூத்தாகத் தோன்றுகிறது. பெண்ணைப் பூசை கூடச் செய்யக்கூடாது என்று 'மானுட' தர்மம் பேசும் சனாதனம் ஒரு பக்கம்; ஒரு பக்கம் இந்தச் 'சேவை', இவர்கள் யாருக்கு நியாயம் செய்கிறார்கள்?

"என்ன மணி ? வா, நீயும் ரெண்டு லட்டை எடுத்துக்குடேன்?"

"நீங்களே குடுங்கோ அத்திம்பேரே? சனாதனமும் எனக்கு வேண்டாம், இந்தத் தேசியமும் எனக்கு வேண்டியதில்லை ...."

"நீ எதுக்குக் கோபிச்சுக்கறேன்னு எனக்குப் புரியறது. மணி, காந்தி சொல்ற தேசியம் சனாதனத்துக்கு அப்பாற்பட்டதில்லை; புரிஞ்சுக்கணும் நீ?" -

"... அப்படீன்னா, பெண்கள் எதுக்கும் அருகதை இல்லை; புருஷனை வச்சுத்தான் அவள் உசிர் வாழறதுன்னுதான் அவர் சொல்றாரா?"-

"அதென்னமோ, வருணாசிரம தர்மத்துக்கு மாறா எதுவும் செய்யறதுல நன்மை இல்லைங்கறதை அவர் ஆமோதிக்கிறார் ..."

"அப்படீன்னா, நமக்காக நாளெல்லாம் பூமியில் பாடுபடும் அந்த ஏழைகளுக்கு நியாயம் செய்ய வேண்டாமா? நடுவாள், ஏசன்டு, காரியஸ்தன்னு ஒரு கும்பல் அவங்களைக் குத்துசிராக்கித் தேச்சிட்டு அந்தப் பலனை நாம் அனுபவிக்கிறதுனால ஆதாயம் தேடிண்டிருக்கு,

அது சரியா? வெள்ளி காபி ஃபில்டர், வயிர ஜடைபில்லை, கெட்டிக் கரைப்புடவை, நெய்யில் வறுத்த பாதாம்பருப்புன்னு நாம் பேசிண்டிருக்கோமே, இதையும் காந்தி சரிங்கறாரா? ..”

“மணி! நீ வரவர விதாண்டாவாதம் பேசற. உனக்கு எதிலும் ஊணி நிலைச்சு இருக்கிற பொறுமை இல்ல. நீ இந்த எதிராடுற குணத்தை மாத்திக்கணும். பரம்பரை பரம்பரையா வந்திருக்கிற சிலதெல்லாம் மாத்த முடியாது. அதுல அவாளுக்கும் நன்மையில்லை. நமக்கும் நன்மையில்லை. தெரிஞ்சுக்கோ?”

மணி அன்றே ஊர் திரும்பிவிடுகிறாள்.

ஒரு சில மாதங்களில் அந்தத் தமக்கை, பர்த்தாவும் பார்த்திருக்க, புத்திரரும் கொள்ளி வைக்க, சிறுமியான ஒரே மகளையும் முதிர்ந்த தாயையும் விட்டு மறைந்து போகிறாள்.

○

6

“**நீ** மட்டும் வரியா மணி? மீனாளை அழச்சிட்டு வரக் கூடாது? நவராத்திரி வர வச்சிட்டு அனுப்பலாமில்ல? அம்மாதான் அங்க நிக்கிறாங்க ...”

“எனக்கு யோசனையே தோணலை ஆச்சி!” என்று கூறிய மணி, சன்னலில் வைத்திருக்கும் கடிதத்தைப் பார்க்கிறாள்.

“காயிதம் வந்தது. வச்சிருக்கேம் பாரு!” என்று அலமேலு ஆச்சி கூறிவிட்டுத் தாழ்வாரத்தில், தவிடு புடைக்க உட்காருகிறாள். மணி கடிதத்தைப் பார்த்துவிட்டு நிற்கிறாள்.

“... க்ஷேமம், உபயகுசலோபரி...” என்று வழக்கமான சம்பிரதாயங்களுக்குப் பிறகு,

‘பயறு - உளுந்து இரண்டும் பருப்பாக்கிப் போட்டு அனுப்பவும். குழந்தைகள் மணி அத்தை எப்ப வருவான்னு கேட்கிறார்கள். நீ வரும்போது அவல் இடித்துக்கொண்டு வருவதையும் எதிர்பார்க்கிறார்கள். குறுவை அறுப்பு முடிந்து, நெல் விற்ற பணமும் தேவையாக இருக்கிறது. காங்கிரஸ் கமிட்டி மீட்டிங்குக்கு வருவாய் என்று நிச்சயமாக இருக்கிறேன் ..”

குறுவை இல்லை; சம்பாதான் நட்டிருக்கிறார்கள். நடுவாள் இல்லாமல் இப்போது இவளேதான் பண்ணை பார்க்கிறாள். காங்கிரஸ் கமிட்டி, தாலுகாக் கூட்டத்திலேயே இவள் இப்படி நடுவாள் பிரச்சினையைச் சொல்ல வாயெடுத்ததைப் பெரியவர்கள் அடக்கிவிட்டார்கள்.

"ஆச்சி, நாங்க போனப்புறம் இங்க வீட்டுக்கு யாரானும் வந்தாங்களா?"

"உங்க நடுவாள்தான் வந்து புலம்பிட்டிருந்தான். அங்கே ... எதிர்வூட்டில் சதா எங்க வீட்டுப் பண்ணை மணியத்துக்கிட்டக் கையக் கட்டிக்கிட்டு நின்னிட்டிருந்தான். தொப்பளாம்புரியூரிலிருந்து, அதா பாப்பம்மா வூட்டுக்காரரு வந்து விசாரிச்சுட்டுப் போனாரு... மணி, நீ ஏ இப்படி அக்கப்போரிட்டுக்கிற. நடுவாள் எங்க வீட்டுப் போக்கிரியோட சேந்தா, வீணா ரசாபாசம் வரும் . . ."

"என்ன ரசாபாசம் ஆச்சி? நா நில சொந்தக்காரி. அவங்க பாடுபடுறாங்க. அதில நானும் பங்குகொண்டு அந்தப் பாடு பத்தித் தெரிஞ்சிக்கறேன். இதில இடையில் நடுவாளு என்ன, கொள்ளையடிக்க, மூட்டிவிட?"

"எனக்கென்னமோ பயமா இருக்கு மணி?"

"என்ன பண்ணிடுவானுக ஆச்சி? மணி, இதுக்கெல்லாம் பயப்படுற புள்ள இல்லை!" இவள் மிக உறுதியாகத்தான் இருக்கிறாள்.

வாய்க்காலில் நீர் வந்து, உழவு தொடங்கும் நாளிலே, வீரனும் சாம்பானும் கொல்லைக் கொட்டிலில் வந்து அதிகாலையில் உழவு மாடுகளை அவிழ்த்துச் செல்கையில் இவளும் செல்கிறாள். ஒவ்வொரு பகுதி நிலமாக உழுவதும் வரப்புகள் அமைத்து அண்டைகட்டுவதுமாக அவர்கள் சேற்றிலே உறவாடுகிறார்கள். மடை பார்த்து நீர்விடும் பணி மிக முக்கியமானது. பெண்கள் எருக்குடிலில் இருந்து கூடை கூடையாக எருச் சுமக்கிறார்கள். நாற்றங்காலில் பயிர் அடர்த்தியாக, ஒரே பச்சைக் கம்பளத் துண்டாகக் காட்சி அளிக்கையில் மணி ஏதோ புதுமை கண்டுவிட்ட பூரிப்பில் அதையே பார்த்துக் கொண்டு நிற்கிறாள்..

நடவுக்குப் பெண்கள் அணியணியாக வருகையில், பிடி நாற்று எடுத்துத் தானும் வயலில் இறங்கி நட்டுப் பார்க்கிறாள். புள்ளிக்கோலம் போடப் பச்சைப் புள்ளி வைத்தாற்போன்று முடி முடியாக நீர் தளும்பும் சேற்றில் இவர்கள் விரல்கள் நடவு செய்கின்றன. பூமித்தாய் இந்தச் சகோதரிகள் தனக்குப் பெருமை செய்வதாய்ப் பூரித்து, பசுமையாய்க் கொழிக்கிறாள்.

ஓ! கண்களுக்கு எட்டிய தொலைவு வரையிலும் பசுமை! கதிரவனின் ஒளியும் காற்றின் மேனி தழுவுதலும் பயிர்களை உயிர்ப் பசுமையின் பரவசப் பூரிப்பால் அலையலையாக மின்னி மணம் கூட்டுகிறது. வெளிச்சம் புகாத பொழுதின் சீதக்காற்றை

அனுபவித்துக்கொண்டு அவள் தூற்றலில்கூட வயற்கரையில் சுற்றுகிறாள். கால்வாய்க்காலை ஓட்டி வெற்றிலைக் கொடிக்கால் பயிரிட்டிருக்கிறார்கள். காரமான வெற்றிலை வாசனை காற்றில் ஏறி வருகிறது. உயர உயர ஊடே அகத்திப் பயிர், குழைகுழையாக மாடுகளுக்கு ஒடித்துப் போடுகிறார்கள். வாய்க்கால் ஓரங்களில் கொத்தாக - அரளி, தாழைக் குலைகள். ‘பூமி அன்னைக்கு நாங்கள் வான் தரும் கொடை’ என்று தங்கள் வாசத்தால் நன்றி கூறுகின்றன. இவ்வாண்டு ஒரு பக்கம் - இந்நாள் வரை தரிசாகக் கிடந்த இடங்களில் தென்னை நட்டிருக்கிறார்கள். வாழை வைத்திருக் கிறார்கள். நிலம் முழுவதும் நடந்து வர, இரண்டு மணி நேரமாகிறது இவளுக்கு.

“யம்மா, கால நேரத்தில் பூச்சி பொட்டு ... இருக்கப் போவுது...” என்று மடை பார்க்கும் குஞ்சான் கூறி ஒதுங்குகிறான். புளித்த வாடை விர்ரென்று சுவாசத்தில் படிகிறது.

“ஏண்டா? காலங்காத்தாலயே கள்ளக்குடிச்சி சீரழியணுமா..?” சொல்லிக்கொண்டே சேரிப்பக்கம் வருகிறாள்.

ஒரு குடிசை வாசலில் வேப்பிலை. கூரையில் வேப்பிலை.

“யாருக்கு என்ன?”

ஒருவாரம் அந்தக் குடிசைப் பக்கம் வராமல் ஒதுங்கிப் போகிறார்கள், இவள் தலைகுனிந்து உட்புகுகிறாள். விளக்குக்கும் நாதியில்லை. வேப்பிலைக் குழைகள்தாம் அரண், நாரான கந்தல் பாய் துணிச் சுருணைகள். ஒரு குழந்தையின் தலைமாடு கால் மாடெல்லாம் வேப்பிலை... இன்னும் இரண்டு குழந்தைகள் மூலையோடு மூலையாக . . .

“யாரும்மா? வீட்டில்....?”

பொந்து போன்ற உள்ளறையில் இருந்து ஓர் உருவம் வருகிறது.

“ அம்மா ...? நீங்களா...? ஏம்மா அம்ம பூட்டிருக்கா?”

“பெரியம்மா வெளயாட வந்துட்டா... வேலை வெட்டிக்கு போக வழியில்லமா, தாயே?”

“உன் புருசன்...”

“அது ரங்கூனுக்குப் போறேன்னு சொல்லி இந்த அப்பிசிக்கு மூணு வருஷமாச்சி. நாந்தா .... எதோ வேலை செஞ்சி கஞ்சி காச்சுவ...”

“நீங்க...”

“பட்டாமணியம் பண்ணயம்மா... இந்தப் பய மாடு மேய்க்கப் போவா. நெரபாரமா இருக்குதாலே, வூட்ல கஞ்சிக்கு நொய்யரிசிகூட இல்ல தாயே...”

"பயப்படாதே, ஒண்ணும் வராது...." என்று ஆறுதல் கூறிவிட்டு மணி விடுவிடுவென்று வருகிறாள். ஒரு கூடையில் நாலைந்து படி நொய்யரிசி, மோர், பழைய புடவையைக் கிழித்த துண்டுகள், எல்லாவற்றையும் எடுத்துக்கொண்டு பின்புறமாகவே சேரிக்கு விரைகிறாள். - "இந்தாம்மா, குப்பு..... கஞ்சி காச்சிக்குடு, மோரு குடு. எளனி எறக்கித்தரச் சொல்கிறேன் ..." என்று அருகில் அமர்ந்து அந்தக் குழந்தைக்கு இதம் செய்கிறாள்...

அம்மை இறங்கி, தலைக்குத் தண்ணீர் வார்க்கும் நாளில் மழை ஊற்றுகிறது. பீற்றல் பாய் ... ஒழுகும் குடிசை! இன்னும் இரண்டுநாள் சென்றபின் இவள் நனையாத விறகு கொண்டு வந்து, வெந்நீர் காய்ச்சி, வேப்பிலையும் மஞ்சளும் கூட்டி அரைத்து நீர் வார்க்கிறாள்.

"அம்மா! மாரியாத்தாவே, தெய்வமா வந்தாப்போல என் குடும்பத்த காப்பாத்துனிங்கம்மா .... அந்தப் பட்டாமணியத்தையா, உங்ககிட்ட வாங்கிட்டமினு தெரிஞ்சா அடிச்சிக் கொன்னிடுவாரே...." என்று குப்பு பரிதவிக்கிறாள்.

"அவன் கெடக்கிறான்! பொருக்கு உதிரும் போது அரிக்கும். அந்த ரெண்டு பிள்ளைகளும் எங்க வீட்டுப் பக்கமே கிடக்கட்டும். இந்தா தேங்காயெண்ணெய், கொஞ்சமாத் தடவிவிடு!" என்று குப்பியில் எண்ணெயும் கொடுக்கிறாள். பையன் சில நாட்களில் எழுந்து நடமாடுகிறான். மழை கொட்டு கொட்டென்று கொட்டுகிறது. இந்நாட்களில் மாடுகளை அவிழ்த்து மேயவிட முடியாது. அவ்வப்போது புல் அறுத்து வருவதைப் போட்டு, சாணி சகதி வாரி, கொட்டிலில் வேலை இருக்கும்.

மழை சிறிது விட்டிருக்கிறது. மணி தாழங்குடையைப் பிடித்துக் கொண்டு தெருக்கோடி சென்று பின்புறம் அவிழ்த்துக்கொண்டு ஓடிய கன்றைப் பிடிக்கச் செல்கிறாள். பிற்பகல் நேரம் அது. தோப்பில், ஒரு மரத்தில் பட்டாமணியத்தின் காரியக்காரன், அம்மை வார்த்துத் தேறிய பச்சைப் பையனைக் கட்டிவைத்து அடிக்கிறான். அந்தக் குழந்தைக்குக் குரல் எடுத்து அழக்கூடச் சீவனில்லை. இவள் ஓடிச் செல்கிறாள்.

"நிறுத்து, ஏண்டா ? உனக்கு அறிவிருக்கா? அம்மை வார்த்துப் பிழைச்ச குழந்தை. ஏண்டா அடிக்கிற ?"

"நீ போடி மொட்ட! இவன் தென்னமரத்தில் ஏறித் தேங்கா பறிச்சான். திருட்டுப்படவா ராஸ்கல்!"

"இந்தக் குழந்தை, உங்க மரத்தில், ஆகாசத்தைத் தொடும் படி உயர்ந்திருக்கும் மரத்தில் ஏறிக் காய் பறிச்சானா? ஏன் பொய் சொல்ற?"

இவள் பாய்ந்து, கயிற்றை அவிழ்த்து, "ஓடிப் போடா ராமு!" என்று விரட்டுகிறாள். "நீ இனிமே பட்டாமணியம் பண்ணையில் வேலைக்குப் போகவேண்டாம்! எங்க கொட்டில்ல வந்து இரு! உங்கம்மாவும் போகவேண்டாம்! நான் வேலை தர்றேன்!"

பின்பக்கம் பூவரச மரத்தடியில் உலர்ந்த மணலைக் கொட்டி, ராமுவுக்கு அ, ஆ என்று எழுதப் படிக்க மணி சொல்லிக் கொடுக்கிறாள். ராமுவின் அன்பும், பாசமும் ஏனைய சேரிப் பிள்ளைகளையும் அங்கே அழைத்து வருகின்றன. அந்த வீட்டின் பெரிய கொல்லையில் தோப்பில், இந்தப் பிள்ளைகளின் அ, ஆ, பாடமும், ஒன்று இரண்டு பாடமும் உற்சாக ஒலிகளாகக் கலகலக்கின்றன.

நெற்கதிர்கள் முதிர்ந்து பழுக்கத் தொடங்கிவிட்டன. இவளுடைய மாடுகள், நன்றாகப் பேணப்படும் உயர் ரகங்கள். சுமார் இருபது பசுக்கள் போல் இருக்கின்றன. காலையில் அவற்றை அவிழ்த்து ஓட்டிச்செல்லப் பிள்ளைகள் நான், நீ என்று வருகிறார்கள். இவர்களுக்கெல்லாம் சோறு வடித்துப் போட்டு நீர் ஊற்றி வைத்திருக்கிறாள். மோர் ஊற்றிக் கலந்து கலயத்தில் போடுகிறாள். மாடுகளோ அவிழ்த்துவிட்டால் நேராகப் பாய்ந்து வாய்க்கால் ஓரமாகச் சென்று மேய்ச்சல் நிலங்களுக்குச் செல்லும். வழியில் பட்டாமணியத்தின் ஆட்கள் இந்த மாடுகளை வழிமறித்துப் பிடித்துவிட முனைகிறார்கள். ஆனால் மாடுகளும்கூடச் சாமர்த்தியமாக வளைந்து நுழைந்து தப்பிவிடுகின்றன!

மணி உண்மையில் நடுவாளை அகற்றி, உழைப்பாளிகளுக்கும் நலம் செய்வதனால் தன் வாழ்க்கையில் ஏற்படும் நிறைவில் மகிழ்ந்திருக்கிறாள்.

"இந்தத்தபா, நல்ல மேனி காணும் தாயி. கூடப் பத்து மூட்டை எடுக்கலாம்."

"ஆமாம். புதுக்கதிர் யார் அறுக்கறீங்க ..."

"நம்ம சோமுதான் கொண்டாருவா." -

"இந்தத்தபா பொங்கலுக்கு உங்க எல்லாருக்கும் வேட்டி, கதர் வேட்டி எடுத்துத் தருவேன்."

மணி ஒரு துள்ளல் நடையுடன் காவாய்க் கரையோரம், வாய்க்கால் கரைமேட்டில் நடக்கிறாள். உதய சூரியனின் கதிர்கள் மிக இனிமையாக விழுகின்றன, மேட்டுக்குக் கீழிருந்து சட்டென்று ஒரு வளைக்கம்பு - குடைக்கம்பு போன்ற ஒன்று அவள் கால் ஒன்றை இழுத்துப் பிடிக்கிறது. அவள் தலைக்குப்புறத் தடுமாறி,

ஒரு நொடியில் இன்ன நடக்கிறதென்று உணர்ந்து கொள்ளுமுன், வாய்க்காலின் சகதிச் சரிவில் உருண்டு வாய்க்காலில் வீழ்கிறாள். தலைத்துணி அலங்கோலமாக, கால் செருப்பு இங்கொன்றும், அங்கொன்றுமாக விழ...

"மொட்டக் கம்னாட்டி.! ஊர ரெண்டு பண்ணுறியா?"

அரளிப் புதரடியில் அவளைத் தள்ளியவன் திரும்பிச் செல்வதை அவளால் பார்க்கமுடியவில்லை. இதற்குள் எட்டி கொடிக்காலில் மடை பார்த்துக் கொண்டிருந்த இருளாண்டி ஓடி வருகிறான்.

"அம்மா .... அம்மா! பாரம்மா!"

அவர்கள் அவளைத் தூக்க வருமுன், வாய்க்காலில் குளித்து எழுந்திருப்பவளைப்போல் அவள் எழுந்திருக்கிறாள்.!

குத்துப்பட்ட உணர்வு, அவளை மிகவும் ரோசமுள்ளவளாக எழுச்சி வேகத்தைத் தூண்டிவிடுகிறது.

கண்ணீரை வாய்க்கால் நீருடன் விழுங்கிக் கொள்கிறான்.

"நான் மணி... மணிடா?"..... நீ ..... மொட்டை, பொட்டைன்னா சொன்னே? யார்னு காட்டுறேன்? உனக்காச்சு ஒருகை எனக்காச்சு ஒருகை!'

ஒரு சூளுரையுடன் சேலையைப் பிழிந்து கொண்டு மணி வீடு திரும்புகிறாள். நல்ல வேளையாக அம்மா மணலூரில் இல்லை; - ஆலங்காட்டில் இருக்கிறாள். இதெல்லாம் தெரியாது.

வீடு திரும்புகையில், பனி மூட்டத்தில் உதிக்கும் சூரியனின் கதிர்கள் போன்று ஓர் எண்ணம் மின்னலாகத் தோன்றுகிறது. அவளைச் சரிவில் இழுத்து வீழ்த்தப் பார்த்தானே, கயவன்!

அவளுக்கு வீழ்ச்சியே கிடையாது என்று நிரூபித்துக் காட்டுவாள்! ஆம். மணி... மணி என்ற பெயர் பெண்ணுக்குரியது என்பதைவிட ஆணுக்குத்தான் உரியதாக இருக்கிறது...!

வீட்டுக்கு வந்து, உலர்ந்த சேலையைச் சுற்றிக்கொண்டு, தலையைக் கண்ணாடியில் பார்த்துக் கொள்கிறாள். மாசத்துக் கொருமுறை கொல்லையில், பரிமளம் வந்து தலையை வழித்துப் போடுவான். ஒரு மாசமாகிவிட்டது. அவன் நாளை மறுநாள் வரக்கூடும். இவளுக்கு முடி அடர்த்தியாகக் கட்டையாக இருக்கும் இயல்பு. கருகருவென்று அடர்த்தியாகவே இருக்கிறது. ஒரு மாசத்துக்கு, முடியை வழுவழு என்று வாரிப் பின்னித் தொங்கவிட்டுக் கொண்ட நாட்களிலும் அவள் வாசனை எண்ணெய் தடவிக் கொண்டிருக்கிறாள். தாழம்பூ, மல்லிகை, மருக்கொழுந்து என்று கதம்பம் சூடிக் கொண்டிருக்கிறாள், இந்தக் கோலம் வந்த

பிறகு மணி எண்ணெய் தேய்த்துக் குளித்ததில்லை. இப்போது தேங்காயெண்ணெய் தேடி எடுத்து முடியில் லேசாகத் தடவுகிறாள் சீப்புக்கே பயனில்லாமல் தாயும் மகளுமாக வீட்டில் இருந்தாலும், மரசீப்புகள் கிடக்கின்றன, மோகா வந்தால் வாரிக்கொள்வாள். குங்குமம், குழந்தைகள் வைத்துக்கொள்ளும் சாந்துக் கொட்டாங்கச்சி ஆகியவையும் கூடப் புரையில் கிடக்கின்றன. சீப்பால் வகிடு நேராக எடுத்துப் பார்க்கிறாள்.

கதர்ச் சேலையைக் கிழித்து ஒரு பகுதி வேட்டியாக உடுத்து, ரவிக்கைமேல் மலையாளத்துக்குக் குட்டி அம்மாளு போல் ஒரு துண்டை மேலாகப் போர்த்துக்கொள்கிறாள்.

“பரவாயில்லை. இந்தக் கோலம் உனக்குப் பொருந்தும் மணி!” என்று அந்தப் பழைய நாளையக் கருங்காலிச் சட்டக் கண்ணாடி துணிவூட்டுகிறது. ஆனால், அந்தப் பச்சைக்கோடு...!

கைகளால் அதைக் கெல்லி எறிந்துவிட முடியுமோ என்று பார்ப்பதைப்போல் நிமுண்டிக் கொள்கிறாள், பச்சை குத்திக் கொள்ள வேண்டும் என்பது இவர்களுடைய சாத்திரம். ஒரு குத்து, பொட்டுப் போல் வைத்தால் போதாதா? சிவப்பு உடம்புக்கு நன்றாக இருக்கும் என்று இவளுக்கு அறிவும் சிந்தனையும் உதிக்காத பருவத்தில் குறத்தியைக் கூப்பிட்டுக் கோடிழுத்து விட்டார்கள். இந்தப் பச்சைக்குத்தும்கூட ஒரு விலங்கு முத்திரை! இப்போது அது அவளை இவள் யாரென்று இனம் காட்டிக் கொண்டிருக்கும்!

இந்தச் சோதனைக் கோலத்தில் இவள் ஆழ்ந்திருக்கையில் அலமேலு ஆச்சி வந்துவிடுகிறாள்.

“மணி ...: நா...ங் கேள்விப்பட்டது ....” என்று வாயெடுப்பவள் இவள் எண்ணெய் பளபளக்கும் தலை, வேட்டி, துண்டு, ஜாக்கெட் கோலம் கண்டு சற்றே திகைத்தாற் போல், “இனிமேதா குளிக்கப் போறியா?” என்று முடிக்கிறாள்.

“ஆச்சி, ஒரு ஜன்மத்துக்கு தலை முழுகியாச்சு. இப்ப வேற ஜன்மம் எடுக்கப்போறேன் .... எப்படி இருக்கும்?” -

ஆச்சிக்குப் புரியவில்லை. திகைத்துத்தான் நிற்கிறாள். மணி முடிவு செய்துவிடுகிறாள். -

திருவாரூர் ரயில் நிலையத்தின் பக்கம் உள்ள ஒரு தையற்காரன் இவளுக்கு வழக்கமாக இரவிக்கை தைத்துக் கொடுப்பான். “எட்டுகஜம் கதர்த் துணியைக்கொண்டு அவனிடம் கொடுத்து, ‘அளவு சொல்லி’, அரைக்கை வைத்து, பக்கத்தில் ‘உள் பாக்கெட்’, ‘மேல்பாக்கெட்’ வைத்து, நீண்ட ஜிப்பாவாகவும் இல்லாமல், ‘ஷர்ட்’ என்ற பாணியுமில்லாமல் மேல் சட்டை தைத்து வாங்கி வருகிறாள்.

சோமு 'புதிர்' கொண்டு வரும் நாளில், தன் பண்ணை ஆட்களுக்கெல்லாம் வாங்கி வைத்திருக்கும் புதிய கதர் வேட்டிகளைப் போன்றே உள்ள ஒரு வேட்டியை அணிந்து மேல் சட்டை, துண்டு போட்டுக்கொண்டு கரேலென்று எண்ணெய் பளபளக்க குச்சிகுச்சியாக நடு 'வகிடு' பிளக்க கிராப்பு வெட்டிக்கொண்ட கோலத்தில் மணி நிற்கிறாள்.

"அ . .ம்மா ..!"

புதுக்கதிருடன் வியந்து கூவுகிறான் சோமு.

7

மணி, அறுவடை நாளில், களத்துமேட்டில் நிற்கிறாள். ஆண்களும், பெண்களுமாக உழைப்பின் பயனைக் காண்பதில் உற்சாகத்தோடு இயங்கிக் கொண்டிருக்கிறார்கள். பொன்னிறக் கற்றைகளை, இருளாண்டியும் வீரனும் சோமனும் பூமியில் அடிக்கும் மாத்திரத்தில் நெல் மணிகள் கலகலவென்று சிரிப்பது போல் உதிர்ந்து அந்தக் கட்டாந்தரையைப் பொன்னாக்குகின்றன. குஞ்சு குழந்தைகளுக்கு ஆனந்தம். ஆண்கள் பெண்கள் அனைவருக்கும் மட்டற்ற மகிழ்ச்சி. பட்டறை போட்ட நெல்லுக்கு உடமைக்காரன் காவல் கிடையாது. உழைப்பாளிகளே பொறுப்பு, உழைப்புக்கேற்ற நெல் இல்லாமல், காலும் அரையுமாக அளந்துவிட்டு, அரை அணா ஓரணா கள்ளுக்காசு என்று கொடுத்து ஏமாற்றும் வழக்கை 'நடுவாளுடன்' இவள் முடித்துவிட்டாள். அரை மரக்காவுக்கு முக்கால், சிந்திய நெல்லில் ஒரு பங்கு, அதிகம் கண்டதில் ஒரு பங்கு என்று அந்த ஏழு குடும்பங்களுடன், ராமுவின் அம்மாவுக்கும் கூலி அளந்துவிடச் சொல்கிறாள். வீரன்தான் அளக்கிறான். பிறகு மூட்டைகளில் கட்டி, வீட்டுக்குக்கொண்டு வருகிறார்கள். சென்னைக்கு வருடாந்தரச் சாப்பாட்டுக்கும், வீட்டுச் செலவுக்கும் வைத்துக் கொண்டதுபோக, வியாபாரியிடம் மீதி நெல்லை விற்றதில் நானூறு ரூபாய்க்கு மேல் கையில் நிற்கிறது.

ஊருக்கு மகிழ்ச்சியுடன் கடிதம் எழுதிப் போடுகிறாள்.

"குழந்தைகளா! வீட்டில் மாடு, கன்று போட்டுப் பால் நிறையக் கறக்கிறது. புதிய காளை வண்டிக்குப் பூட்டியிருக்கிறேன். புதிய மணி வாங்கிக் கட்டியிருக்கிறேன். மாங்காய் இறக்கி ஊறுகாய் போட்டிருக்கிறேன். நீங்கள் லீவு விட்டதும் புறப்பட்டு வாருங்கள்.

திருவாரூருக்கு வண்டி வரும் ....” என்று தம்பி குழந்தைகளுக்குக் கடிதம் எழுதிப் போடுகிறாள்.

இந்த புதிய கோலம் அவளுக்கு இதுநாட்கள் உள்ளோடு இருந்த கூச்ச உணர்வை, தாழ்மை உணர்வை உதறத் தெம்பு கொடுத்திருக்கிறது. புதிய ஒற்றைக்காளை பூட்டிய சிறு வண்டியைத் தானே ஓட்டிக்கொண்டு காக்கழனி, சிமிளி என்று செல்கிறாள் . உறவினர் ஊர்களில் முன் சுவாமி பெட்டியுடன் போய் இறங்கித் தங்கிய நாட்களின் ஒட்டுறவும் ‘சமூக’ மதிப்பும் இன்று இல்லை.

“மணியா? வா!” என்று வரவேற்கும் பாங்கும், வீட்டு மருமக்கள் ‘வாங்கோக்கா’ என்று மகிழ்வுடன் எதிர்கொள்ளும் நடப்பும் மாறிவிட்டன. உட்கூடக் கதவுகளைச் சாத்திக் கொள்கிறார்கள். இவள் முன் அறையில் - திண்ணையில் ‘ஆண்’களுடன் காங்கிரஸ் கூட்டம் பற்றிப் பேசி அறிக்கை கொடுத்துவிட்டுப் போக வந்தால், இவளே “குடிக்க ஜலம் கொண்டாம்மா?” என்று குரல் கொடுத்தால்தான் கதவு திறக்கிறது. கூஜாவோ, செம்போ தம்ளருடன் கொண்டுவந்து பக்கத்தில் வைக்கப்படுகிறது. இவளுக்கு மனசில் பருக்கைக்கல் சிக்கினாற்போல் முரண்பாடு உறுத்தாமல் இல்லை. ஆனால் அதை விழுங்கிக் கொண்டு உள்ளூரச் சிரித்துக்கொள்கிறாள். இவள் பார்த்து வளர்த்த தமக்கை பிள்ளைகளுக்கும் கூட இவள் கோலம் திகைப்புத்தான். முன்பு பெண்ணாய் ஒட்டியிருந்த குடும்பப் பாசம், இன்று செயற்கைப் பசை, உலர்ந்துவிழ வெறும் கடமைக்கு மட்டுமாகப் பட்டும்படாத உறவாக நிற்கிறது. தலை மொட்டை முக்காட்டுடன், எண்ணெய் ஒட்டா உப்புமாவையோ, தோசையையோ வைத்துக்கொண்டு பொழுதோடு முற்றத்தில் தட்டில் வைத்துப்பிட்டு வாயில் போட்டுக்கொண்டு, ஊர் மாட்டுப் பெண்களின் சீர்செனத்தி விவகாரங்களை, உள்வீட்டு மோதல்களை நாவில் வைத்து - அரைத்துக்கொண்டு பொழுதை சுவாரசியமாகக் கழிக்கும் தங்கள் வரிசையில் மணி ஒட்டாமலே விலகி விட்டாளே என்ற ஆத்திரம்; இளைய தலைமுறை அவளைப் பார்க்கவே கூடாது என்று சட்டமிடச் செய்திருக்கிறதோ என்று மணி நினைத்துக் கொள்கிறாள்.

கோடையின் வரவைக் கட்டியம் கூறிக்கொண்டு, சேரி ஓரமுள்ள இலுப்பை மரங்களில் பொறிப் பொறியாகப் பூ உலர்ந்து மணம் கமழுகிறது.

“ஏ, காஞ்சி, ராமு, குஞ்சான், மணி எல்லாம் வாங்க!”

அம்மா இரண்டு நாட்கள் ஊரிலில்லை. விஜயபுரம் சென்று வந்தால் இந்தப் பிள்ளைகளுக்கு ஆரஞ்சிமிட்டாய் வாங்கி வந்து கொடுப்பாள்.

“ரெண்டு நாளாப் படிச்சீங்களா?”

“வாங்க, வாங்க!”

“வாங்க, வாங்க!”

அம்மா மரத்தடியில் அமர்ந்து, ஒவ்வொரு சிறுவனையும் சிறுமியையும் கை பிடித்து மணலில் எழுதக் கற்பிக்கிறாள்.

“அ.. அ... அம்மா... ஆ... ஆ... ஆடு... இ... இறகு... ஈ... ஈ தெரியுமா?”

“தெரியும், தெரியும்!”

உற்சாகமாக எல்லோரும் தலையாட்டுகிறார்கள்.

அப்போது ஒரு முதியவர் ஒரு பையனை அங்கு அழைத்து வருகிறார்.

“ அம்மா கும்பிடறேங்க!”

மணி நிமிர்ந்து பார்க்கிறாள். “ஏம்ப்பா, அங்கேயே நின்னுட்ட, இப்படி வா, நீங்க.... எந்தூரு பண்ணை ?”

“மயிலாங்குடி.... இந்தப் பையனையும் படிக்கப் போடணும்னு... இவெ இங்காலதே மாடு மேய்க்க வாரான்...”

“படிக்கணும். நிச்சயமாப் படிக்கணும். இங்கே வாடா பயலே, உம் பேரு என்ன?”

“எல, போ....” என்று பெரியவன் தள்ளுகிறான்.

அப்பளக் குடுமியும் முடிகயிறுமாக அவன் தாத்தாவை ஒண்டிக்கொண்டு நிற்கிறான். “பண்ணையில ரொம்பக் கெடுபிடிங்க ... பள்ளுப்பற படிக்கிறதுன்னா... மேச்சாதி ஒத்துக்காதுங்களே... பண்ண எசமானுக்குத் தெரிஞ்சா எங்களத் தொலச்சிடுவாங்க.... அம்மா கொஞ்சம் மனசு பண்ணி படிப்பு சொல்லித் தாங்க.”

“எல்லோரும் படிக்கணும். மேச்சாதி என்ன கீழ்ச்சாதி என்ன?”

“பையா? ஒம் பேரென்ன ? ...”

பாட்டனின் வேட்டித் துணியைப் பற்றிக்கொண்டு தலைகுனிந்து அவன் பேசுகிறான். ஒன்றுமே செவியில் விழவில்லை.

“குஞ்சிங்க இவம்பேரு... இவாத்தா... மூணு மாசத்துல செத்திட்டாங்க.... அவ பேர வச்சி குஞ்சின்னு கூப்பிடுறோ முங்கம்மா!...”

“இங்கே ஏற்கெனவே ஒரு குஞ்சு, காஞ்சி இருக்காங்க. உம்பேரு முருகன்னு வைக்கிறேன். நிதம் வரணும் ... என்ன ?”

பையன் தலையாட்டுகிறான்.

"சரி இப்ப.. நான் சொல்வதை நீங்க எல்லாரும் சத்தமாச் சொல்லணும்!... வந்தே மாதரம்!

சத்தமா..!"

இளங்குரல்கள் பிசிறு பிசிறாக ஒலிக்கின்றன. காஞ்சி, மோதரம்... என்று சொல்வது தெளிவாகப் புரிகிறது.

"மோதரம் இல்லை.... மாதரம்.... வந்தே..!"

"வந்தே! மாதரம்...."

உற்சாகம் பிய்த்துக்கொண்டு போக எல்லோரும் கத்துகிறார்கள். இவர்களை அழைத்துக்கொண்டு 'வந்தே மாதரம்' கத்திக் கொண்டு தோப்புத் துரவெங்கும் சுற்றும் போது, மணி 'கள் குடிக்கக்கூடாது' என்று பாடம் சொல்கிறாள்.

"கள்ளுக்குடிச்சா, புத்தி கெட்டுப்போகும்."

"உங்கப்பன் எல்லோரும் குடிக்கிறதாலதான், நீங்க நல்லாச் சாப்பிட முடியல. துணி போட முடியல... கள்ளு பாவம்... அதோ மரத்தில் தென்ன மரத்தில என்ன இருக்கு தெரியுமில்ல?....." -

"அதுல கள்ளு எடுக்கிறாங்க.... இப்ப நீங்க என்ன செய்யணும் தெரியுமா? நேரா குறி பார்த்து, கல் வீசி சட்டிய உடைக்கணும்...."

பிள்ளைகளுக்குச் சொல்ல வேண்டுமா? ஒரு நொடியில் ஓட்டாஞ் சில்லிகள், சிறு கற்கள் சேர்ந்துவிடுகின்றன. விர் விரென்று அவை கள்ளுக்கலயங்களைக் குறிபார்த்துப் பறக்கின்றன. அவை உடைந்து அதனுள்ளிருக்கும் திரவம் வெளியே பெருகுவதைக் காணும் மணிக்குப் பெருமிதம் பூரிக்கிறது.

சபாஷ்...!

அனைவருக்கும், இந்தத் தீரச் செயலுக்குரிய பரிசாக ஆரஞ்சிமிட்டாய், மஞ்சள், சிவப்பு, பச்சை வண்ணங்களில் பிள்ளைகளின் நாவில் இனிமையாகச் சுரக்க வந்து சேருகின்றன.

மணிக்கு அப்போது, இந்தச் செயல் இவள் பட்டாமணியத் தின் வைக்கோற்போரில் உதறிய தீக்கங்கு என்ற உணர்வு உறைக்கவில்லை. குழந்தைகள் சென்னையில் இருந்து வந்து ஒரு வாரம் தங்கிவிட்டு அவர்களின் தாய்வழிப் பாட்டனார் ஊரான ஆலங்காட்டுக்குச் சென்று விடுகிறார்கள்.

இந்த நாட்களில்தான் கிராம தேவதைகளின் விழாக்களுக்குக் குடிமக்களின் கோயில்களில் கொடியேற்றுவது வழக்கம். இவ்வாண்டு பள்ளர்குடிகளில், அம்மாளின் ஆதரவு பெற்ற மக்களிடையே

புதிய உற்சாகம் அலை மோதுகிறது. இதற்குமுன், மணி கிராமக் கோயில்களில் விழாக்களைப்பற்றிக் கேள்விப்பட்டிருக்கிறாள். பண்ணை உடைமை என்ற நிலையில் காப்புக் கட்டியதும் இவர்கள் பங்காகப் பொருள் மட்டுமே கொடுத்து உதவுவார்கள். இந்த மேற்குலத்தினர் தெய்வ சந்நிதிக்குள் அந்தத் தாழ்த்தப்பட்டவர்கள் வருவதற்கு உரிமையில்லை. இவர்கள் தெய்வங்களுக்கு வேண்டிக்கொண்டு, பொருள் கொடுப்பதுடன் சரி. மணி இப்போது அந்தக் குடிகளில் சுற்றி வருகிறாளே? பொன்னம்மாக்கிழவியின் பேத்தியை உழனி பண்ணையில் கட்டி, அவள் பேறு காலத்திற்கு வந்திருக்கிறாள். இப்போது இந்த மாதிரியான உதவிகளையும் கூட 'அம்மா' மேற்கொள்கிறாள். மணி மல்லிகைப்பூவும் விளக் கெண்ணெயும் எடுத்துக்கொண்டு அந்தத் தலைச்சன் பிள்ளை களைப் பார்க்க வருகையில், அந்தக் குடியில் இருவர் சிலம்பம் ஆடுகிறார்கள். சுற்றிலும் கூட்டம் உற்சாகமாக இரு கட்சிகளாகப் பிரிந்த நிலையில் ஆர்ப்பரித்துக் கொண்டிருக்கிறது. ஒருவன் வயது முதிர்ந்தவன். மற்றவன் உழைப்புக்கேற்ற ஊட்டமில்லை என்றாலும் இளமை என்ற மந்திர வசந்தம், மற்றவனின் புத்துணர்வை இசைத்திருக்கிறது. முதியவன் சிறிது குட்டை. அவனை இவள் இந்தக் குடிகளில் பார்த்ததாகத் தெரியவில்லை. மற்றவன், இவர்களிலேயே சலவை செய்யும் சின்னானின் மூத்த மகன் குப்புசாமி. நீள நெடிய ஒல்லி. வெட்டாத சுருள் முடி, குதிக்க, கருமேனி இலாவகமாக வளைந்து நெளிய அவன் சிலம்பம் ஆடுகிறான். "டேய் அம்மா..... அம்மா வராங்க! வழிவிடு!"

"இருக்கட்டும். இந்தா முத்தம்மா, இந்த எண்ணெயையும், பூவையும் பொன்னம்மா பாட்டி ஊட்ல குடு!" என்று அனுப்பி விட்டு, அந்த வீட்டின் சாணி மெழுகிய திண்ணையில் உட்காருகிறாள்.

முதியவனான ஆட்டக்காரன் திரும்பி, மூச்சு வாங்கும் இரைப்பை ஆற்றிக்கொள்பவனாகச் சிரித்துக்கொண்டு அம்மாளை வணங்குகிறான்.

"நீங்க இவ்வளவு நல்லா ஆடுறீங்க? சின்னவனுக்குச் சமமா..!" முன் பற்கள் இரண்டு மட்டுமே தெரிகின்றன. கன்னப் பக்கத்துப் பற்கள் விழுந்துவிட்ட பெரும்பள்ளம் பூரிக்க அந்த முதியவன் சிரிக்கிறான். முன் தலை வழுக்கை, சவரம் செய்தபின் வந்த வெண்முடி, அறுபதுக்கு மேலும் வயசிருக்கும் என்று ஊகிக்க வைக்கிறது.

"காளியம்மா, திருவிழால்ல! சாமி பல்லாக்கு வாரப்ப, இந்தத்தபா ஆடணும்னாருங்க ... ராசு வாத்தியாருன்னு அந்தக் காலத்துல அவுரு

ரொம்ப பிரசித்தம்; அவுரு வயசில சின்னப் பிள்ளையெல்லாம் ஈடு குடுக்க முடியாது. அப்பிடி ஓராட்டம் ஆடுவாரு...”

“நீங்க எந்தப் பக்கம்?...”

“இதா.... ஒழனி. இந்தப் பய அப்பன் எனக்கு ஒரு வகையில் மச்சான், உறமுறைதா; என் சம்சாரமும், இவப்பாரும் சித்தாத்தா பெரியாத்தா.”

“ஓ... ரெண்டு தலைமுறைக்காருங்க...?”

“இதெல்லாம் ஒரு மாதிரி மத்தவங்க அடிக்கவராம பாத்துக்கிடத்தான் தாயி. நம்மகிட்ட வேற என்ன ஆயுதம் இருக்கு? கம்பு சொழட்டுறதுதா. வங்களம்புதூருல என் தங்கச்சி மவ சின்னப்ப அவனும் நெல்லா ஆடுறா. பெரிய... பெரிய ஆளுக்கூட பந்தியம் போட்டுக் கெலிக்கறா...”

“ஒங்ககிட்ட வேற பிள்ளைங்க கத்துக்கலியா..?”

“சின்னப் புள்ளங்க கத்துக்கறாங்க.... வீருசமா வரல.. நெதிக்கும் காலம எந்திரிச்சி, அது ஒரு மொறயாப் பழகணும்...”

மணி சிறிது நேரம் வாளா இருக்கிறாள்.

பட்டாமணியமும் பதினாறு வயசிலேயே கயமைகளின் இருப்பிடமாக இருக்கும் அவன் மகனும், இவளை எந்த வகையிலும் சீண்டக் கூடியவர்கள். இந்த மாதிரி ஆண் கோலம் கொண்டு நிற்பதில் ஒருவகையில் அவர்கள் அஞ்சிவிட்டார்கள் என்று சொல்வதற்கில்லை. இவர்கள் பானைகளை உடைத்த மறுநாள், அந்தச் சின்னவன், கொல்லைப் புறம் வந்து நின்று, அசிங்கமாக வசை பொழிந்தான். தெருவில் போகும்போதும், வரும்போதும், “பொட்டச்சி வேசம் கட்டினா எப்படிருக்கு பாரு?” “டீ யேய்....” என்று ஏதேனும் கூறிச் சிரிக்கிறார்கள். எதற்கும் தன்னிடம் ஒரு தற்காப்பு என்று பிறர் அஞ்சக்கூடிய சாதனம், திறமை அவசியம்.

“நீங்க.... எனக்கு இந்த வித்தையைச் சொல்லிக் குடுக்கணும், வாத்தியாரே!”

அவள் கேட்பது பொய்யோ மெய்யோ என்பதுபோல் அயர்ந்து நிற்கிறான்.

“நிசந்தானையா... நான் உசந்த குலத்துல பிறந்திட்டேன்னு வித்தியாசமா நினைக்க வேண்டாம். அநியாயத்தைத் தட்டிக் கேட்க, நான் தனியாப் போராட வேண்டியிருக்கு. நீங்க இதைக் கத்துக்குடுத்தா எனக்கு அது ரொம்ப உதவியா யிருக்கும்...”

இது தீர்மானமான பிறகு, மணி அதிகாலையில் எழுந்து, அடுத்த ஊரின் அந்தப் பள்ளர் குடிக்கு சிலம்பம் - கழி சுற்றுதல் பழகச்

செல்கிறாள். உட்கச்சும் வேட்டியும் வரிந்து இசைந்து, மேலே சட்டை போட்டுக் கொண்டு இவள் தடி சுழற்றப் பயிற்சி செய்கிறாள்.

ஐந்தரையடி நீளமுள்ள தடியைப் பற்றும் விதம், தாவும் முறை, சுழன்றாடும் வகைகள், எல்லாம் பாடம் கேட்கிறாள். நாலடி, எட்டடி என்று பாய்ந்து பயன்படுத்தும் முறைகள் பற்றி அறிகிறாள். பயிற்சி நடக்கிறது.

அந்த முதியவன், மேல் சாதியில் பிறந்து, ஆணுடையில் வந்து பழகும் இவளை மாரியம்மா, காளியம்மா என்றே பக்தி பூர்வமாக நினைக்கிறான்.

சிறிது நேரம் ஆசுவாசம் செய்து கொண்டு நீர் வாங்கி அருந்துகிறாள்.

அதே கம்பை எடுத்துக்கொண்டு ஊர் திரும்புகிறாள்.

பலபலவென்று விடிந்து சூரியன் உதயமாய்க் கொண்டிருக்கிறான். கால்வாயில் சட்டிபானை, பாத்திரங்கள் கழுவும் குடியானவப் பெண்கள் இவளை வினோதமாக பார்க்கிறார்கள். கட்டுத்தறி பெருக்குபவர்கள், எருச் சுமந்து கொட்டுபவர்கள் இவளைப் பார்த்து ஒரு கணம் நிற்கிறார்கள். ஆனால் பேசவில்லை.

அன்று பகல், பின்புறமாக இவள் வீடு திரும்புகையில், ஒரு கடிதம் சாத்திய கதவுக்குள் இடுக்கு வழியாகப் போடப்பட்டிருக்கிறது. சன்னல் வழி பார்க்கையில் பட்டாமணியத்தின் மைனர் பயல், வெற்றிலைச் சாற்றை வாயில் நின்று துப்புவது கண்களில் படுகிறது.

கடிதம்... அவன் போட்டதல்ல. தபாலில் வந்திருக்கிறது. இது முதல்நாள் மாலையே வந்திருக்க வேண்டுமே!

கூட்டை உடைத்துப் படிக்கிறாள்... தம்பி எழுதியிருக்கிறான்.

நமஸ்காரங்கள் .....”

“நீ ஊரில் ஏதோ நல்லபடியாக இருந்து பண்ணையைப் பார்ப்பாய் என்று நினைத்தேன். காங்கிரஸில் சேர வேண்டும் என்று சேர்ந்தாய். மதிப்பும் கௌரவமும் குறையாமல், உன்னை மாகாண காங்கிரஸ் வரை கொண்டு செல்லவும், நம் சொந்த பந்துக்கள் உனக்கு உதவி செய்திருக்கிறார்கள். ஆனால், உன் நடவடிக்கை மிக மோசமாக இருக்கிறது. ஏற்கனவே ஊரிலிருந்து எனக்கு நீ, பொதுக் காரியங்களில் தலையிட்டு, ஊர்க்கட்டுப்பாட்டை எதிர்த்து, தான்தோன்றித்தனமாக எல்லாம் செய்வதாக கடிதாசி வந்தும், நான் அதை மதிக்கவில்லை. இப்போது எனக்கு நம்பகமுள்ள மனிதர்களே உன் நடவடிக்கைகளைச் சொல்கையில் நம் குடும்பத்துக்கு இப்படியெல்லாம் தலைகுனிவு வர வேண்டுமா என்று வேதனையாக இருக்கிறது. நீ இனி பண்ணையைப்

பார்க்க வேண்டாம். அதற்கு வேறு ஏற்பாடு செய்து விடுகிறேன். நான் அடுத்த வாரமோ, பத்து நாளிலோ அங்கு வருகிறேன். அம்மாவும் நீயும் இங்கே புறப்பட்டு வரத் தயாராக இருங்கள். இனி மணலூரில் குடும்பம் ஒன்று வேண்டாம்"

-மார்கழிக் குளிரில் பனிக்கட்டியை வாரி இறைத்தாற் போல் இக்கடிதம் அவளைச் சில்லிட்டுப் போகச் செய்கிறது.

'நீ பண்ணையைப் பார்க்க வேண்டாம்... உனக்கு.. பிதிரார்ஜித பூசை செய்ய அருகதையில்லை... நீ ஸ்த்ரீ... புருஷன் போய்விட்டபின் உனக்குப் பண்ணை அதிகாரம் ஒரு கேடா!'

இவள் என்ன குறை வைத்தாள்? தரிசாய்க் கிடந்த இடத்தில் மரம் வைத்தாள், பயறாய், உளுந்தாய், தேங்காயாய் அனுப்பி வைக்கவில்லை?...

ஆனால், மணி, மணலூரை விட்டு நகருவதாக உத்தேச மில்லை.

மணி அன்றே இவளுக்கு நெருக்கமாக நினைக்கக் கூடிய ஒரு வக்கீல் நண்பரைப் பார்க்க நாகப்பட்டினத்திற்குச் செல்கிறாள்.

○

8

மணிக்கு முடி நன்றாக வளர்ந்து அடர்த்தியாக இருக்கிறது. முன்புறம் நேர் வகிடு எடுத்து இரு பக்கங்களிலும் வாரிக் கொண்டு 'கிராப்' பூரணமான கோலத்தில் கூச்சமில்லாமல் நடக்கப் பழகி விட்டாள். இருட்டில் பள்ளர் குடிக்குச் செல்லும் வழியும் பழக்கமாகிவிட்டது. ஆயிற்று; இன்று இறுதிநாள். ஒரு பையில் இரண்டு தேங்காய், வெற்றிலை பாக்கு பழம் எடுத்துக்கொண்டு செல்கிறாள். புடைவை இவளுடைய பலவீனமாகவே இருந்ததாக இப்போது தோன்றுகிறது. ஜான்சி ராணி, சாந்த் பீபீ போன்ற வீராங்கனைகள் ஆணுடையில் தான் போரிட்டார்கள். இவளும் ஒரு போருக்குத்தான் பயிற்சி பெறுகிறாள். ஆற்றுக்கால்வாயில் குறுக்கே வெட்டப்பட்ட ஒரு தென்னைமரம்தான் பாலமாக இருக்கிறது. அதன் மீது நன்கு நடுநிலை பாவித்து நடந்து கடக்கிறாள்!

இவள் வரவை எதிர்பார்த்து வீட்டுத் திண்ணையில் ஒரு சிம்னி முணுக் முணுக்கென்று ஒளி காட்டுகிறது.

இவள் வரும் அடியரவம் கேட்கையிலேயே அந்த முதியவர் அவள் முன் வந்து பாதம் பணியக் குனிகிறார்.

"இது வேண்டாம் வாத்தியாரே! நீர் எனக்குக் குரு. இந்த சாதிப் பழக்கம் எல்லாம் வேண்டாம் என்றால் கேட்க மாட்டீரா?" என்று கடிந்து கொள்கிறாள்.

மணியிடம் அவர் அந்தக் கழியைக்கொண்டு வந்து கொடுக்கிறார். பாங்காகப் பார்த்துக் கழித்து, ஓடும் நீரிலும், தேங்கும் நீரிலும் அதைப் பதப்படுத்தி, உசிதமாக்கிய அந்தத் தற்காப்புச் சாதனத்தை அவர் அவளுக்குக் கொடுக்கிறார்.

அவள் தாவித்தாவிச் சுழற்றும் விதம் பார்த்து மன மகிழ்ந்து, "பலே சவாசு! அம்மா! நீங்க.... மனுசப் பிறவி இல்ல! எங்க ஆத்தா! தெய்வம்" என்று நெகிழ்ந்து பாராட்டுகிறார். இவள் குருதட்சிணையாகத் தேங்காயும் வெற்றிலை பாக்கும் பழமும், பத்து ரூபாயும் மூங்கில் தட்டில் வைத்து அவர்முன் வைக்கிறாள்.

தடியும் கையுமாக ஆண் உடையில் வரும் மகளை ஊரிலிருந்து வந்திருக்கும் தாய் மருட்சியுடன் பார்க்கிறாள்.

"இது என்னடி கோலம் அம்மா!" என்று கேட்கவும் அவளுக்கு நா எழவில்லை. அதிகாலையில் எழுந்து சுவாமி அறைமெழுகி பூசைப்பாத்திரத்தைத் தேய்த்து, பூப்பறித்து நீராடி நியமமும் நெறியுமாக இருந்த இவளை எந்தப் பிசாசு இப்படிப் பிடித்திருக்கிறது? ஊரார் சிரிக்கும்படி ஆச்சே! சொக்கன் வந்து வைக்கோற்போரின் கீழ் நின்று குரல் கொடுக்கிறான். கயிற்றுக்கட்டிலில் அமர்ந்தவாறு ஓர் ஈயப் பாத்திரத்திலிருந்த நீராகாரத்தை அலுமினிய டம்ளரில் ஊற்றிக் குடித்துக்கொண்டிருந்த மணி எழுந்து செல்கிறாள். சிலம்பமாடி குளிர்ந்த தண்ணீரில் குளித்த பிறகு இந்தப் 'பழைய' கண்றாவியைக் குடிப்பார்களா? இதுதான் நல்லதாம்..! அம்மா தலைத்துணியை இறுக்கமாக்கிக்கொண்டு "அந்தப் பின் மரத்துக் குலை நாலைப் பறிச்சுப் போடு! அதுக்குத்தான் வரச்சொன்னேன்!" என்று கூறுகிறாள்.

"ஏன்? இப்ப ஆரு மெட்றாஸ் போறா? உன் பிள்ளை வரானா?" அம்மாவுக்குக் கண்ணீர் தளும்புகிறது.

"மணி!... நான் சொல்றத நீ கேக்கமாட்டே. உன் இஷ்டப்படி என்னென்னமோ செய்யறே! பிராசீனமாயிருந்த வழக்கம் வேண்டாம்னே. நீ செருப்புப் போட்டுக்கோ, கிராப் வச்சுக்கோ, ஆனா அக்கம் பக்கம் உறவுகளெல்லாம் சின்னு சொல்றாப்ல, இங்க வேண்டாம்மா! நீ மெட்ராசுக்கு வா. அங்கே டவுன், இப்ப பாலம், நேருவுக்குக் காரோட்டினான்னு, அவாம்படையான் ஒடனே இன்னொண்ணத் தாலி கட்டிக் கூட்டிண்டு வந்தான். அவ அதுக்காக இங்கு துவஜம் கட்டிண்டு ஊர் சிரிக்க உக்காந்திருக்காளா? அம்புஜம்மா கூடப்போய் இருந்துண்டு காங்கிரசில கண்ணியமா

சேவை பண்ணலியா? நீயும் அப்படிப் பட்டணத்தோடு வந்துடுடீம்மா"

மணி அசையவில்லை.

சொக்கன் காய்களைப் பறித்துத் தொப்தொப்பென்று கீழே போடுகிறான். ராமுவும், குஞ்சானும் ஓடி ஓடிப் பொறுக்குகையில் 'ஒண்ணு, ரெண்டு' என்று எண்ணுகிறார்கள். நுப்பத்தஞ்சி நுப்பத்தாறு...

மணி அருகில் சென்று அந்தப் பள்ளர்குடிப் பையனைத் தட்டிக் கொடுக்கிறாள்.

"பேஷ், சரியா எண்ணுறே. ஆனா முப்பதுன்னு சொல்லணும், நுப்பதில்லை!"

இவளுடைய பிடிவாதம் தாய் அறிந்தது. மூத்தாள் பிள்ளைகளிடம் சமரசமாகப் போயிருந்தால் எத்தனையோ நன்மையாக இருந்திருக்கும். தம்பிக்கு உரிமையான சொத்தைப் பண்ணையைப் பார்க்கவேண்டாம். அந்த நகைகளை வைத்திருந்தாலே, முப்பதாயிரம், நாற்பதாயிரம் பெறும். வீசி எறிந்தாள். பெரிய மாப்பிள்ளைபோய்ப் பேசி ஏதோ ஒரு தொகையை வாங்கி வந்து வட்டிக்குக் கொடுத்திருக்கிறார். எல்லாம் துச்சம்... அலமேலு ஆச்சியிடம் தாய் புலம்புவது இவள் செவிகளில் விழாமல் இல்லை. எதிர்பார்த்தாற்போல், தம்பி மறுவாரமே புறப்பட்டு வருகிறான். இவள் வாழைத் தோட்டத்தில் நின்று கொண்டிருக்கையில் ஆள் வந்து சொல்கிறான். வேட்டியும் சட்டையும் கிராப்புமாக அவள் வருவதைக்கண்டு அவன் அயர்ந்து போகிறான் என்று புரிந்து கொள்கிறாள்.

"ஏம்ப்பா? என்னமோ பயமுறுத்திக் கடிதாசி போட்டிருந்தே?"

"நான் பயமுறுத்தல. நீ பண்றது உனக்கே நன்னாருக்கா? ஊரில எத்தனை கண்ணியமா நம் குடும்பம் இருந்திருக்கு? சீன்னு பண்ணிட்டியே?"

"என்னடா சீன்னு பண்ணிட்டேன். நீ கண்டுட்டே? அந்த அயோக்கியன், அப்பனும் பிள்ளையுமா உனக்கு எதை எல்லாமோ எழுதி வத்தி வச்சிருக்கான். அதைக் கேட்டுட்டு நீ ஆடறே! நான் என்ன அநியாயத்தை செஞ்சு, நீ கண்டுட்டே?"

"இன்னும் என்ன வேணும்? நீ எப்பவானும் ஊரோடு ஒத்துப் போயிருக்கியா?... ஊரெல்லாம் உறவுக்காராள்லாம் சிரிக்கறா, நியாயம்ங்கறது, காலம் காலமா நம் ஜன சமூகத்தில் ஒப்புக்கொள்ளப்பட்டு வர நடைமுறை வழக்கம்தான். எதோ பூஜை புனஸ்காரம் பண்ணிண்டிருந்தே, திடீர்னு அதை விட்டே. சரி தொலையட்டும்னு இருந்தோம். இப்ப என்னடான்னா அவமானம், தலை வளர்த்துண்டு வேஷ்டியக் கட்டிண்டு வந்து நிக்கற. அதுவும்

தொலையட்டும்னா, நடுவாள் வேண்டாம்னு அவனை நிறுத்திட்டு, பள்ளுப்பறைகளைத் தொட்டுக்குலாவிண்டு, அவாளுக்கு நியாயம் பண்றேன்னு ஊர்க்கட்டுமானத்தையே உதாசீனம் பண்ணிண்டு புறப் பட்டிருக்கே. யார் வீட்டு சொத்துன்னு அள்ளிவிடறே? நெல்லு வித்த பணம், ஆயிரம் ரூபா வரல, எனக்கு. தென்ன மரக் குத்தகையை வேண்டான்னுட்டே? யாரைக் கேட்டுண்டு இதெல்லாம் செய்யறே? எனக்குப் பொண் புள்ளைன்னு சம்சாரமிருக்கு. நாளைக்கே கல்யாணம் கார்த்திகைன்னு ஆகணும். நீ ஒரு துளிகூட அந்த உணக்கையே இல்லாமதான் நினைச்சதுதான்னு தர்பார் பண்ணிண்டிருக்கே? சே!...."

"நீ சட்டம் படிச்சவன்தான். தேசத்துக்குன்னு காங்கிரஸ்ல சேர்ந்திருக்கிறதாகவும் சொல்லுவே. ஒரு நாள் அந்தச் சேரி ஜனங்கள் எப்படிப் பாடுபடுறாங்க, என்னமாப் பிழைக் கிறாங்கன்னு பார்த்திருக்கியா? ஜன சமூகத்தைப்பத்தி எனக்கு எடுத்துச் சொல்ல வந்துட்டான்? ஊஞ்சப் பலகயில உக்கார்ந்துண்டு, வெள்ளிக் கிண்ணத்தில் நெய்யில வறுத்த பாதாம் பருப்பு கொறிச்சிண்டிருக்கறவாளுக்கு, அந்தப் பவிஷ யாரால வரதுங்கற உணக்கை இருக்கணும்? இந்தப் பட்டாமணியம், ஊருல மணியமா பண்றான்? அந்தப் பஞ்சைகளை மரத்தில் கட்டிவச்சுச் சாட்டையால் அடிக்கிறான். அப்பனும் மகனும் ஆடுற மைனர் ஆட்டங்கள் சொல்லி முடியாது. அந்தப்பிள்ளை, பிள்ளையா? ஒரு வயசுப் பொண் பாக்கியில்லாம கையப் புடிச்சு இழுத்துண்டு போறான். இவங்ககிட்ட நியாயம் ஒழுங்கு இருக்காம், நான் மீறினேனாம் ஊர்க்கட்டுப் பாட்டை!..."

"அது சரி .... அது அவன் சொந்தப் பாடு. அதை நீயும் நானும் கேக்க முடியுமா? நம்ம வீட்டுல அவன் அத்துமீறி எதானும் பண்ணினானா? இல்லையே? நம்ம தாயாதி பங்காளி, மாமான்னு சுத்துவட்டம் உறவுக் குடும்பங்கள் யாருமே நீ சொல்லும் புதுவழிக்கு ஒப்புக்கமாட்டா. யாரும் பள்ளுப்பறை கிட்ட சமமா உட்கார்ந்து வேலை வாங்கப் போகமாட்டா. அதது ஜாதிமுறை இருக்கு. ஆதிகாலத்து, அறுபது வேலி கொஞ்சம் கொஞ்சமாகக் குறைஞ்சு, பன்னண்டு வேலியாகி, இப்ப ஆறுல வந்து நிக்கறது. இதுல, நீ அக்கா குடும்பத்துக்குன்னு வேற வாரி விடுவே. அது சரி போகட்டும்னா, நீ இப்ப, பள்ளுப்பறைகளுக்கு அளந்து விட்டுட்டு தேங்காயும் மாங்காயும் குடுத்துப் போஷிக்கற. ஆர் சொத்து?... இனிமே நான் உங்கிட்டப் பேசப்போறதில்ல. நீ இப்ப நாளைக்கு என் கூடப் புறப்பட்டு அம்மாவோட வரதானா வா. நான் பண்ணைய வேற குத்தகைக்கு விடறதா தீர்மானம் பண்ணிப் பத்திரத்தோடு வந்திருக்கேன்."

“என்னது?....”

மணி இதை எதிர்பார்த்தாலும் அதிர்ச்சியாக இருக்கிறது.

“நான் இந்த ஊரைவிட்டு வர மாட்டேன்...”

“மாட்டேன்னா இரு. இந்த வீட்டை, தோப்பு துரவு, மாடு மனையை, மொத்தமாத்தான் குத்தகைப் பத்திரம் எழுதிக் கொடுத்திருக்கேன். நீ என் கூட வரலேன்னா நடுத்தெருவில நிக்கணும். ஆமாம். நீ... ஸ்த்ரீ. புருஷனில்லாதவள். புத்திரர் இல்லாதவள்... நீ சாய்ந்து பணிந்து வாழவேண்டும், தனித்து நிற்க முடியாது.....”

பளீர் பளீரென்று சாட்டையடிகளாய் உணர்வில் இந்த உண்மைகள் உறைக்கின்றன.

“நான் ஏண்டா நடுத்தெருவில் நிற்கணும்? என் துணிவு, தைரியம், நியாயம், சத்தியம் இதெல்லாம் என்னை ஒரு நாளும் அநீதிக்கு அடிபணிய விட்டுவிடாது!...”

மணி ஒரு பைக்குள் தன் சொந்தப் பொருள்கள் சிலவற்று டன் விடுவிடென்று வெளியில் இறங்கித் தெருவில் நடக்கிறாள். தெருவோரத்தில், வெகு நாட்களாக ஒரு வீடு பூட்டி இருக்கிறது. மணியம் குடும்ப உறவினர் சொத்துத்தான். அதை வெகு நாட்களுக்கு முன்பே பந்தகத்துக்கு வைத்திருக்கிறார்கள்.

மன்னார்குடிப் பக்கம் யாரோ ராயர் குடும்பம் என்று கேள்வி. இவளுக்கு நினைவு தெரிந்து அதில் யாரோ ஒரு கிழவி இருந்திருக்கிறாள். பிறகு இந்த ஊருக்கு இவர்கள் வந்த நாட்களாகக் கொல்லையெல்லாம் காடாகி, வீடு - காரைக்கட்டு வீடு கவனிப்பார் இல்லாமல் ஆடும் மாடும் தங்கும்படி பூட்டிக்கிடக்கிறது.

மணி, அதே நடையுடன் நாகப்பட்டினத்துக்கு ஒரு வண்டியைப் பிடித்துக்கொண்டு போகிறாள். சட்டையப்பர் கிழக்கு வீதியில் நெருங்கிய சிநேகிதி இருக்கிறாள். வக்கீல் சம்சாரம் என்று கொள்வதைவிட, குஞ்சம்மாளின் தனித்தன்மைதான் இவளை அவளுடன் நெருக்கமாக்கி இருக்கிறது. அவளும் இரண்டாம் தாரக்காரிதான், மூத்தவள் உயிருடன் இருக்கிறாள். ஒரே மகளைக் கல்யாணம் செய்து கொடுத்ததும், அவள் ஒரு குழந்தையைப் பெற்றுச் சின்னஞ்சிறியவளாக மடிந்ததும், அந்த மூத்தவள் புருஷன், வாழ்க்கை என்ற தொடர்பையே வெறுத்துப்போனான். இவள் இரண்டாமவள்... ஆஜானுபாகுவாகக் கருமுடியை அடர்த்தியாக விரித்துக் கொண்டு கம்பீரமாக நிற்பவள்.... நெற்றியில் வட்டமான குங்குமம்... விபூதி... வயிரமூக்குத்தி டாலடிக்கிறது. -

"என்ன மணி?... உனக்கு இந்தக்கோலம் படுஜோர்.... நான் சித்தமுன்னதான் நினைச்சுண்டேன். நூறு வயசு உனக்கு!"

"நான் நூறு வயசு இருக்கணும்னா, நீதாண்டி ஒத்தாசை பண்ணணும்! நான் இப்ப நடுத் தெருவில் நிற்கறாப்பல... துரையப்பன் வந்து, நீ பண்ணையைப் பார்க்க வேண்டாம், குத்தகைக்கு விட்டுக்கறேன். மரியாதையா மெட்றாஸ் வந்தால் வா, இல்லே நடுத்தெருவில் நில்லுன்னுட்டான்... நான் ஒரு வீடு வாங்கி ஒரே ரெண்டுகுழி பூமியாணும் வாங்கி, நான் சாகுபடி பண்ணிக் காட்டுவேன். பொம்மணாட்டி, உனக்கென்னன்னு கேக்கறாங்க குஞ்சம்மா. நான் முன்னமே வந்து உங்ககிட்டச் சொன்னது சரியாப் போச்சு!"

" ஆமா, இவா, கிழிச்சா! மணி, கவலைப்படாதே அங்கு ஏதேனும் இருக்கா, வாங்கறாப்பல?..."

மணி கோடி வீட்டைப்பற்றி விள்ளுகிறாள். -

"மன்னார்குடிப் பக்கம் மாதேவபட்டணம்னு தெரியும். அங்கேபோய்ப் பார்த்து, இன்னிக்கே ராத்திரிக்குள்ளே முடிவு செஞ்சாகணும் குஞ்சம்மா! எங்கிட்ட சொந்தம்னு, அப்பா காலத்துல குடுத்ததுன்னு, ஒரு ஆறு ஏழு நூறு தேறும். போஸ்ட் ஆஃபீசில கொஞ்சம் இருக்கு. மிச்சம் அங்க இங்க குடுத்து வச்சிருக்கேன். உனக்கே தெரியும். இப்ப எனக்கு உறவும், உடம்பிறப்பும் சதமில்லை. உன்னைப் போல் சிநேகிதம்தான் தரும நியாயத்துக்குத் துணை..."

மணி பையில் இருந்து, மாற்று வேட்டி சட்டை, உள்ளாடைகளை எடுத்துக்கொண்டு குளிக்கப் போகிறாள். நீராடி வந்ததும், உணவு கொள்கின்றனர். இருவரும் உடனே வண்டி கட்டிக்கொண்டு, திருவாரூர் செல்கிறார்கள். திருவாரூரில் அனந்து - ஒன்று விட்ட சகோதரனைப் பார்க்கிறாள். இவருக்கு ஒரு நூறு ரூபாய் கொடுத்திருக்கிறாள். அனந்துவுக்கு சொத்து பத்துக் கிடையாது. புடவை வாங்கி விற்பான். நான்கு பிள்ளைகள். கஷ்டக்குடித்தனம். மணி அவனிடம் நடந்தவை அனைத்தையும் விவரிக்கிறாள்.

"என்னை நடுத்தெருவில் நிக்கணும்னு சொன்னான் அவன். நான் அதே மணலூரில் வாழ்ந்து காட்டுவேன். நீ இப்ப என்னோட மாதேவப்பட்டணம் வரணும்!".

"ராத்திரி இங்கே தங்கு, காலம போகலாம். அதுக்குள்ளே நானும் பணத்துக்கு எதானும் ஏற்பாடு பண்றேன்!"

குஞ்சம்மா இவளுக்கு ஒரு துணையாக நின்று உதவுகிறாள். மகாதேவப்பட்டணத்து ராயருக்கு, இது வலியவரும் சீதேவியாகப்

படுகிறது. வருஷக்கணக்காகப் பூட்டிக்கிடக்கும் வீடு. நிலமும்கூடச் சாகுபடி செய்வார் இல்லாமல் தரிசாகக் கிடக்கிறது. அந்தப் பட்டாமணியம் போக்கிரி என்று பெயரெடுத்தவன். அந்தச் சொத்துக்கு யார் பேசுவார்கள்? மணிக்கு மிகவும் எளிதாக நினைத்தது முடிந்து விடுகிறது. முந்நூறு ரூபாய்க்கு வீடும், ஆறுமா நிலத்துக்கு ஒரு சிறிய தொகையுமாக ஏற்பாடு செய்து கொள்கிறார்கள். மறு நாளே நாகை திரும்பி, பத்திரம் எழுதிப் பதிவு செய்ய ஏற்பாடு செய்து விட்டு வெற்றிக்களைமின்ன, மணி மணலூர் திரும்புகிறாள். தாய், மகன் இருவரும் இவளைப் பார்க்கிறார்கள். அனந்தன், அவன் பிள்ளையுடன் வந்திருக்கிறான் என்பதைப் பார்க்காமல் இருப்பார்களா?

அம்மா... பெற்றவள் அல்லவா?

“ஏம்ப்பா? அந்த வீட்டை வாங்கிட்டாளா?” என்று விசாரித்தாளாம்.

“என்ன சொன்னா, வாங்கியாச்சின்னதும்..?” என்று மணி கேட்கிறாள்.

“ஒண்ணும் சொல்லல; வீடு மாடு எல்லாம் பட்டாமணியம் மேற்பார்வையிலதான் விட்டிருக்காளாம் மணி...”

“அவன் குச்சி கொளுத்தினதுதான் இது. இவன் பண்ணைக் குத்தகையில் எத்தனை கட்டி கட்டியாகச் சாகுபடி, செஞ்சு அனுப்புறான்னு நான் பார்க்கிறேன்!”

மணி சவால் விடுகிறாள். இவளுடைய ஏழு குடும்பத்துப் பண்ணை, ஆட்கள் வீரையனும், வேலுவும் வந்துதான் வீட்டைச் செப்பனிடுகிறார்கள். ஆறு மா நிலத்தில் உழவோட்டுகிறார்கள். மழைக்காலம் விரைந்து வரும்போதுதான் நடவு நட்டிருக்கிறார்கள். மணிக்கு இப்போது வண்டிமாடு இல்லை, திருவாரூர் செல்லவோ, அக்கம் பக்கத்து ஊர்களான நாகலூர், காக்கழனி, காரியாங்குடி என்று செல்லவோ, வண்டி இருந்தால் வசதியாக இருக்கும்... அனந்தண்ணாவின் பையன் கிட்டு, மிகச் சூடிகையான பிள்ளை , திருவாரூர்ப் பள்ளியில் படிக்கிறான். அவன் சைக்கிள் வண்டியில் வாராந்தர நாட்களில் மணலூர் வந்து விடுகிறான்.

“கிட்டு, நானும்கூட சைக்கிள் விடக் கத்துக்கலாம்னு பார்க்கிறேன்?”, “ஓ, கத்துக்கலாமே அத்தை! நான் கத்துத்தரேன், உங்களுக்கு.” வீட்டைச் சுற்றிக் காடாய்க் கிடந்த இடங்களைத் துப்புரவாக்கித் தென்னை நட்டிருக்கிறாள். அந்தக் கொல்லை யில் இவளுக்கு அவன் சைக்கிள்விடக் கற்றுக் கொடுக்கிறான். நான்கே நாட்களில் இவள் நடுநிலை சாயாமல் சைக்கிள்விடப் பழகி விடுகிறாள். கொல்லை, வாசல், சேரி என்ற வரையறை கடந்து இவள்

பல்லாவரம், காரியாங்குடி என்று செல்லும் கப்பிச் சாலையில் சைக்கிள் மிதித்துக்கொண்டு செல்கையில், கட்டுகளைத் தகர்த்த உற்சாகம் கொள்கிறாள். விடுதலை ... விடுதலை ... விடுதலை .... என்று மனம் மகிழ்ச்சி கீதம் இசைக்கிறது.

வண்டி, மாடுகள் போனாலென்ன, புது வண்டி கிடைத்து விட்டது! கிட்டுவே, நாகப்பட்டினத்தில் இருந்து, இருபத்தைந்து ரூபாய்க்குப் புதிதாக இந்த சைக்கிளை வாங்கிக் கொண்டு வந்து கொடுத்திருக்கிறான். இதில் என்ன ஒரு சுகம்! தெருக்களில் செல்பவர்கள் இவளை வியந்து பார்க்கின்றனர், விஜயபுரம் கடை வீதியில், அச்சகத்தின் முன் கம்பீரமாக வந்து இறங்கு கிறாள். -

“வேட்டி, ஜிப்பா, கிராப்பு, சைக்கிள்..!” காங்கிரஸ் கட்சியின் உறுப்பினர்களான நண்பர்களில் பலரும் இவளுடைய இந்த வளர்ச்சியைக் கண்டு முகம் சுளிப்பதையும் மணி புரிந்துகொள்கிறாள்.

❍

9

மழைக்காலம் ஓய்ந்து, கொல்லை முழுவதும் பறங்கிக் கொடி, மஞ்சள் மஞ்சளாகப் பூத்து, சூரியனை வரவேற்கிறது. அவரை பந்தல் முழுவதும் படர்ந்திருக்கிறது. சுரை ஒருபுறம் கொடியேறி படல் முழுவதும் பசுமையாக்குகிறது. நீள் சுரைக்காயில் தள தள வென்று பிஞ்சுகள் கணுவுக்குக் கணுவாய்த் தன் புதிய இடத்துக்குக் கட்டியம் கூறுகின்றன. இங்கும் ஒருபுறம் மாட்டுக் கொட்டில் போட்டிருக்கிறாள். விசாலியும் மகாலட்சுமியும் அந்தக் கட்டுத்தறிக்குப் போகாமல் இங்கே ஓடி ஓடி, வந்துவிடுகின்றன. பட்டாமணியத்தின் ஆட்கள் எத்தனை மடக்கினாலும், இவள் கை ஸ்பரிசம் பட்டுச் சிலிர்த்து வளர்ந்த அந்தப் பசுக்கள் - இவள் குரல் கேட்டுப் புளகித்துத் தலையாட்டி வந்த அந்தக் கொட்டில் பசுக்கள் - தாமாகவே இவள் வளைவுக்கு வந்து நிற்கின்றன,

“ஏண்டி விசாலி! மகாலட்சுமி! இப்ப நீங்க பட்டாமணியத்துக்குச் சொந்தமாயிட்டீங்க? காதை அசைச்சிட்டு இங்க வந்து நிக்கலாமா? அவன் மனிசாளையே அடிப்பான். உங்களை விடுவானா? வீணா அடி வாங்காதீங்கம்மா..?” பசுக்கள் அம்மா என்று அலறுகின்றன. அக்குரல் கேட்டு, கழுத்துமணி அசையக் கன்றுகளும் வருகின்றன, இவள் கழுநீரைக் கொண்டுவந்து வைக்கிறாள். உழவு மாட்டுக்கு வாங்கிப் போட்டிருக்கும் வைக்கோல் பிரியில் இரண்டை உதறிப்போடுகிறாள்...

இந்த மாடுகளுடன் அவனால் சமர்புரிய முடியவில்லை. படு லாவகமாகப் புகுந்து இங்கே வந்துவிடுகின்றன. விசாலி இங்கே வரும்போது சினை. புதிய வீட்டில் முதலாக ஒரு கிடாரியை ஈன்றிருக்கிறது. மகாலட்சுமிக்கு இரண்டு கன்றுகள் இருக்கின்றன. கறக்கும் பசு. மூத்தது இன்னும் சில மாதங்களில் பருவத்துக்கு வரலாம்.

வீட்டுக்கு இப்போது பொக்கை பொள்ளை பூசி, வெள்ளை அடிக்கிறார்கள். சிறிய வீடுதானென்றாலும் முன்புறத்துச் சார்பும் பின் புறத்துச் சார்பும் தவிர, மீதி இடங்கள் மச்சுக் கட்டடங்கள். குறுகலான வீடுதான். ஆனால் நீளவாக்கில் இரண்டு கூடங்கள், சமையல் அறை, புழங்கும் தாழ்வாரம், முற்றம் என்று இடம் இவளுக்குத் தாராளமாகப் போதும். பின்புறத்துத் தாழ்வாரத்திலேயே அனந்தண்ணா, மன்னி சமையல் செய்து விடுகிறார்கள். திருவாரூர்க் குடும்பம் இவர்கள் கலைக்கவில்லை. மூத்த பையன் எதோ படித்திருக்கிறான். கால் சிறிது சாய்த்து நடக்கிறான். வீட்டில் இவர்கள் ஒட்டுதலாகக் கலகலப்பாக இருக்கிறார்கள். வீட்டுக்கு வெள்ளையடித்து, வாசலில் செம்மண் சுண்ணாம்புப்பட்டை தீட்டி, அம்மாளுடைய சொந்த வீட்டை ராமசாமியும் அஞ்சலையும் அழகுபடுத்துகிறார்கள்.

இவள் நிலமும் ஊர்க்கோடியில் ஒதுங்கி இருக்கிறது. குடமுருட்டி வாய்க்கால் பாசன வசதி உள்ளதுதான். நாள் கழித்து நட்டாலும், பொங்கலுக்குக் கதிர்கள் பிடித்திருக்கின்றன. இவளுடைய சேரி மக்களே இவள் நிலத்துக்குச் செய்நேர்த்திகள் செய்திருக்கின்றனர். மாசிச் சிவராத்திரியோடு, அதே சோமன் 'புதிர்' கொண்டு வருகிறான். மணி புதிய கதர் வேட்டியும் துண்டும் எடுத்துக் கொடுத்து, பால் பொங்கல் வைத்து, அவர்களையும் கூப்பிட்டு அவ்விழாவைக் கொண்டாடுகிறார்கள். வீட்டு வாசலிலேயே மணலைக் கொட்டி அத்தனை அரிசனப் பிள்ளைகளையும் முன் வாசலில் கூட்டிப் படிப்புச் சொல்லிக் கொடுக்கிறாள். கொல்லையில் சிலம்பம், கர்லாக் கட்டை சுழற்றுதல் ஆகிய பயிற்சிகளும் நடக்கின்றன.

இவளுடைய இத்தகைய வெற்றி கண்டு பட்டாமணியம் 'சும்மா' இருப்பாரா?

இவள் வாயில் மணலைத் துழாவிப் பிள்ளைகளுக்கு இலக்கணங்களை எழுதப் பழக்குகையில், தலையாரி சிவலிங்கம் ஒரு கடிதத்தைக் கொண்டு வந்து இவளிடம் கொடுக்கிறான்.

பிரித்துப் பார்க்கிறாள்.

இவளுக்கு ஒரு கோர்ட் அழைப்பு. பட்டாமணியம் இவள் மீது பிராது கொடுத்திருக்கிறான். அவன் ஆளுகைக்குட்பட்ட நிலத்தின்

விளைவை, பட்டறையில் இருந்து திருடி ஆட்களைப் பதுக்கி வைக்கச் சொன்னாள். தென்னை மரங்களில் இருந்து இரவோடு காய்களைப் பறிக்கச் செய்தாள் .... மணிக்கு எரிச்சலில் முகம் கலைகிறது. சைக்கிளை மிதித்துக்கொண்டு கீவளூருக்கு விரைகிறாள், அங்கிருந்து நாகப்பட்டினம் போகிறாள். முதன் முதலாக ‘மாஜிஸ்ட்ரேட் கோர்ட்டில்’ படி ஏறி, இவள் குற்றவாளிக் கூண்டில் நிற்கையில், சத்திய ஆவேசமே இவளை ஆட்கொள்கிறது. ‘நான் சொல்வதெல்லாம் சத்தியம், சத்தியத்தைத் தவிர வேறொன்றுமில்லை’ என்று சொல்லும்போது இவள் அந்தப் பேரொளியின் தெம்பிலேயே பேசுகிறாள். கறுப்பு அங்கியுடன் சர்க்கார் தரப்பு வக்கீல் இவளிடம் கேள்விகளைத் தொடுக்கையில், பத்து வயசுச்சிறுமிக்குரிய கேலியானதொரு இகழ்வுடன் அவனைப் பார்க்கிறாள் மணி. நியாயாதிபதிக்குரிய ஆசனத்திலிருக்கும் ஆள் நடுத்தர வயசுடைய கறுவலாக இருக்கிறார். முகத்தில் கடுகடுப்பு இல்லை.

எல்லாமே விளையாட்டுப்போல் இருக்கிறது. இதே ஊரில், முனிசிபல் சேர்மன், ‘லீடிங் லாயர்’ என்று புகழின் உச்சத்தில் இருந்த ஒரு மனிதரின் பங்களாச் சிறையில் இவள் பத்தாண்டுக் காலம் இருந்தாள்... இப்போது சிறகு முளைத்துக் கூடுவிட்டு வெளியுலகில் முரண்பாடுகளை ஏற்கும் துணிவுடன் நிற்கிறாள்.

“ஏம்மா? நீங்கதான் மணி அம்மாளா?”

“ஆமாம்...”

“உங்களைப் பார்த்தால் அம்மாள் என்று சொல்லும்படி, இல்லையே?”

“இந்தக் கேள்வி அநாவசியம். இது என் சுயமரியாதையை அவமதிப்பதாகும்...”

இலேசாக ஒரு சிரிப்பு எழுகிறது. நீதிபதி ஆசனத்தில் உட்கார்ந்து இருப்பவர் சிறிது கடுமை காட்டுகிறார்.

இவள் எதிரே சிரித்த அந்தப் பட்டாமணியத்தை மனதுக்குள் ‘கயவாளி...’ என்று நெருக்குகிறாள்.

வக்கீல் இலேசான ஒரு நகையுடன், “ஒரு பெண் - அம்மா இப்படி உடை உடுத்திப் பார்த்ததில்லை. வேறு எந்தக் குற்றமான எண்ணத்துடனும் கேட்கவில்லை...” என்று சொல்கிறார்.

மணி உடனே, “நான் எந்த உடையும் போட்டுக் கொள்ளலாம். வக்கீல் கறுப்புக் கோட் ஏன் போட்டுக் கொள்கிறார் என்று நான் கேட்க முடியுமா? அது கோர்ட்டை அவமதிப்பது என்ற குற்றமாகும்.

இல்லையா?"

மீண்டும் சலசலப்பு எழுகிறது. ஸைலன்ஸ், ஸைலன்ஸ் என்று ஒரு டவாலி கத்துகிறான்.

"நீங்கள் காங்கிரஸ் மூவ்மென்டில் இருப்பவர் தானே?"

"ஆம். ஆனால் இந்தக் கேள்வியும் இந்த வழக்குக்குச் சம்பந்தமில்லாதது என்று கனம் கோர்ட்டாருக்குத் தெரியப் படுத்திக்கொள்கிறேன். என் மீதுள்ள வழக்கைப் பற்றிக் கேள்வி கேட்கலாமே?"

"சென்ற தை மாசம் - பதினெட்டாம் தேதி - அதாவது பிப்ரவரி நான்காம் தேதி மாலை, பட்டாமணியம்பிள்ளை அவர்களுக்குச் சொந்தமான பட்டறையில் இருந்து, நான்கு மூட்டை நெல் நீங்கள் திருடி அதாவது உங்கள் ஆட்களை விட்டு திருடச் செய்து உங்கள் மனைக்கட்டில் வைக்கோற்போரின் பக்கம் ஒளித்து வைத்தீர், சரிதானே?"

"நான் இவர் களத்துக்கும் போகவில்லை; பட்டறையையும் பார்க்கவில்லை. முழுப் பொய், இந்த வழக்கு விவரம்."

"நீங்கள் போகவில்லை. ஆனால் உங்களுக்கு வண்டி ஓட்டிய முன்னாளைய விசுவாச ஊழியன் ராமசாமி, நெல்லைத் திருடிக்கொண்டு வந்தான். குற்றவாளியைக் கையும் மெய்யுமாகப் பார்த்த சாட்சிகள் இருக்கிறார்கள்."

"எனக்குத் தெரியாது. நான் எதற்குப் பிறர் சொத்தைத் திருடப் போகிறேன்? எனக்குப் பிறர் சொத்தையும் திருடத் தெரியாது; பிறர் உழைப்பையும் திருடத் தெரியாது?..."

"சாட்சிகளை விசாரிக்கலாம்" என்று நீதிபதி உத்தரவிடுகிறார், சித்தாதி கூண்டிலேறுகிறான். சத்தியப் பிரமாணம் எடுக்கிறான்.

"நீ தானே நெல் திருடியவனைப் பார்த்தவன்?"

"ஆமாஞ்சாமி! விடியக் கருக்கல்ல, நா அந்தப் பக்கம் போயிட்டிருந்தப்ப, இந்தம்மா பண்ணையாளு ராமசாமி மூட்டையைக் கொண்டிட்டுப் போனாரு, பார்த்தேன். எங்கே போகுது காலங்காத்தாலன்னு கேட்டேன். அம்மாதான் கொண்டாந்து கோயிலாண்ட வச்சிடுன்னு சொன்னாங்கன்னு சொன்னான் சாமி!"

"சரி... நீ போகலாம்..."

"கனம் கோர்ட்டாரின் முன், நான் இப்போது உண்மைகளை வைக்கிறேன், முன்னாளைய விசுவாச ஊழியன் ராமசாமியைக் கொண்டு நெல்லைத் திருடச் செய்து, காளி கோயிலின் பக்கம் பதுக்கி

வைத்ததைச் சாட்சி பார்த்திருக்கிறார். மாலையில் அவை வைக்கோற் போரின் பக்கம் பதுக்கப்பட்டிருக்கின்றன. எனவே இந்தக் குற்றங்களை மணியம்மாள் என்ற பெயருடைய இவர் தூண்டிச் செய்திருக்கிறார்கள் இவர்கள்...”

மணி அம்மாள் இப்போது, “எனக்கும் அந்தச் சாட்சியிடம் சில கேள்விகளைக் கேட்க அனுமதி கொடுக்க வேண்டும். நீதிபதி அவர்களே !” என்று குரல் கொடுக்கிறாள்.

ராமசாமி இப்போது கூண்டில் ஏறிச் சத்தியப் பிரமாணம் செய்கிறான்.

மணி அம்மாள், முன்னாள் வண்டியோட்டியாக இருந்த அவனை ஊன்றிப் பார்க்கிறாள்.

‘ராமசாமி! நீ பயப்படாமல் உண்மை சொல். நான் உன்னைப் பட்டாமணியத்தின் பட்டறை நெல்லைக் கொண்டு வரச் சொன்னேனா?”

“இல்லை அம்மா !”

“பின்னே நீ மூட்டையைக் கொண்டு வந்து முதலில் காளி கோயில் பின்னும் பிறகு வைக்கோல்போரின் பின்னும் பதுக்கியதாகச் சொல்வதெல்லாம் பொய்யா?”

“இல்லை அம்மா உண்மைதான்”

“பின்னே, சித்தாதியிடம் அம்மா கொண்டு போகச் சொன்னார் என்று ஏன் பொய் சொன்னாய்?”

“...வந்து... என்னைப் பட்டாமணியந்தான் அப்படிச் சொல்லச் சொன்னாங்கம்மா. இல்லேன்னா, கட்டி வச்சி உதப்பேண்டா படவான்னு பயமுறுத்தினாங்க... தொரையே, நானா நெல்ல ஏனுங்க திருடப்போற?.... அம்மா... நீங்க எங்களத் திருடச் சொன்னீங்கன்னா நாக்கு அழுகிவிடும்...”

பட்டாமணியத்தின் முகம் தொங்கிப்போகிறது. ஆனால் அவன் தோல்வி காணமாட்டான். வழக்கே தள்ளுபடியாகிறது.

“சபாஷ் ராமசாமி!... பயப்படாதே! சத்தியம் நமக்கு என்னிக்கும் துணை! இவன் கல்லெறிஞ்சா நாம் குனிஞ்சிட்டிருக்கமாட்டோம்!...”

நாகப்பட்டினத்துக் கடை வீதியில் அய்யர் கிளப்பில், அவனுக்கும் சித்தாதிக்கும் சுடச்சுட ரவாகேசரியும் பகோடாவும் வாங்கிக் கொடுக்கிறாள். காபி குடிக்கிறார்கள்.

இதைத் தொடர்ந்து, சங்கிலித் தொடராகப் பட்டாமணியம் இவள் மீது வழக்குத் தொடுக்கிறான். எல்லைக் கல்லைத் தள்ளிவைத்தாள்; இவள் ஆட்கள் அவன் ஆட்களை அடித்தார்கள்; வெட்டினார்கள்; மடை நீரைத் தடுத்தார்கள்... என்று! ஓயாத பிராதுகள், மணி நாகப்பட்டினம் கோர்ட்டுக்கும், திருவாரூர் முன்சீஃப் கோர்ட்டுக்கும் ஓடியவண்ணம் இருக்கும்படி அந்தப் பட்டாமணியம் தொல்லை கொடுக்கிறான்.

நாகப்பட்டினம் மாஜிஸ்திரேட் நாள்தோறும் நீதிமன்றத்துக்குள் நுழையும்போதெல்லாம், "இன்னிக்கும் மணியம்மா கேஸ்தானா ?" என்று கேட்கும் அளவுக்கு இவர்கள் மோதல் பிரசித்தமாகிறது.

இந்தக் காலத்தில் காங்கிரஸ் அரசியலிலும் மந்தநிலை என்று கொள்ளலாம். மகாத்மா காந்தி நிர்மாணப்பணி என்று சேவாகிராமத்தில் தங்கியிருக்கிறார். உள்ளூர் மோதல்கள். அவற்றை மீறியவளாக இவள் சேரி மக்களின் பக்கம் சார்ந்து நிற்கும் தீவிர ஈடுபாடுகள் என்று கதர்ப் பிரசாரமென வெளியூர் செல்வதற்கும் கூட பொழுதில்லாமல் போகிறது.

இந்த நிலைமையில்தான் "ஜில்லா போர்ட் தேர்தல்" என்ற பேச்சு அடிபடுகிறது. இந்தப் பதவிக்கு, அரசுடன் போராடி, ஊருக்கு நல்லது செய்யக்கூடிய ஓர் அதிகாரம் - சக்தி உண்டு. குளம், வாய்க்கால், கல்விச்சாலை, ஆஸ்பத்திரி, மாட்டுவாகடம் இதெல்லாம் ஊருக்குப் பயனளிக்கும் வகையில் நிறுவ, சீர் செய்ய உதவியாக இருக்கும். முதலில் இந்த ஊருக்கு, பாதை, சாலை வசதி வேண்டும். இப்போது, காரியாங்குடி செல்லும் கப்பிப் பாதையில் வண்டி ஓட்டிச் செல்வதே கடினமாக இருக்கிறது. மேலும் ... அரிசனப் பிள்ளைகள் படித்து முன்னேற முடியாமல் பண்ணையடிமை முறை முட்டுக்கட்டை போடுகிறது. கல்வி முன்னேற்றம் மனித உரிமை ... தாலுகா காங்கிரஸ் கமிட்டி, நாகப்பட்டினத்தில் கூடவில்லை; திருவாரூரில் கூடுகிறது. ஒரு காங்கிரஸ் பிரமுகர் வீட்டில்தான் கூட்டம். மணி, சைக்கிளை வாயிலில் நிறுத்திவிட்டு, பைக்குள் இருந்து கைக்குட்டையை எடுத்து முகத்து வியர்வையைத் துடைத்துக்கொண்டு உள்ளே செல்கிறாள். இவள் முற்றத்தைச் சுற்றியமர்ந்து இருந்த கூட்டத்தில் சென்று கீழே விரிஜமுக்காளத்தில் அமருகையில் ஒரு நண்பர் பேசிக்கொண்டிருக்கிறார்.

"திருவாரூர் ஜஸ்டிஸ் கட்சியின் கோட்டை. அதெல்லாம் நடக்காது" என்ற சொற்கள் இவள் செவிகளில் விழுகின்றன.

"வாங்கம்மா, வாங்க!... உங்களைப் பத்தித்தான் பேசிக்கிட்டிருந்தோம்..." என்று தலைவராக வீற்றிருக்கும் காங்கிரஸ் பிரமுகர் இவளை வரவேற்கிறார்.

“என்னைப் பத்தியா? ஏதோ ஜஸ்டிஸ் கட்சிக் கோட்டைன்னு சொல்லிட்டிருந்தது காதில் விழுந்தது?”

“ஆமாம். கோட்டைங்கறது என்ன, ஆள்களால் ஆனதுதானே? ஆனபடியால், காங்கிரஸுக்குப் புது மோஜி வரது. பழைய கலர் பளிச்னு புதிசானா நல்லதுதானே ?” என்று ஒருவர் பூடகமாகப் பேசுகிறார். இந்தக் கூட்டத்தில் மணியின் உறவினர்கள் என்று யாரும் வந்திருக்கவில்லை. “உங்களுக்குத் தெரியாமல் இருக்குமாம்மா? நீங்கதான் மாகாணம் வரயிலும் தெரிஞ்சவங்களாச்சே? புதிசா ஆட்களெல்லாம் அங்கேயே காங்கிரஸ் பிரசிடென்டப் பார்த்து, இந்த டிஸ்ட்ரிக்ட் போர்ட் எலக்க்ஷனுக்கு யாரார் நிற்கணும்னு தீந்தாச்சாமே?” உண்மையில் மணிக்கு இதொன்றும் இதுவரையில் தெரிந்து இருக்கவில்லை.

கூட்டத் தலைவர், வெளிப்படையாக, ஏகமனதா இப்போது தேர்ந்து இருக்கிற நபர்கள் பெயரை எழுதிய லிஸ்ட் இப்ப உங்க பார்வைக்கு வைக்கிறோம் என்று அந்தப் பட்டியலை வைக்கிறார். மணிக்கு இருக்கையில் புழு குடைவது போல இருக்கிறது. நேற்று வரையிலும், மாகாண கமிட்டி தேர்தல் வரையிலும் தலைவர் முன்மொழிய, மற்றவர்கள் அனைவரும் கைதூக்கி, பெரும்பான்மை ஒப்புதலை தெரிவித்தார்கள். இந்த தேர்வில் ஒளிவு மறைவே இல்லை. இன்று என்ன ஆயிற்று? இந்தப் பட்டியலில் இவள் பெயர் இல்லை. இவளுக்கு ஏதோ சூது இருப்பதாகத் தோன்றுகிறது. தான் உள்ளம் ஒன்றி ஈடுபட்டுச் செய்யும் சேவைக்கு கமிட்டியின் பிற தலைவர்கள் “அங்கீகாரம்” கொடுக்கவில்லை. காங்கிரஸ் தாழ்த்தப்பட்ட மக்களின் முன்னேற்றத்தை முன்வைத்திருக்கும் ஓர் இயக்கம் இல்லையா? காந்தி நாலு முழத்துணி உடுத்தி நடந்து செல்வதும் மூன்றாம் வகுப்பு வண்டியில் பயணம் செய்வதும், எதற்காக?......

அரசியல் கட்சிகளில், பதவிக்கான போட்டிகளுக்கான சூதுகள் பற்றி எதுவுமே அதுவரையிலும் அறிந்திராத மணி குழம்பிப் போகிறாள்.

10

மயிலாப்பூர் டிராமில் வந்திறங்கி, விடுவிடென்று கைப் பெட்டியுடன் மணி ஆலிவர் சாலையிலுள்ள தம்பியின் வீட்டுக்கு வருகையில், குழந்தைகள் சந்தோஷமாகக் கூவுகிறார்கள்.

"மணி அத்தை!..., மணி அத்தை வராம்மா!" "அத்தை வாங்கோ!" என்று வரவேற்கும் வத்சலா எப்படி வளர்ந்து விட்டாள், நெடுநெடுவென்று! பாவாடை சட்டைக்கு மேல் தாவணி போட்டுக்கொண்டு.... அடக்கமான நாணப் புன்னகையுடன் இவள் கைப்பெட்டியை வாங்கிக்கொண்டு உள்ளே செல்கிறாள். தம்பியின் ஆபீஸ் அறையில் அதற்குள் கலகலப்பு கூடிவிட்டிருக்கிறது.

... "சௌக்கியமா?" என்று கேட்டுக்கொண்டு எதிர்ப்படும் இளைஞன் தெரிந்தவன்தான். காங்கிரஸ் இயக்கத்தில் திவீரமாக இருப்பவன், ஒத்துழையாமை - நாள்களில் சில ஆண்டுகளுக்கு முன் இங்கிருந்துதான் இரகசிய அறிக்கைகளை 'சைக்ளோஸ்டைல்' செய்து வெளியே பல இடங்களிலும் பரப்பும் பணியைச் செய்து வந்தான். போலீஸ் ஒரு தரம் பிடிக்க சோதனைக்கு வந்தபோது, குழந்தைகள் மட்டுமே இருந்தார்களாம், வத்சலா?...அப்போதே இதெல்லாம் சொன்னாள்....

எனவே, அவளைப் பார்ப்பது சந்தோஷமாகவே இருக்கிறது.

"அக்கா சௌக்கியமா?" என்று விசாரித்து விட்டு, தம்பி மனைவி காபி கலந்துகொண்டு வருகிறாள். அம்மா உள்ளே ஜெபம் செய்கிறாள் போலும்! எட்டிப் பார்க்கவில்லை.

மணியும் தான் வந்த காரியம்தான் முக்கியம் என்ற நிலையில் "வச்சு, என்னோடு, மாடவீதி வரை வாம்மா, சித்த போயிட்டு வரலாம்!" என்று அழைக்கிறாள்.

மயிலாப்பூரின் வடக்கு மாட வீதியில்தான், தமிழ்நாடு காங்கிரஸ் தலைவர் வீடு இருக்கிறதென்பதை அவள் அறிந்திருக்கிறாள். நேராக அவரைச் சந்தித்துக் கேட்கவே இப்போது இங்கே மணி புறப்பட்டு வந்திருக்கிறாள்.

அழிபோட்ட நீண்ட வராந்தா. கதவு திறந்துதான் இருக்கிறது. வாசல் பெஞ்சில் யார் யாரோ உட்கார்ந்திருக்கிறார்கள். காலை மணி ஒன்பது ஆகிறது என்பதை அடுத்தாற் போலிருந்த முன்னறையில் கடிகாரம் அறிவிக்கிறது. சுவரில் காந்தி, மோதிலால் நேரு, ஜவஹர்லால் நேரு, கமலா நேரு, விஜயலட்சுமி பண்டிட் ஆகியோரின் படங்கள் மாட்டப்பட்டிருக்கின்றன. பிரம்பு நாற்காலி ஒன்றில் இவள் அமர்ந்து கொள்கிறாள். வத்சலா ஜன்னலின் பக்கம் நிற்கிறாள். எதிரே காந்தி படத்தில் கதர் மாலை புதிய வெண்மையுடன் துலங்குவதைப் பார்த்த வண்ணம், மணி சொல்ல வேண்டிய கருத்துகளை அசை போடுகிறாள்.

"வாங்க, வாங்கம்மா! எப்ப வந்தாப்ல மட்றாசுக்கு?" மணி எழுந்து நின்று வணக்கம் தெரிவிக்கிறாள்.

"இன்னிக்குத்தான் காலம வந்தேன்.... நேராக வீட்டுக்கு வரேன்..?"

"சௌகரியந்தானே? ... என்ன விசேஷம் திடீர்னு" மணி சிறிது நேரம் மௌனமாக இருக்கிறாள்.

"போன வாரம் கமிட்டிக் கூட்டம் நடந்தது ... "

"ஆமா, டிஸ்டிரிக்ட் போர்ட் எலக்ஷன் வருதில்ல? நாம நாடிமுத்துப் பிள்ளையை பிரசிடன்ட் பதவிக்கு நிக்க வக்கிறதா தீர்மானம்கூட மூவாயி, உறுதியாயிட்டது. எதானும் ஆட்சேபம் வந்ததோ?"

"அதெல்லாம் இல்ல. அவர் ஜஸ்டிஸ் கட்சியா இருந்தார் இல்லையா? தேவலையா? தேசீய பரம்பரையுள்ளவங்க இல்லையே?"

"இருந்தார். இப்ப இல்லே. நமக்கும் செல்வாக்கும் பலமும் கூடணும்னா, இந்த மாதிரி தேசிய பரம்பரை பார்த்து முடியுமா? காங்கிரஸுக்கே தேசியமான ஒரு செல்வாக்கு காந்திக்குப் பிறகுதான் வந்தது. மோதிலால் 'இங்கிலீஷ்' செல்வாக்கை விட்டுவிட்டுத்தான் தேசியத்துக்கு வந்தார் அப்படி, பிள்ளைவாளும், காங்கிரஸுக்கு வந்தானபிறகு, அதுபற்றி என்ன பேச்சு?"

மணி வாயடைத்துப் போகிறாள்.

நேற்றுவரை தேசியத்துக்கு விரோதமான ஒரு கட்சியில் இருந்தவர். இந்தத் தேசத்தில் வேரோடிக் கிடக்கும் அறியாமை, வறுமை இவற்றை எதிர்த்து மக்களின் பக்கம் நின்று தேசிய எழுச்சியை உண்டாக்காமல் பகதூர் பட்டங்களுக்காக வெள்ளைக்காரனுக்கு முன் மாலையிட்டு மண்டி போட்டவர்கள். இவர்கள் இன்று காங்கிரஸில் பதவிக்காக வந்து சேருகிறார்கள்.

"நீங்க கூட டிஸ்டிரிக்ட் போர்ட் மெம்பராக நிக்கிறதா ஒரு கருத்தை வெளியிட்டதாத் தெரிகிறது. நேத்துக்காலம, திருவாரூர்லேந்து ஆள் வந்தது. ஆனா, உங்க தோப்பில, கள் குத்தகைக்கு விட்டிருக்கிறீங்க. நீங்க மாகாண கமிட்டில் இருக்கறதே சரியில்லேம்மா?... ஏம்மா, மதுவிலக்கு காங்கிரசுக்கு உயிர்மூச்சு. உங்களுக்கு இது தெரியாதா? அப்படி இருக்கறப்ப, உங்க தென்னந்தோப்பெல்லாம் கள் குத்தகைக்கு விட்டுட்டு, காங்கிரஸ் மாகாண கமிட்டி வரை வந்துட்டீங்க. தப்பு, யார் செய்தாலும் தப்புதானே?"

அவர் குரல் உயருகிறது.

இவள் இறுகிப் போகிறாள்.

"இது... அபத்தம், ஏனென்றால், எனக்குச் சொந்தமான நிலத்தில் தென்னை வைத்து ஒரே வருஷம்தானாகிறது. அதிகம் இல்லை. எனக்குச் சொந்தமாக வரி கட்டும் நிலம் எட்டு 'மா'த்தான். கள் கலயங்களை உடைத்துப் போடுபவள் நான். எங்கள் ஊருக்கு வந்து சேரியில் கேட்டுப் பாருங்கள், உண்மை தெரியும். மதுவிலக்கும் அரிசன முன்னேற்றமும், காங்கிரஸின் இரண்டு உயிரான கொள்கைகள். மகாத்மாவின் இலட்சியங்கள் என்பதை நான் பூரணமா உணர்ந்து நம்பிச் செயல்படுபவள். நான் கள் குத்தகைக்கு, மரத்தை விட்டிருக்கேன் என்பது அபாண்டம்."

"அதென்னமோ, அம்மா, எனக்குத் தெரியாது மாகாண காங்கிரஸ் தலைவர் என்ற நிலையில் நான் எப்படி முடிவு செய்யணுமோ அப்படிச் செய்திருக்கிறேன். உங்க மரங்கள் குத்தகைக்கு விட்டிருக்கிறதா எனக்கு ஆதாரப்பூர்வமா தாலுகா கமிட்டிலேர்ந்தே சமாச்சாரம் வந்திருக்கு. உங்ககிட்ட எனக்கென்னம்மா விரோதமா?...."

மணிக்கு இப்போதுதான் இந்தச் சூழ்ச்சிகள் புரிகின்றன.

"... அந்த நிலம் என் தம்பியின் சொத்து. பிரஸிடென்ட்வாள், எனக்கும் அதுக்கும் இப்ப சம்பந்தமில்லை. எனக்குன்னு இருக்கிறது எட்டு மா. அதில் இப்பத்தான் தென்னங்கன்று வச்சிருக்குறேன். நான் கள்ளுக் கலயம் கண்டா கல் எடுத்து உடைக்கிறேன். என் பேரில இப்படி அபாண்டமா?..."

"அம்மா அப்படிப் பார்த்தாலும், நீங்க இந்த மெம்பர் எலக்ஷனுக்கு நிக்க முடியாது. ஏன்னா அதுக்குள்ள அளவு வரி நீங்க கட்டக்கூடியவரில்லைன்னு ஆவுது.... இந்த ஜில்லா போர்டுங்கறது ஒரு குறிப்பிட்ட செல்வாக்குள்ள நபரைத்தான் வைக்கணும்ங்கறது ..."

மணி, தன் உணர்ச்சிகளை விழுங்கிக்கொள்கிறாள்.

"எனக்குப் பதவி ஒரு துரும்புக்குச் சமானம். அதனால் ஜனங்களுக்கு இன்னும் பிரயோசனமா எதானும் செய்யலா மோங்கறதுதான் என் லட்சியம். ஆனால் என் கண்ணியம், நேர்மை, சத்தியம் இதுங்க மேல், ஒரு தூசு இருப்பதாக நீங்க நினைக்கிறது கூடச் சரியில்லை. என்னை நீங்க புரிஞ்சுக்கல ... நான் வரேன். இப்படி மனசுவிட்டுச் சொன்னதுக்கு வந்தனம்..."

மணி விடுவிடென்று படியிறங்கி வருகிறாள்.

காங்கிரஸ் என்பது, தேசீய எழுச்சியை உண்டாக்கும் ஸ்தாபனமில்லையா? ஆள்கட்டும் பணக்கட்டும் கொண்டு ஏழை மக்களை நசுக்கும் நிலச்சுவான்தார் ஆதிக்கம் செலுத்துவதனால் காங்கிரஸ் மேன்மை பெறுமா?

.... ஆனால், இவையனைத்தும் சூழ்ச்சி என்று புரிகிறது. இந்தச் சூழ்ச்சி வளையத்தில் இவள் தம்பி, பெற்றவள் எல்லாருக்கும் பங்கு இருக்கிறது. இவள் தன்னந்தனியே நின்று ஓர் இலட்சியத்துக்காகப் போராடி வாழக்கூடாது; செல்வாக்கும் பெறலாகாது. அவன் ஆண்; தம்பியானாலும் தலைவன்; அம்மா, பிள்ளைக்குக் கட்டுப்பட்டவள். ஆனால் அந்த அயோக்கிய சிகாமணி பட்டாமணியத்துக்கு முன் இவளை மட்டந்தட்டி நடுத்தெருவில் நிறுத்தினார்கள்... என்ன அநியாயம்!

அவன் மரத்தில் கள்ளுப் பானையைக் கட்டி, இவள் காங்கிரஸ் செல்வாக்கை ஒழிக்க அந்தத் தம்பியே துணை...!

உள்ளம் துடிக்கிறது; உதடுகள் துடிக்கின்றன.

கோச் வண்டி, கார்கள் என்று மாட வீதியைச் சுறுசுறுப்பாக்கி இருக்கின்றன. பள்ளிக்கூடம், அலுவலகங்கள் செல்லும் நேரம். கபாலி கோயில் கோபுரம் கம்பீரமாகத்தான் இருக்கிறது. ஆனால் இதைச்சுற்றி இருக்கும் கும்பல், பொய்யர்கள். அரசியல் சூதாடிகள் நிறைந்த அகங்காரக் கும்பல். கறுப்புக் கோட்டை மாட்டிக்கொண்டு சட்டம் ஒன்றைப் பற்றிக்கொண்டு, பொய்யின் புகழ்பாடும் கும்பல். கறுப்பு... கறுப்பு, சத்தியத்தைக் கொன்றுவிட்டதன் அடையாளச் சின்னம்...!

இவள் வீடு திரும்புகையில் தம்பி கோர்ட்டுக்குப் புறப்பட்டுக் கொண்டிருக்கிறான். ஆனால் இவள் அவன் முன் நின்று பார்த்துப் பேசவில்லை. அம்மாதான் உருகிக் கண்ணீர் வடிக்கிறாள்.

"மணி, நீரடிச்சு நீர் விலகுமா? என்னம்மா வீம்பு? அவந்தான் சித்த புடிவாதமா இருக்கான்னா, நீயும் அவங்கிட்ட வீம்பா இருக்கலாமா? அந்தப் பாவி குத்தகைப் பணமே அனுப்பல. உள்ளூர உங்கிட்ட அப்படி நடந்துட்டமேன்னு உருகிப்போறான்... இப்பக் கோர்ட்டில் போடறேன், படவா ராஸ்கல்னு கத்தறான். அவனுக மூர்க்கங்கள்; முரடன்கள்; கண்ட சகதியிலும் விழுந்து புரண்டுட்டு, பரிமளம் பூசிண்டு சபைக்கு வர கும்பல். - ஆகா, ஊகான்னான், ஒரு லெட்டருக்குப் பதில் இல்லை. அவனுக்குச் சரியா நாம் போக முடியுமா? அன்னிக்கே நீ கொஞ்சம் விட்டுக் குடுத்திருந்தா இத்தனைக்கு வருமா?..."

மணி பேசவில்லை.

"ஆச்சு, இந்த வருஷத்தோடு தீர்ந்துவிடும். சித்திரைக்கப்புறம், அதை நீயே வச்சிண்டு பாத்துக்கோ அக்கான்னு சொல்லக் கூசறான். எங்கிட்ட நீ சொல்லுன்னு சொல்லிட்டுத்தான் போறான்."

“என் செல்வாக்கில் ஒரு கரும்புள்ளியைக் குத்தி, குத்தகையைப் பிடுங்கி அவங்கிட்டக் குடுத்து கள் பானையை மரத்தில் கட்டி வச்சுதுமல்லாம, இது வேற... என்னைப் பொருத்தவரை, பட்டாமணியம் கும்பல், காங்கிரஸ் கும்பல், அண்ணன் தம்பி பாசங்கள் எல்லாம் ஒண்ணுதான்!” மணி பெருமூச்செறிகிறாள்.

தம்பியுடன் பேசவில்லை. அன்றே ஊர் திரும்பக் கிளம்பி விடுகிறாள்.

எழும்பூர் ரயில் நிலையத்துக்கருகே டிராமை விட்டிறங்கி நடக்கையில், அந்த இளம் பிள்ளையாண்டான் ராமுவைப் பார்க்கிறாள்.

அவன் படிக்கிறானா, தொழில் செய்கிறானா என்று நிச்சயமாக இவளுக்குத் தெரியாது... ஆனால் காங்கிரஸில் சேர்ந்து தீவிரமாக உழைக்கும் பிள்ளை. இவள் பின்னே வந்து, ‘நமஸ்காரம்’ என்று குரல் கொடுக்கிறான். புன்னகையுடன், “எங்கே வந்துட்டு உடனே திரும்பறாப்பல ..?” என்று விசாரிக்கிறான்.

மணி பெஞ்சியில் உட்கார்ந்து, சுருக்கமாகத் தென்னமரக் குத்தகை, ஜஸ்டிஸ் கட்சி, ஆள்களின் காங்கிரஸ் ஆதிக்கம் என்று விவரிக்கிறாள். மனவருத்தம் குரலில் முட்டிக்கொண்டிருக்கிறது.

“இப்படித்தானம்மா பொதுவாக நடப்பு எங்கேயும் மோசமாயிருக்கு. இதுக்காக நீங்கள் மனசு தளர்ந்துவிட வேண்டாம். நீங்க விவசாயத் தொழிலாளர் மத்தியில், ஒரு விழிப்புணர்ச்சியை உண்டாக்க முயற்சி செய்வதை நிறுத்திவிட வேண்டாம், காங்கிரஸ் இப்படி விளக்கெண்ணையாக இருந்து விட முடியாது... இந்த மிட்டாமிராசு ஆதிக்கங்களைத் தகர்க்க நாம் தொழிற்சங்கங்களைக் கூட்ட வேணும். அதுதான் நமக்குப் பலம். தொழிற்சங்கங்கள் செயல்படாமல், தேசிய விடுதலை வரவே வராது. நீங்க இந்தச் சின்னச் சின்னச் சலசலப்புக்கெல்லாம் தளர்ந்துவிட வேண்டாம்.” மணிக்கு ஆறுதலாக இருக்கிறது. அவளைவிடச் சிறிய பிள்ளை, ஆனால் ஆணாக இருப்பதாலேயே, சுதந்தரமாகச் செயல்படவும் சிந்திக்கவும், சந்தர்ப்பங்களை நாடிச்சென்று பயன்படுத்திக் கொள்ளவும் முன் நிற்கிறான். இவனுடைய வயசில், இவள்.... வெறும் கூட்டுப் புழுவாகவே இருந்தாள். இளமையின் வேகங்களும் அரும்பும் ஆர்வங்களும், இவளுக்கு மூடநம்பிக்கைகளின் பிணிப்பில், அன்றே மாய்ந்துவிட்டன. இளமை மடிந்து விட்ட காலத்தில் எஞ்சியுள்ள ஆர்வத் துளிகளை, இவள் இலட்சிய வேகங்களே வீரியமிக்கதாகச் செய்யக்கூடும்....

ஆம், துவள வேண்டாம் ...

அந்த மூன்றாம் வகுப்புப் பெட்டியில், வைத்தீசுவரன் கோயிலுக்குப் பிரார்த்தனைக்குச் செல்லும் ஒரு குடும்பம் இருக்கிறது. இவள் ஏறிப் படுத்துக்கொண்டு நன்கு உறங்குகிறாள்.

காலையில் திருவாரூர் வண்டி ஏறி, நிலையத்தில் வந்து இறங்குகிறாள். காக்கழனிக்கு வரும்போது, உச்சியாகும் நேரம்... அண்ணா, திண்ணையை விட்டு உள்ளே வந்திருக்கவில்லை. பரம்பரையாகக் கிராம மணியம்.

“ஏம்மா, என்னமோ சொல்லிக்கிறாளே? கள்ளுப்பானை கட்டிக் குத்தகைக்கு விட்டேன்னு, காங்கிரசிலேந்து ஒதுக்கப் போறான்னு ... என்ன அக்கிரமம் ?”

“ஒழியட்டும், மன்னி! எல்லாரும் திட்டமிட்டு சதி பண்ணிருக்கா...”

கிணற்றடியில் துவைத்துக் குளிக்கிறாள்.

புளிக்கொட்டை எடுக்கிறாள் ஒரு குடியானவப் பெண்.

பின் பனிக்கால வெயிலும் குளிர் நீரும் சுகமாக இருக்கிறது.

இந்த மன்னி, இவளைச் சிறிதுகூட விகற்பமில்லாமல் பாராட்டி அரவணைப்பவள்.

இலை போட்டு உணவு பரிமாறுகிறாள்.

“உன் நேர்மையும் தைரியமும் யாருக்கு இருக்கு?... தப்பைத் தப்புன்னு சொல்லிட்டுத் தைரியமாகப் புறப்படற தைரியம் யாருக்கு இருக்கு? நான் இன்னிக்குச் சொல்றேன். முன்ன ஒருநா நாணக்குடி ஜோசியர் வந்தப்ப, அண்ணா ஜாதகத்தக் காட்ட, பழைய புஸ்தகத்தைத் தேடி எடுத்துண்டு வந்தார். அதுல உன்னோடதும் இருந்தாப்பில இருக்கு. ஜோசியர் பார்த்துட்டு... ‘இந்த ஜாதகருக்கு, முப்பத்து மூணு வயசில மரணம் வந்துடறதே’ன்னு சொன்னார் திடுக்கிட்டாப்பல.

“அது மணி ஜாதகம்ன்னார்...? அண்ணா. அவர் சொன்னாச் சொன்னது, ஜோசியாள், கெட்டது இருந்தால் சொல்ல மாட்டா. நல்லதுதான் வாக்குல சொல்லுவா. எனக்கு அது உறுத்திண்டே இருந்தது. நீ இப்படி அந்த ஜன்மாவை ஒழிச்சிட்டு இப்படி வேஷ்டியும் கிராப்புமா வந்து நின்னப்ப சந்தோஷப்பட்டேன். மணி, நீ ஆயுளோட இருக்கணும். நீ ஊருக்கு உபகாரம் பண்ணிண்டு இருக்கே, அதை வெளில சொல்லிக்க வேண்டாம். தானே வெளில தெரியும். மணி, பொண்ணாப் பிறந்திட்டோம். இந்த வாசப்படிக்குள்ளியே என்ன அதிகாரம் இருக்கு? உக்காருன்னா உக்காரணும் நில்லுன்னா

நிக்கணும்... இதில என்ன இருக்கு?... நீ ஆயிசோட இருக்கணும்மா!" பரங்கியும் பூசணியும் போட்டுச் சமைத்த குழம்பை ஊற்றுகிறாள்.

"புதுசா வடாம் போட்டேன்" என்று பொரித்த வடகத்தைப் போட்டு இவள் சுவைத்து உண்பதை வாஞ்சையுடன் பார்க்கிறாள். மணிக்குக் கண்கள் கசிகின்றன.

"மன்னி, நீ என்னிடம் காட்டும் அன்பு ஜன சமூகம் முழுவதும் காட்டறதா எனக்கு படறது."

உணர்ச்சிப் பெருக்கில் தொண்டை கம்முகிறது. பச்சைக் குத்தும் பெரிய சிப்புக்கல் காது ஓலையும் - குங்குமப் பொட்டு மாக, அந்த உறவினள் இவளுக்குத் தாயாகத் தோன்றுகிறாள்.

11

"இன்னிக்கு அம்மாவூட்ல என்னப்பூ ...?"

"ஓலயப் பாத்துக் கிழிடா, அறுவுகெட்டப் பயலே?" என்று சித்தாதி மகன் அழகுவை வெருட்டுகிறான். குருத்தோலையை அழகாக அவன் கிழித்து வைக்க, கிளி உட்கார்ந்தாற்போல் தோரணம் செய்கிறான் தந்தை.

"கண்ணாலமாப்பூ? ..."

"ஆமாண்டா, கண்ணாலம்... ஐயிரு மவ பட்டணத்திலேந்து மின்ன வந்திச்சே? அதுக்குத்தான் கண்ணாலம்..."

இதைச் சொல்பவன் உழனி பண்ணையிலிருந்து இங்கே படிக்க வரும் முருகன்.

இவன் நன்றாக வளர்ந்திருக்கிறான்.

"மட்டிப்பயலுகளா, மாவிலைத் தோரணம்னா கலியாணம் தானா? கலியாணம் இல்ல. இன்னிக்கு மீட்டிங்கு. நிறையப்போர் வந்து பேசப்போறா இங்கே."

"நம்ம வீட்டிலே..." என்று அனந்தண்ணா மகன் கிட்டு கூறுகிறான்.

"மீட்டிங்குக்குத் தோரணம் கட்டுவாங்க? ... நா, மின்ன அம்மா, பட்டாமணியம் மவங்க கலியாணத்துக்கு, நாங்க அங்க சாப்பிடப்போவக் கூடாதுன்னு, அம்மா பாவசம் லட்டு போட்டு அல்லாருக்கும் சாப்பாடு போட்டாங்களே? அத்த நெனச்சிட்டே ...," என்று ராமு கூறுகிறான். "வந்தே மாதரம் மீட்டிங்கு போட்டுக் காளியம்மன் கோயில் முன்னதானே பேசுவாங்க ...?"

பிள்ளைகளுக்கு இன்னும் உறுதியாகப் புரியவில்லை.

அப்போது, மணி முற்றத்தில் ஒரு பெரிய பலகையில் வெள்ளைப் பூசி அதில் பேனாக்கட்டையினால் மையைத் தோய்த்துக் கட்டையாக எழுதுகிறாள்.

நாகை தாலுகா கிசான் கமிட்டி, மணலூர்.

“டேய், முருகு, ராமா, அழகு எல்லாம் இங்க வாங்க ! இதுல என்ன எழுதியிருக்கு, படியுங்க?’

“நா . . . கை ... நாகை தலுகா ...”

அழகுவின் முதுகில் ஒன்று வைக்கிறாள் அம்மாள்.

“நாகை வா? சரியாப் படிடா, மட்டீ! நாவுக்குப் பக்கத்தில் இருக்கிற இரண்டும் ஒரே எழுத்து ... நீ படிடா முருகா.”

முருகன் சிறிது சூடிகையான பையன்.

“நாகை ... தலூகா ...”

“தலூகா இல்லை. தாலுகா.. நீ படிடா ராமு....”

“தாலூ.... கா... கி... சான்... கம்ட்டி... ”

இவன் இதை விவரிக்கையில் அழகு, “கிசன் கமிட்டி..! என்று சொல்லும் போதே மெதுவாக, ‘கம்னாட்டி’ என்று சிறுபிள்ளைக் குறும்பாகவே சொல்லிக் கொள்கையில் முதுகில் ஒன்று ஓங்கி வைக்கிறாள் மணி.

- “இந்தக் குயுக்தி எல்லாம் உடனே வந்துடுமே? படவாப் பயலே... கம்ட்டியாம், மேல் புள்ளி இருக்குதாடா? கமிட்டின்னு எழுதியிருக்கு. என்ன வார்த்தை வருது? - காதைப் பிடிச்சிடறேன் இந்த மாதிரிப் பேசறப்ப..”

பையன்கள் எல்லாருமே இப்போது சிறிது ஒடுங்கித் தீவிரமாகிறார்கள்.

-“சேத்துச் சொல்லுங்கடா, நாகை தாலுகா கிசான் கமிட்டி மணலூர்.... இப்படீன்னா என்ன தெரியுமா சித்தாதி?...”

“தெரியலீங்களே”

“நீங்கல்லாம் ஒண்ணாச் சேரணும்னு அருத்தம், சாட்டை யடி, சாணிப்பால், தொழுவக்கட்டை எல்லா அநியாயங்களும் தொலையணும். கள்ளுக்குடி போயி எல்லாரும் படிச்சு, அவன் தொட்டது, இவன் தொட்டது, நான் சாம்பாரு, நீ வாயக்காருங் கறதெல்லாம் ஒழிஞ்சு ஒண்ணாகணும், போராடணும்; இங்கிலீஷ்கார

சர்க்காரை விரட்டி நாமே நம்மை ஆட்சி பண்ண சுயராச்சியம் வரணும்னு அருத்தம். இவ்வளவு விஷயம், இந்த நாகை தாலுகா கிசான் கமிட்டிலேந்து வரப்போகிறது. இவன் என்னடான்னா கம்ட்டி, மம்ட்டின்னு படிச்சிட்டிருக்கிறான்!”

“இனிமே நெல்லாப் படிக்கிறோங்கம்மா! நாகை தாலுகா, கிசான் கமிட்டி.....” என்று எல்லோரும் கோரஸாகப் படிக்கிறார்கள். “பேஷ், ‘கிசான்’ அப்படீன்னா என்னன்னு தெரியுமா?”

“அம்மா சொல்லுங்க!’ என்று சித்தாதி உன்னிப்பாகப் பார்க்கிறான்.

“கிசான்னா, நீங்கள் எல்லாருந்தா கிசான். நிலத்தை உழுது, அண்டைக்கட்டி, மடைபார்த்து, மடை திறந்து அடைச்சு, நடவு நட்டு, களை எடுத்து, கதிரறுத்து, கட்டி... போரடிச்சு, மூட்டையைக் கொண்டாந்து வூட்ல அடுக்கிறீங்கல்ல? இந்த அத்தனை வேலைகளையும் செய்யற உங்களுக்குத்தான் கிசான்னு பேரு. சர்க்கார் வரிய வாங்கிட்டுப்போக வாரவனை கலெக்டர், டிபுடி கலெக்டர்னெல்லாம் சொல்றோம். சட்டம் படிச்சி கோர்ட்டுல வாதாடுறவன வக்கீல்ன்றோம். அதுபோல், நிலத்தில் உழைச்சு சாகுபடி பண்ணும் ஜனங்கதான் கிசான்.” கிசான் .. கிசான் .... என்று சொல்லிப்பார்த்துக் கொள்கிறார்கள். “பண்ண பாக்குற பள்ளுப்பறை என்ற சொல்லைவிட இது மிகக் கவுரவமாகத் தோன்றும் சந்தோஷம்” பெருமை பிடிபடவில்லை .

“அப்ப, இந்த மிராசு, ஆண்டையெல்லாம் ஆருங்க?” என்று முருகன் பாடல் கேட்கிறான்.

“அவங்க கிசான்களில்ல. அவங்க உழைக்காமலே உங்க உழைப்பைத் தின்னுறவங்க. ஆடம்பரமாக வாழுறவங்க, சொல்லப்போனா, அவங்கதான் கொள்ளைக்காரங்க. நம்மை ஆளுற வெள்ளைக்கார சருக்காரும் நம்மை, நாட்டைக் கொள்ளையடிக்கிற தொழில்தான் செஞ்சிட்டிருக்கு. அதனால், இந்த மிட்டா மிராசுகளைக் கண்டுக்கிறதில்லை...”

“இந்த அநியாயங்களுக்கு முடிவு கட்டத்தான் இன்னிக்கு எல்லாரும் சேர்ந்து ஒரு ‘கமிட்டி’ன்னு வைக்கப் போறோம் ...”

மணி இந்த ஓர் அமைப்பை உருவாக்க காங்கிரசில் பிடிப்பு விட்டுப் போன இரண்டாண்டுக் காலமாக முனைந்திருக்கிறாள்.

இந்த மணலூரின் சரித்திரம் மட்டுமின்றி இந்தப் பிரதேசத்தின் சரித்திரத்திலேயே இது பொன்னான நாளாகத் தோன்றுகிறது. அவளுக்கு ‘காங்கிரஸ் கட்சி’ பணச் செல்வாக்கை முக்கியமாகக் கருதி பதவிகளில் அவர்களுக்கு இடம் கொடுக்கத் தொடங்கியதிலிருந்து

மாறுதல்கள் வந்துவிட்டது. ஸி.ஆர். மந்திரிசபை ஏற்படுகிறது. மதுவிலக்கு பல இடங்களில் செயல் படுத்தப்படுகிறது. அவர் ஏற்படுத்திய திருச்செங்கோட்டு ஆசிரமத்துக்கு இவள் தமக்கை பையனே டாக்டராகச் சேவை செய்யப்போகிறான். என்றாலும், காங்கிரஸ் ஸ்தாபனத்தில், உழவர்களையும் தொழிலாளிகளையும் ஒன்று சேர்த்து விழிப்புணர்வூட்டினால்தான் அரசியல் மாற்றத்துக்குத் தேவையான பொருளாதார, சமூகப்புரட்சி ஏற்படும் என்று நம்புபவர்கள் சிலர் இருக்கிறார்கள். சுபாஷ் சந்திரபோஸ், ஜெயப்பிரகாஷ் நாராயணன், ஆசார்ய நரேந்திரதேவ் ஆகியோர் காங்கிரஸ் ஸ்தாபனத்தில் இத்தகைய இலக்குகளைத் தோற்றுவித்து இருக்கின்றனர். மணி இந்த இலக்குகளைப் பற்றிக் கொண்டிருக்கிறாள். நாடு முழுவதும் இந்தப் புதிய 'சோஷலிஸ்ட்' என்ற இலக்கை வரவேற்க, இந்த அமைப்பின் முதற் கிளையாக உருவெடுத்த சென்னைக் கூட்டத்திலேயே மணி கலந்துக்கொள்ளச் செல்கிறாள். பிராட்வேயில் 2/56 இலக்கமிட்ட மாடிக்கட்டிடம் ஒன்றில்தான், மணி தமிழ்நாட்டில் உழைப்பாளிகளின் உரிமைக்காகப் பல வகைகளிலும் தங்களை - வாழ்வை இலட்சியமாக்கிக்கொள்ள வந்திருந்த பல இளைஞர்களைப் பார்த்தாள். இந்தப் புதிய கட்சியின் ஓர் அமைப்பைத் தன் வட்டத்திலும் தோற்றுவித்துச் செயல்படும் வேகம் அவளை உந்தித் தள்ளியது.

இடையில் பல நிகழ்ச்சிகள் நடந்துவிட்டன. தம்பி வந்து குத்தகையை மீண்டும் இவளுக்கு உரித்தாக்கிவிட்டுப் போனான். அதன் காரணமாக, இவள் படும் தொல்லைகள் ஒன்றல்ல; இரண்டல்ல. இவளை மானபங்கப்படுத்துவதற்கே காத்திருப்பது போல் தரக்குறைவாகப் பேசுவதும், மாடுகளைப் பற்றிச் சென்று அடிப்பதும், ஆட்களை கட்டிவைத்து அடிப்பதும், வழக்குப் போடுவதும் இவளுக்கு அன்றாடப் பிரச்சினைகளாகின்றன. நாகப்பட்டினம் கோர்ட்டுக்கும், திருவாரூர் முன்சீப் கோர்ட்டுக்கும் இவளை விரட்டிக்கொண்டிருக்கிறான். இதோ சில்க் சட்டை, ஜவ்வாது பரிமளங்களுடன் வாயிலோடு செல்பவன் வேண்டுமென்றே மீசையைத் திருகிக்கொண்டு நிற்கிறான். இளைய மைனர், இவன்.

"என்னாடா கம்னாட்டி, கொண்டாட்டம்? ... கல்யாணமா? பொண்ணு கூட்டி வறாளா? ராவிக்கு வரலாமா?"

மணி கிடுகிடென்று வாளியில் சாணியைக் கரைத்துக் கொண்டு சென்று, படியிலிருந்து விசிறிக் கொட்டுகிறாள்.

அஞ்சி ஓடுகிறான். "போக்கத்த பயல்களா? உங்களை நான் அப்படி விட்டுவிட மாட்டேன்?" என்று கருவுகிறாள்.

மாலை நாலரை மணிக்கு, நாகையிலிருந்து தாரா அச்சகத்துக்காரர் ஜனசக்தி பேப்பர் கட்டுடன் வருகிறார். இன்னும் காக்கழனி, கோயில்பத்து, திருவாரூர், குழிக்கரை ஆகிய ஊர்களில் இருந்தெல்லாம் ஆர்வம் கொண்ட இளைஞர்கள் பலரும் வந்து கூடுகிறார்கள். ஜமக்காளம் விரித்து, ஓரத்தில் சாய்வு மேசை போட்டு எல்லாம் சித்தமாக இருக்கிறது. ஃபோட்டோ படம் பிடிக்கத் திருவாரூரில் இருந்து ஃபோட்டோக்காரர் வந்திருக்கிறார், இரவானாலும் இருக்கட்டும் என்று ஒரு பெட்ரோமாக்ஸ் விளக்குத் தயாராக இருக்கிறது. சேரியில் இருந்து அனைத்து மக்களும் வாசல் முன் திரண்டுகூடி இருக்கிறார்கள். எல்லாருக்கும் இனிப்பாக ஒரு ரவாசேரியும், காராபூந்தியும் தயாரித்து அனந்தண்ணா, மன்னி வைத்திருக்கிறார்கள்.

மணி அனைவரையும் வரவேற்றுப் பேசுகிறாள். "தோழர்களே, சகோதரர்களே, சகோதரிகளே, இன்றைக்கு இங்கே எல்லாரும் ஒன்றாகச் சேர்ந்து சமமாக உட்கார்ந்திருக்கிறோம். நிலச்சொந்தக்காரர், பாடுபடுபவர், ஆண்கள், பெண்கள், படித்தவர்கள், புத்தகம் அச்சிட்டு ஊருக்கு உபகாரமாக நல்ல கருத்துகளைச் சொல்பவர், சட்டம் தெரிஞ்சவர்கள், ஏழைகள், அண்டிப் பிழைப்பவர்கள் எல்லாரும் ஒண்ணாக இருக்கிறோம். நீங்க, ஒரு பத்து வருஷத்துக்கு முன்னே கூட இப்படி நினைத்திருக்க முடியாது. அதுபோல், இன்னிக்கு இப்படி எல்லோரும் சேர்ந்து இருந்து நம் உரிமைகளுக்குப் போராடி, சுதந்திரம் பெற முடியும் என்று இப்போது நம்புவதும், சில காலத்தில், நிசமாகப் போகிறது..."

பெரியவர்கள் கைதட்டத் தொடங்கியதைப் பார்த்த முழுக் கூட்டத்துக்கும் உற்சாகம் பிய்த்துக்கொண்டு போகிறது; கை தட்டுகிறார்கள்.

அடுத்து, தாரா அச்சகத்துத் தோழர், முந்தைய மாதம் கீவளூரில் முதன்முதலாக நடந்த சோஷலிஸ்ட் மாநாட்டில் வெளியிட்ட பிரசுரத்தைக் காட்டுகிறார். அதைப்பற்றிப் பேசுகிறார். "விவசாயிகளே, ஒன்று சேருங்கள்!" என்ற தலைப்பிட்ட பிரசுரம் அது. முகப்பு அட்டையில் அரிவாள், சுத்தியல் - நட்சத்திரம் கொண்ட சிவப்புக்கொடி அச்சிடப்பட்டிருக்கிறது. அதுவரையிலும் பச்சை வெளுப்பு ஆரஞ்சு நிறம் கொண்ட சர்க்கா போட்ட காங்கிரஸ் கொடியைத்தான் திருவாரூர் பக்கத்தில் அபூர்வமாகக் கதர்க்கடையில் பார்த்திருக்கிறார்கள்.

இந்தப் புதிய சிவப்புக்கொடி பற்றி அச்சகத்துத் தோழர் பேசுகிறார்... "இது விவசாயிகள் - உழைப்பாளிகளின் சின்னம்.

கதிர் அரிவாள் - சுத்தியல் - இரண்டையும் பாடுபடுபவன் கையாள்கிறான். அதனால் இந்தக் கொடி அவர்களுடையது. இந்தச் சங்கம் காங்கிரஸ்காரர்களுடையதானாலும், அனைத்துப் பாடுபடும் மக்களும் ஒன்று சேர்ந்து, தங்கள் உரிமைகளைக் கேட்க வேண்டும்... மணியம்மா இங்கே இச்சங்கத்தின் தலைவர்..."

மாலை ஏழு மணிக்கு முன்பாகக் கூட்டம் முடிந்து வண்டிகளில் வந்தவர்களும் சைக்கிளில் வந்தவர்களும் ஊர் திரும்பி விடுகிறார்கள். "மணி, கூட்டம் ஜமாய்ச்சிட்டே! ஆனா, இனிமேல்தான் நீ ரொம்பக் கண்காணிப்பா இருக்கணும். இன்னிக்குக் கூட்டம் நடக்கிறச்சே, மாயாண்டியும் ராசுவும் சுத்தியும் கம்பும் வச்சிண்டு வாசல் பக்கமே இருந்தா தெரியுமா?" என்று அண்ணா கூறுகிறார்.

"அதெல்லாம் ஒண்ணும் நான் பயப்படல. எங்கிட்ட தைரியம் எப்பவும் இருக்கு. ஏன்னா, நான் யாரையும் கெடுக்கணும்னு நினைக்கல" என்று அவள் அச்சத்தைத் தூசாகத் தள்ளி விடுகிறாள். ஆவணிக் கடைசி நாள்கள். கால்வாய், குளங்கள் நிரம்பி பூமியே பசும் துளிர்கள் போர்த்து எழிலுற விளங்குகிறது. மாந்துளிர் பார்க்க மிக அழகாக இருக்கிறது, எங்கும் நடவு நட்டபின், ஓடும் பசுமைகள். மணி அன்று திருவாரூருக்குச் செல்ல வேண்டும்; இந்தப் புதிய அமைப்பின் காரணமாகச் சில நண்பர்களைச் சந்திக்க வேண்டும் என்று சமையலறையில் விரைவாக ஏதோ, காயை நறுக்கிப்போட்டு பொங்கிக் கொண்டிருக்கிறாள். கிட்டுப்பையன் 'ஓ' என்று அழும் குரலொலி கேட்கிறது.

"ஏண்டா என்ன ஆச்சு ?"

"அத்தே... அந்தக் கோவிலுக்கு எதிரே குடிசை இடிஞ்சு மண்மேடா இருக்கில்ல? அதிலேந்து ரெண்டு கூடை மண் கொண்டு வந்து வாசல் பள்ளத்துல போடுன்னு அப்பா சொன்னார்னு போனேன், வெட்டிண்டு இருக்கறப்ப பட்டாமணியம் புள்ள வந்து, மம்முட்டியப் பிடுங்கிக் கட்டையால் அடிச்சிட்டு 'ஏண்டா படவா மண்ணெடுக்க இங்க வர? எடுக்கப்படாது. உங்கப்பன் வீட்டு சொத்தோ' என்று திட்டி, புடுங்கிப் போட்டுட்டான்...."

மணி உடனே எங்கே எங்கே என்று விரைகிறாள். மண் வெட்டியும் மூங்கிற்கூடையும் இவள் வீட்டுப்பக்கம் கிடக்கின்றன. எடுத்துக்கொள்கிறாள். "வா, நான் வெட்டித் தரேன். இவன் யாரு கூடாதுன்னு சொல்ல?" மேடிட்டுக் கிடந்த இடத்திலிருந்து நான்கு கூடைகள் வெட்டி நிரப்பிக் கொடுக்கிறாள் மணி. பையன் பள்ளத்தில் கொண்டு கொட்டி நிரவுகிறான். மணி, கை, கால்

சுத்தம் செய்துகொண்டு சாப்பிடுகிறாள். திருவாரூருக்குக் கிளம்பிச் செல்கிறாள்.

மறுநாள் பிற்பகல் மூன்று மணிக்குமேல்தான் ஊருக்கு வர முடிகிறது. சைக்கிளை மிதித்துக்கொண்டு சென்றிருக்கிறாள்.

கப்பிச்சாலையில் காரியங்குடி, பல்லவபுரம் என்று பயணம் வந்த சோர்வுடன் சைக்கிளைச் சார்த்திவிட்டு, இவள் உள்ளே செல்லும்போது.... பையன் உடல் முழுதும் இரத்த விளாராக அடிபட்டு, அழுது கொண்டிருப்பதைப் பார்க்கிறாள்.

– "ஏண்டா, குஞ்சு? என்ன ஆச்சு?... யார்ரா இப்படி உன்னை அடிச்சது? அடப்பாவி! ரத்தம் ஒழுகுது !"... பதைபதைத்துப் போகிறாள். "இப்படி இளம் பிள்ளைகள் எத்தனை பேரை வதைக்கிறான் பாவி!"

"அத்தே ... பட்டாமணியம் காரியக்காரன், என்ன இழுத்திட்டுப் போய்க் கட்டிவச்சு அடிச்சிட்டான். மண்ணெடுப்பியாடா? படவான்னு அடிச்சிட்டான் அத்தே ...." இவள் சைக்கிளில் வரும்போது அந்தக் காரியக்காரன், எதிரிலே மரத்தடியில் குந்தி இருந்ததைப் பார்த்திருக்கிறாள்.

"ஓ, கொம்பேறி மூக்கன் பாம்பு கடித்துவிட்டு, மரத்தின் மேலேறிக் கடிபட்டவன் மரித்துப்போய்விட்டானா, புகைகிறானா என்று பார்க்குமாம்! அப்படி அதான் வாசல்ல நின்று நோட்டம் பார்க்கிறானா?...

உன்னை புகை வரப்பண்றேண்டா, பாவி! அடிச்ச கை எது? இங்கே பூரா மாட்டை அடிக்கிறதும், மனிதனை அடிக்கிறதும், குஞ்சை அடிக்கிறதும், பிஞ்சை நசுக்கிறதுமா, நீங்க என்ன ராச்சியம் நடத்துறீங்க? நீங்க மத்தவங்க கையாலாகாதவன்னா நினைச்சீங்க! இதோ வரேண்டா, உனக்குக் குழி வெட்ட!.."

மணிக்கு என்ன செய்கிறோம் என்று தெரியவில்லை. உள்ளே சென்றதும் கண்களில் – அரிவாள்தான் படுகிறது. அதைத் தூக்கிக் கொண்டு ஓடுகிறாள். முகம் ஜிவுஜிவுவென்று சூடேற, கையில் வாளுடன் அவள் ஓடுவதைப் பார்த்தால், ஏதோ ஒரு கிராம தேவதை உயிர்பெற்று துஷ்ட நிக்ரஹம் செய்ய வருவதைப்போல்தானிருக்கும். அவன் எழுந்து அஞ்சி, மேல்துணியை நழுவ விட்டு ஓடுகிறான். குளக்கரைப் பக்கம் ஓடுகிறான். இவளும் விடவில்லை. உனக்காச்சு, எனக்காச்சு; இன்று இரண்டில் ஒன்று... உங்கள் கொட்டம் அழிய வேண்டும்... இவன் ஓட்டத்துக்கு அவனால் ஈடுகொடுக்க முடியவில்லை. "ஏண்டா இந்தக் கைதானே அடிச்சது?" என்று அவன் கையைப் பற்றி ஓங்கித் தோளில் அரிவாள் விழப்போகும்

போதுதான், கணநேர மின்னலென 'மணி, நீ என்ன செய்கிறாய்?" என்று ஓர் உணர்வு கைகளில் பலவீனமாக வந்து நடுக்கத்தைத் தோற்றுவிக்கிறது. அரிவாள் அவன் தோள்பட்டையைச் சதைத்து இரத்தம் பாயச் செய்துகொண்டு நிலத்தில் விழுகிறது.

மணி வெலவெலத்துப் போகிறாள். குப்பென்று வியர்வை துளிர்க்கிறது.

"அய்யோ! கொலை! கொலை! இந்த மொட்டைப் பொட்டச்சி கொலை பண்ணிட்டாளே?" என்ற குரல் எதிரொலிக்கிறது. கால் மணிக்குள், பட்டாமணியத்தின் படையே கூடிவிடுகிறது. 'அம்மா .... அம்மா .... பட்டாமணியக் காரியக்காரனைக் கைய வெட்டிட்டாங்க!. ஐயோ, அம்மானை என்ன பண்ணுவாங்க தெரியலியே?' என்று குஞ்சான் அரண்டு ஓடுகிறான். மணி, நாவு துண்டாகும் வகையில் பல்லில் கடித்துக்கொண்டு காளி கோவில் முகப்பில் உட்கார்ந்து விடுகிறாள். அவன் அம்மா கூறுவாள். 'கோபம், பாவம், சண்டாளம் என்று ஆத்திரத்தில் அறிவிழந்து விட்டாளே! ஆனால்... இனி செய்வதற்கொன்றுமில்லை. இவளிடம் சத்தியம் இருக்கிறது. சத்தியம் அதன் தாண்டுதலில்தான் இவள் வாளை எடுத்தாள்... வாள்...!

மாலை மங்கும் அந்தி வெயிலில், கீவளூரில் இருந்து போலீசுக்காரர்கள் இருவர் வருகின்றனர். இவள் கைகளில் விலங்குகள் பூட்டி, அதே குறுக்குப் பாதையில் நடத்தி இவளைக் குற்றவாளியாக அழைத்துச் செல்கின்றனர்.

12

"**ம**ணி... சவுக்கியமா இருக்கியா?... ஏம்மா? என்னென்னமோ சொல்லிண்டாளே?..."

பரபரப்பாக வருகிறார் தமக்கை கணவர். "வாங்கோ அத்திம்பேர், என்ன சொல்லிண்டா?"

மணி சாவதானமாக, 'விவசாயிகளே ஒன்று சேருங்கள்' என்ற அறிக்கையை, கத்தி - சுத்தியல் - நட்சத்திரம் போட்டு அச்சிடப்பட்ட அறிக்கையை அடுக்கிப் பைக்குள் வைத்துக் கொண்டிருக்கிறாள். "என்னமோ, நீ பட்டாமணியம் காரியக்காரனை வெட்டிப்போட்டுட்டே. அதுக்காகப் போலீசு புடிச்சிண்டுபோய் ரிமாண்டுல வச்சிருக்கா. கொலை, சதிக் குற்றம் பதிவாயிருக்குன்னு சொன்னான். அலறியடிச்சிண்டு ஓடி வந்தேன் மணி. நீ நெருப்போடு விளையாடிண்டிருக்கே...!"

“அத்திம்பேர்... நெருப்போட சகவாசம், போராட்டம் இல்லாம முடியுமா? அத்திம்பேர், சத்தியம் எங்கிட்ட இருக்கு. ஒருகூடை மண் எடுத்ததுக்காக, அந்த ராஸ்கல், கால் சரியில்லாத அந்தக் குழந்தைப் பையனை ரத்தவிளாறால அடிச்சானே, அது எந்த நியாயத்துல வந்தது? இந்தப் பட்டாமணியமும் அவன் புள்ளையுமா பண்ணும் அழிச்சாட்டியம் கொஞ்ச நஞ்சமல்ல. அருவாளெடுத்திட்டு ஆங்காரத்தோடுதான் போனேன். கையில் பட்டுச் சதைச்சாப்புல ரத்தம் வந்ததும் வாஸ்தவம்தான். கீவளூர் போலீஸ் ஸ்டேஷனுக்குக் கூட்டிட்டுப்போனான். சப் இன்ஸ்பெக்டர் பார்த்தார். ‘அவுத்து விடுடா விலங்கை?’ என்று கூச்சல் போட்டார். அம்மா, தப்பா நடந்துடுத்து, நீங்க போகலாம்னுவிட்டார்... இதுதான் நடந்தது...”

அத்திம்பேர் வியந்துபோய் நிற்கிறார், சேரி மக்களெல்லாம் இரவு முழுவதும் உறங்கவில்லை. காலையில் மாடுகளை அவிழ்க்க ராமசாமியும், குஞ்சனும் வந்தபோது, அம்மா கர்லாக்கட்டை சுழற்றிக் கொண்டிருந்ததைப் பார்த்துப் பேய், பிசாசென்று ஓடிப்போனதையும், இவள் கூட்டி வந்ததையும் சிரிக்கச் சிரிக்க விவரிக்கிறாள். “ம் ... மணி? நீ அசாதாரணமானவள். உன் துணிச்சலும் எவருக்கும் வராது...” மணி அந்த அறிக்கைத் தாள் ஒன்றை அவரிடம் கொடுக்கிறாள்.

“நீங்கள்லாம் காங்கிரஸ்காரா, இந்த சோஷலிசம் எல்லாம் பிடிக்காதுதான். இருந்தாலும் படிச்சுப்பாருங்கோ அத்திம் பேரே!...” அவர் அதை மடித்து சட்டைப் பைக்குள் வைத்துக் கொள்கிறார். அதை அவர் பல்பொடி, விபூதிப் பொட்டலம் கட்டத் தோதாக வைத்துக் கொள்கிறாரோ, படித்துப் பார்ப்பாரோ?

“ஆனி முகூர்த்தம் நிச்சயமாயிட்டது. நாகப்பட்டினத்தில் தான் கல்யாணம். நீ வந்துடு... அதோட மீனாளுக்கும் இந்த வருஷம் ஆனிக் கடைசிலயானும் முடிச்சுடணும்னு பாத்திண்டிருக்கேன். நீ சித்த முன்னதாக வந்துட்டா சுலபமா இருக்கும் ...”

“வரேன் ..... வரேன்...”,

அவருடைய இரண்டாவது மகனுக்குக் கல்யாணம். கல்யாணத்தில் இவள் சென்று என்ன செய்யப்போகிறாள்? உறவுத் தொடர்புகள், சகோதரிகள், அவர் மக்களைப் பார்ப்பது மணிக்கு மிக மகிழ்ச்சிதான். அத்துடன் நேராக, அவர்கள் போடும் வேஷங்களும் மணிக்குத் தெரியும். இந்தக் கூட்டங்களில் மணியை ஓர் அதிசயப் பிறவியாகப் பெண் வீட்டுக்காரர்கள் வந்து எட்டிப்பார்ப்பார்கள். “அடீ, பொம்மணாட்டியா? கர்மம், கிராப் வச்சு வேஷ்டி கட்டிண்டு, புருஷாளுக்குச் சமமா உக்காந்துண்டு...” என்று மூலையில் முடங்கிய வர்க்கங்கள் தங்களுக்குத் தாமே தனிமைப்பட்டுவிட்ட ஓர் அவலம்

புரியாமல் இருக்கும். மணிக்கு அந்த வடிவங்களைக் காண்கையில் நெஞ்சில் உதிரம் வடிவது போன்ற பிரமை உண்டாகும்.

இந்தக் கொடுமைகள், மனிதருக்கு மனிதர் இழைக்கும் கொடுமைகள் எப்போது நீங்கும்? இது போன்ற விஷயங்கள், இவர்கள் மனங்களை, காங்கிரஸ்காரர்கள் என்று மார்தட்டிக் கொள்பவர்களின் மனசாட்சிகளை உறுத்துவதேயில்லை.

அன்று ஓர் உறவினர் வீட்டுக்குச் செல்கிறாள். பண்ணை வீட்டின் கொல்லை... கூனிக்குறுகிக் கொண்டு கக்கத்தில் ஒரு சுருணைக்கந்தலுடன் அடிமை நிற்கிறான்.

சுற்றுச்சூழலின் பசுமைகள் அனைத்தும் அவர்கள் உதிரங் களை வேர்வையாக்கி உருவாக்கியவை. மணி அவனைக் கவனித்து விடுகிறாள். இவள் அருகே செல்லச் செல்ல, அவன் பின்னே போகிறான்.

"ஏ, நில்லுடா? நா கிட்ட வரேன். நீ எட்டி எட்டிப் போனா என்ன அருத்தம்?..." என்று அதட்டுகிறாள். அவன் அஞ்சி நடுங்கி நிற்கிறான். இந்த அம்மாளை அவன் கண்டதில்லை; கேள்விப்பட்டிருப்பானே!

"நீயும் மனுசசாதி, நானும் மனுசசாதி, உன் ஆண்டையும் மனுச்சாதிதான், எதுக்கு இங்கே நிற்கிற..."

"அம்மா.." அவனுக்குக் கண்களில் தண்ணீர் தளும்புகிறது,

"ஆண்டைய பாக்கணும்மா, மவனுக்குக் கண்ணாலம் நிச்சயம் பண்ணிருக்கும்மா...."

"நீ எத்தனை நேரமா இப்படி நிக்கற?"

"மூணு நாளா ஆண்டையப் பாத்து விசயத்தைச் சொல்லணுமின்னு... காரியக்காரர்கிட்டச் சொன்னேன், அவரும் கவனிக்கல..."

"நீ வா எம்பின்னோட...." -

மணி அதட்டியதும் அவன் வந்துவிடுவானா? ஆனால், இவள் உள்ளே செல்கையில், அந்தப் பிற்பகல் நேரத்தில், உறவினர் வெள்ளிக்கிண்ணத்தில் நெய்யில் வறுத்த பாதாம் பருப்பும் முந்திரிப் பருப்பும் தின்றுக்கொண்டு, ஊஞ்சற்பலகையில் மனைவி கொண்டுவைக்கும் காப்பிக்காகக் காத்திருக்கிறார்...

"மணியா...? வாம்மா? கல்யாணத்துக்கு வரமுடியாமப் போய்விட்டது. ஒரு கோர்ட்டு கேஸ்... பட்டணம் போக வேண்டியதாகிவிட்டது. இப்பதான் இவ சொல்லிண்டிருந்தா,

கல்யாணத்தில் பொண்ணாத்தில யாரோ பச்சை இழைச்சு அட்டிகை போட்டிண்டிருந்தாளாம். சுராஜ்மல்ஸில கட்டின் தாம். வேணும்னு கேட்டாச்சு.... பிரமாதமா நடந்துதாமே கல்யாணம்! தங்க நாகசுரம், அது இது எல்லாம் இருந்திருக்கும்..."

மணி சிறிதுநேரம் அமைதியாக நிற்கிறாள். வெள்ளி டம்ளரில் நுரை பொங்கப்பொங்க காபியைக் கொண்டுவந்து மனைவி வைக்கிறாள். அந்தச் சூடு காப்பியைக் கையில் துண்டை வைத்துப் பிடித்துக்கொண்டு ரசித்துப் பருகுகிறார்.

"காபி சாப்பிடு மணி..."

பாதாம்பருப்பு வெள்ளித்தட்டையும் நகர்த்தி வைக்கிறார்.

"கொல்லையிலே ஒத்தன் நீ குடுக்கப்போற முப்பது ரூபாய்க்காக மூணுநாளா காத்துட்டிருக்கிறான். இந்த பாதாம்பருப்பு, சுராஜ்மல்ஸ், வெள்ளி ஃபில்டர் காபி எல்லாத்துக்கும் ஆதாரம் அவன்தான் தெரியுமோ? ...."

"மணி... என்னது நீ? ஏதேதோ சம்பந்தமில்லாம பேசிண்டு? எவன் வந்திருக்கிறான்? காரியஸ்தர் இல்லையோ?.."

"காரியஸ்தர் நந்தி இவனை அண்டவிடல. இப்ப மூலவரைப் பார்க்க நிக்கறான். நீங்கல்லாம் படிச்சவா? இது கொஞ்சம் கூடச் சரியில்லை. உங்கள் குலம் வம்சம் நல்ல நிலைமைக்கு வரணுமானால் அந்த ஜனங்கள் வயிறெரியக் கூடாது. எழுந்து வா. காலமெல்லாம் உழைக்கிறாங்க. மகனுக்குக் கல்யாணம். உன்னிடம் கடன் வாங்கத்தான் போகிறான். அதற்குக் கூசுகிறான். நீங்கள்லாம் காங்கிரஸ்?"

இதற்கு மேலும் இவளைவிட்டால் சுருக்சுருக்கென்று கோணி ஊசிகளாகக் குத்திக்கொண்டே இருப்பாளே?

முணமுணத்துக்கொண்டே எழுந்து வருகிறார்.

"ஏண்டா படவா நாயே? இதெல்லாம் காரியக்காரர் தானே பார்க்கிறது? உம்புள்ள என்னவோ படிச்சுக் கலெக்டர் உத்தியோகத்துக்குப் போனாப்பல போயிட்டிருந்தான்? அவன் இங்கே பண்ண வேலை செய்யலன்னு அப்பவே தீர்ந்து போச்சு. எகனமுகன்யாப் பேசுறது, கூட்டம் போட்டுத் திட்டுகிறது, இதெல்லாம் இந்தப் பண்ணையைப் பொறுத்தவரை வச்சிக்கிட்டீங்க? தோலை உரிச்சிருவோம். ராஸ்கல்...?"

உள்ளே இருந்து மனைவியை முப்பது ரூபாய் கொண்டு வரச் சொல்கிறார். அப்போது எட்ட நின்று அந்தப் பஞ்சை, கக்கத்துத்

துணியை முன்னே போட்டு நிலத்தில் அங்கங்கள் அனைத்தும் பதிய விழுந்து வணங்குகிறான். மணிக்கு முகம் சிவக்கிறது.

"இது என்ன அநியாயம்? எழுந்திரடா சொல்றேன்?..."

"மணி, இது எங்க விஷயம், நீ தலையிடாதே இதிலெல்லாம்! இவனுக வாலை ஒட்ட நறுக்கிட்டே இருக்கணும். இல்லாட்டி, துளுத்திடுங்க!"

"அவனுக ஒண்ணு சேர்ந்தால் என்ன ஆகும் தெரியுமா?"

"என்ன நீ பயமுறுத்துற?"

"நீ ஏன் பயப்படுற? நியாயம் சுடும். பயப்படுறே!"

முப்பது ரூபாய் வீசி எறியப்படுகிறது.

அவன் மறுபடியும் கும்பிட்டுவிட்டு எடுத்துக்கொள்கிறான்...!

"உங்களுடைய இந்தத் திமிர், உதாசீனம் ... உங்கள் அழிவுக்குக் கொண்டுபோகும் சக்கரங்கள். பிரிட்டிஷ்காரனைப் பார்த்து, லஜபதி ராய் 'உங்கள் ஒவ்வொரு கொடுஞ்செயலும் பிரிட்டிஷ் ஆட்சியின் சவப்பெட்டியில் அடிக்கப்படும் ஆணி' என்று சொன்னாராம். அதுதான் ஞாபகத்துக்கு வரது!" என்று சொல்லிவிட்டு, மணி அந்த அறிக்கை ஒன்றை எடுத்து வீசிவிட்டு விடுவிடென்று வெளியே வருகிறாள். அந்த வருஷம் - குறுவை அறுப்புத் தொடங்கும் முன், ஹிட்லர் பின்லாந்தை விழுங்கி உலக மகாயுத்தத்துக்குக் கொடிகட்டிவிடுகிறான். இவனுடைய - ஆணவமும் ஆதிக்க வெறியும் ஐரோப்பாவெங்கும், 'சூரியன் அத்தமிக்காத' பிரிட்டிஷ் சாம்ராஜ்ய அதிகார உரிமைகளுக்குச் சமாதி கட்டுவதற்கான அறைகூவலாக எதிரொலிக்கின்றன. இந்தியாவில் மாபெரும் அரசியல் ஸ்தாபனத்தின் தலைவர்களாக இருப்பவர்கள் என்ன முடிவு செய்கிறார்கள்? காந்தி என்ன கருத்துரைக்கிறார்? தென்னாட்டில் மணி சார்ந்திருக்கும் இயக்கத் தலைவர்கள் ஏற்கெனவே பிரிட்டிஷ் அரசினால் சிறைப்படுத்தப்பட்டிருக்கின்றனர். தொழிலாளர் காங்கிரசைத் தோற்றுவித்து, ஆதிக்கங்களுக்கு எதிராகக் கொடி பிடித்த தலைவர்களில், முக்கியமாக ஜனசக்தி ஆசிரியரை, அரசு சிறையில் தள்ளி இருக்கிறது. தமிழ்நாட்டில் புகழ்பெற்ற சுதேசமித்திரன், தினமணி, ஹிந்து என்ற தேசியப் பத்திரிகைகள் வெளிவந்தாலும், உழைக்கும் மக்கள் வர்க்கரீதியாக ஒன்றுபட வேண்டும் என்ற நோக்குடன் இவர்கள் அமைப்பின் குரலாகவே வெளிவருகிறது ஜனசக்தி. திருவாரூரில் அது வந்த உடனேயே பெற்று, விவரங்கள் அறிவதற்காகவே அன்று அந்த ஐப்பசித் தூற்றலில் இவள் திருவாரூருக்கு வந்திருக்கிறாள்.

பத்திரிகைச் செய்தி ... பம்பாய் கிர்ணி காம்கார் யூனியன். பம்பாய் ஆலைத் தொழிலாளர் சங்கம் - இரண்டு லட்சம் தொழிலாளிகள் வேலைநிறுத்தம் செய்வதாக முடிவெடுத்திருக்கின்றனர். தொழிலாளிகள் திரண்டு வந்த பேரணியை மணி நினைத்துப் பார்க்கிறாள். கிராமத்து மக்களை அவ்வாறு திரட்ட முடியுமோ ? ...

இந்தக் கூட்டத்தில் இவர்கள் ஏகாதிபத்தியச் சக்திகளால் படு நாசம் விளைவிக்கக் கூடிய ஒரு யுத்தத்தில் சர்வதேசத் தொழிலாளிகள் இழுத்துவிடப்பட்டுள்ளதாகக் கருதுவதை வெளியிட்டிருக்கிறார்கள். எனவே, இந்த யுத்தம் சர்வதேசத் தொழிலாளி வர்க்கத்தின் ஒருமைப்பாட்டுக்கு ஏற்பட்டதொரு சவால். எனவே, ஒவ்வொரு நாட்டின் உழைக்கும் வர்க்கமும் தங்கள் தங்கள் நாடுகளின் அரசாங்கங்களுக்கெதிராகக் கிளர்ந்தெழ வேண்டியதே கடமையாகும்.

"இதைப் பார்த்தீர்களா தோழர்?"

செய்தி கிளர்ச்சி கொள்ளும் வகையில் இருக்கிறது.

"பிரிட்டன் ஒரு நியாயமான காரணத்துக்காகப் போராடிக் கொண்டு இருக்கிறது. இந்தியா அதற்கு நிபந்தனையற்ற ஒத்துழைப்பை அளிக்கவேண்டும்; இந்தியாவின் விடுதலை குறித்து நாம் இப்போது சிந்தித்துக் கொண்டிருக்க முடியாது. ஏன் என்றால் பிரிட்டனும், ஃபிரான்சும் விழுந்து விட்டால், அது வரவே வராது என்று காந்தி முன்பு சொன்னாரே, முதல் உலக யுத்தத்தின்போது. அந்த உதவிக்குக் கைமாறாக, பிரிட்டன் என்ன செய்தது? ரவுலட் சட்டத்தைக் கொண்டு வந்தது. இதை எதிர்ப்பதற்காகக் கூடிய ஜாலியன்வாலாபாக் கூட்டத்தில்தான் மக்களைக் கண்மூடித்தனமாகச் சுட்ட படுகொலை வரலாறு நடந்தது!"

இந்தத் தோழர் பள்ளிக்கூட ஆசிரியர், பிள்ளைகளுக்கு நல்ல போதனை செய்வார் என்று பூரித்துப் போகிறாள்.

மணியின் அடுத்த செயலார்வம் அனைவருக்கும் வியப்பைக் கொண்டு வருகிறது. ஒரு பழைய தகரம் கிடைக்கிறது. குழந்தைக்குப் பால் மாவு வாங்கிய தகரம். சர்க்கரை, காபித்தூள் வாங்கி வைத்துக் கொள்ள உதவிய தகர டப்பா துருப்பிடித்துப் போயிருக்கிறது. அதில் இரு பக்கங்களிலும் துளையிட்டு ஒரு கயிற்றைக் கோத்து, இடுப்பில் சுற்றிக்கொள்கிறாள். குடியானத் தெரு சேரிப் பக்கங்களிலெல்லாம் ஒரு குச்சியில் அதைத் தட்டிக்கொண்டு குரல் கொடுக்கிறாள்.

'பட்டாளத்தில் சேராதே? பண உதவி செய்யாதே!'
'பட்டாளத்திலே சேராதே! பட்டாளத்தில சேராதே!' முரட்டுச்

செருப்பொலிக்க, இவள் டமடமடமவென்று தகரத்தைத் தட்டிக் கொண்டு ஒவ்வொரு சேரியாக நடக்கிறாள்.

பட்டாமணியம் திகைத்துப் போகிறான்.

கிராம அதிகாரிக்குத் தெரியாமல் இந்தப் பொம்பிள, தனித் தமுக்குப் போடுவதா? வெள்ளைக்கார நாட்டில் யுத்தம். அந்தச் சர்க்கார் கீழ் நாம் இருக்கிறோம். பட்டாளத்துக்கு ஆள் சேர்க்க வேண்டுவது அவன் பொறுப்பு. ஆனா... கிராமமெங்கும், இவள் தமுக்கினைப் பின்பற்றிக் குஞ்சு குழந்தைகளெல்லாம், 'பட்டாளத்திலே சேராதே! பட்டாளத்திலே சேராதே!' என்று கோஷமிடுகின்றன "அம்மா! பட்டாளத்திலே சேந்தா மாசச் சம்பளம், பணம் குடுக்கறாங்க. சம்பளம், சட்டை, நிசாரு, அல்லாம் குடுப்பாங்க. அது, சிருக்காரு கவுரதி, ஏம்மா வேணாங்குறிய?" என்று வீரய்யன் கேட்கிறான்.

"யாருடைய பட்டாளமடா அது? நம்ம சொந்தப் பட்டாளமா? நம்ம தேசத்துச் சுதந்திரமான பட்டாளமா? உன்னையும் என்னையும் நசுக்கிட்டிருக்கிறவன், அவனுக்கு ஆதாயம் தேடப் பட்டாளத்துக்கு வாங்கன்னுறான். அவனுகளைக் காப்பாத்த நாம் சாகணுமா? நம்மை அடிமையாக வச்சிருக்கும் வெள்ளைக்கார சருக்கார்... அவன் நாட்டு யுத்தத்தில் காவு குடுக்க நம்மைக் கொண்டுபோக வரான். இப்ப பட்டாமணியமும், மிட்டாமிராசும் உன் ஆளையே விட்டு உன்னை அடிக்கச் சொல்லி, சாணியக் கரச்சி வாயில ஊத்தச் சொல்றானில்ல? அது மாதிரி....

"நீயும் நானும் சரிசமமா சிநேகமா இருந்து உனக்கு ஒரு ஆபத்து வந்திருக்குன்னா, நான் உதவி செய்யணும். அதுமுறை. இப்ப நீ அடிமை. நான் ஆண்டான். உன்னைக் கசக்கிப் பிழிஞ்சி, உன் உரிமையை மறுக்கிறேன். அப்ப, என் வீட்டைக் காப்பாத்த, காவல் பண்ண நீ ஏன் வரணும்? வரணும்னு கேக்கறேன் !"

"சரி, அப்ப நான் உன்னை ஆபத்திலேருந்து காப்பாத்துறேன், நீ அதுக்குப்பதிலா என்னை அடிமையா வைக்காமல், உரிமையைக்குடு. நான் சுதந்தரமா உழைச்சுப் பிழைக்கிறேன்னு சொன்னா, ஒத்துக்குவானா? மாட்டான். புது வலுவோட, தொழுவக்கட்டயில கால வச்சி, நசுக்குவான்... அதனால... பட்டாளத்துல சேராதே!..."

அகில உலகிலும் உள்ள நாடுகளின் அரசியல் நிலைமைகள், சமூகப்பொருளாதாரம் சார்ந்த வேறுபாடுகள், போரின் நெருக்கடிகளினால் இந்த மூலைக்கிராமங்களிலும் ஏற்படக் கூடிய பாதிப்புகள் இவற்றை ஓர்ந்து, தேசிய விடுதலை எவ்வாறு சாத்தியமாகும் என்ற மாதிரியான தகவல்களை, அரசியலறிவை, மணி அந்த மக்கள் வரையிலும் கொண்டு செல்வது தன்

கடமை என்று கருதுகிறாள். அன்றாடம், பத்திரிகை படித்துச் செய்திகளை விளக்கமாக அவர்களுக்கு எடுத்துரைக்கையில், உழைக்கும் வர்க்கத்தினரான அவர்கள் ஒன்று திரண்டாலே, தங்கள் உரிமைகளைப் பெறப் போராட முடியும் என்று கூறத் தவறுவதில்லை.

"போராட்டம்னு வரப்ப, உங்களைக் களத்தில் இறங்க விடாமத் தடுப்பாங்க. கூலி இப்ப கிடைக்கற அளவு கால் வயித்துக் கஞ்சிக்கும் கிடைக்காதுதான். அப்ப இலை, தழையைத் தின்றேனும் நாம் போராடினால்தான் உரிமை கிடைக்கும் என்ற தைரியம் வரணும் உங்களுக்கு. காந்தி ஒத்துழையாமை இயக்கம்னு சொல்லி நிறையப் பேரை எதிர்ப்பாக, சட்ட மறுப்புச் செய்யச் சொன்னார். பலரும் ஜெயிலுக்குப் போனார்கள். ஆனாலும், இங்கிலீஷ் சருக்கார், பிடிவிடல. ஏன்? உழைக்கிறவர்கள், உங்களைப்போல இருப்பவர்கள் எல்லாருமே ஆதிக்கங்களை எதிர்த்து நிற்கல. எல்லாமே ஸ்தம்பிச்சுப் போகணும். அப்படி ஒரு உணக்கை உங்களுக்கு வரணும்..."

... மணி ஓயாமல் ஒழியாமல் இந்த விழிப்புணர்வுக்கான வேள்வியில் வெயிலென்றும் மழையென்றும் இரவென்றும் பகலென்றும் பகையென்றும் பாராமல் தன்னை ஈடாக்கிக் கொள்கிறாள்.

ஒவ்வொரு கட்டத்திலும், சாண் ஏறும்போது, முழம் சறுக்கும் நடப்பாகவே அவள் எதிர்ப்பைச் சமாளிக்க வேண்டி இருக்கிறது.

❍

13

அம்மா..! அம்மா...! என்று உலகின் தலையாய நோவை அனுபவிக்கிறாள், அந்தக் குழந்தை. மூன்று நாட்கள், முழுசாக இந்த நிலையில் தவித்துத் துடிக்கும் பேதை, வயிற்றுச் சுமை கழியுமா என்று அரற்றுகிறாள். பூப்படைந்ததே பெயருக்கு நிகழ்ந்த நிகழ்ச்சி. உடல் முதிரவில்லை. தசைகள் ஒரு மகவைத் தாங்க வலுப்பெறவில்லை. சென்ற, எட்டு மாசம் முன்பு வரையிலும், மாராப்புத் துணிக்கும் வகையில்லாமல், மேலே ஒரு துண்டு சீலைக்கிழிசல், அரையில் ஒரு கிழிசல் துண்டு என்று மறைத்துக்கொண்டு சாணி பொறுக்கி, கட்டுத் தரை கூட்டி, வறட்டி தட்டி, தாய்க்கு உதவியாகப் பண்ணை வீட்டில் வேலைசெய்து கொண்டிருந்த இளம் பெண், பூப்படையும் முன்பே சொந்த பந்தம் என்று அத்தை மகனைக் கட்ட, அவன் பாம்பு கடித்து இறந்து போனான். இது, கருவுற்றுவிட்டது எப்படி.?....

வெளியில் வாய் திறக்க முடியுமா? பண்ணைக்கார எசமானர்கள், இப்படி நச்சரவாகத் தீண்டி விட்டால், இவள் சுமந்தாக வேண்டும். இந்தப் பச்சைக் குழந்தையின் கருப்பத்தை, காரமான மருந்துகள் கொண்டு கலைக்க விரும்பாமல், "இருந்து விட்டுப் போவட்டும்" என்று விட்டுவிட்டார்கள்.

மணி ஒரு மாசம் முன்பு இந்தப் பண்ணைச் சேரிக்கு வந்தபோதுதான் இந்தக் கொடுமையைக் கேள்விப்பட்டாள். நிலம் என்ற ஒரு ஆதாரத்தை உடைமைகொண்டு மக்களை அடிமைகளாக்கி ஆளும் ஓர் ஆணவத்தின் உச்சியில் நின்று ஒரு கொடியவன் இழைத்த இத்தீமைக்குத் தண்டனை எதுவும் இல்லை! இரத்தம் கொதிக்கிறது. - "என் கண்ணே, வேண்டாம்மா.... இப்ப சரியாப் போயிடும்..." நெற்றியைத் தடவி இதம் செய்கிறாள், கைகளை, வேர்த்துப் பஞ்சையான கைகளைத் தடவிக் கொடுக்கிறாள் பன ஓலைக் குடிசையின் இருட்டுப் புகையில், கந்தல் சுருணை கூட அருமையாக இருக்கிறது. உத்தரத்தில் ஒரு கயிற்றைக் கட்டி அதைப் பற்றிக் கொண்டு இவளை மூச்சுப் பிடிக்கச் சொல்லலாம் என்றால் உத்தரமே வலுவற்றிருக்கிறது.

கட்டிலும் மெத்தை விரிப்பும், வெள்ளை உடை தாதியரும் பள பளக்கும் பீங்கான்களும் இதமாக சுவாசத்தைவிடும் நச்சுக்கொல்லி லோஷன்களும் சூழ்ந்திருக்க, பண்ணை வீட்டு மெல்லியலார் பிரசவிக்கும் போதும் இதே நோவைத்தான் அனுபவிக்கிறார்கள். இங்கே தாயும், ஏனைய உறவுகள் எல்லாமேயும் அடிமைப்பட்டுக் கிடக்கின்றன. இந்த வயிற்றில் போராடும் உயிரும் அடிமைப் பிண்டமே.

மணிக்குத் தன் உடலில் ஓர் அரக்கன் புகுந்து துடிப்பதைப் போன்ற உணர்வு தோன்றுகிறது,

இங்கு எப்போது வந்தாள்?

விடிந்தால் ஜனவரி 26. நாற்பது பிறந்துவிட்டது. நேரு தீர்மானித்ததற்கிணங்க, சுதந்திர நாளைத் திருவாரூரில் கொடி யேற்றி, ஊர்வலம் வந்து, ஐநூற்றுப் பிள்ளையார் கோவில்முன் கூட்டம் போட்டுக் கொண்டாடுவதாக இவர்களும் முடிவு செய்திருக்கிறார்கள். இவள் இப்படி, இங்கே இரவு பகல் தெரியாமல் உட்கார்ந்திருக்கிறாள்.

"அம்மா வாங்கம்மா! புள்ள கிடந்து தவிக்கிறதும்மா? வண்டி கொண்டாந்திருக்கிறேன்..... தாயி!..."

இவள் சுக்கு, திப்பிலி, கருப்பட்டி, சீரகம் என்று மடித்துப் போட்ட பொட்டலங்களுடன் இங்கே வந்து முழுசாக ஒரு நாளாகிவிட்டது. 'சுதந்திர நாளை அவள் என்ன தீர்மானிப்பது? நாமே

கொண்டாடுவோம்' என்று தீர்மானத்தை இங்கு செயலாற்றியாக வேண்டுமே? விடியுமோ?.... ஏடாகூடமாகக் குழந்தை வயிற்றில் இறந்து போயிருக்குமோ? அந்தச் சுமை துடிப்பின்றி மாண்டு, இந்தக் குழந்தையை.. நினைக்கவே நெஞ்சில் பந்தாய்த் துயர் மண்டுகிறது. இந்தத் தேசம் - பூர்ண சுயராஜ்யம் என்ற உரிமையைப் பெறுமோ? அன்னிய ஆதிக்கங்கள் தொலையுமோ? இந்த உழைக்கும் பஞ்சைகளின் நிலை மாறுமோ? ஏகாதிபத்தியங்கள், மேலை நாட்டில் போர் என்ற படுபாதகத்தைத் தோற்றுவித்து உலகைப் பங்கிட்டுக் கொள்ள நிரபராதிகளை மோதி மடியச் செய்யும்போது இந்த அடிமைச் சங்கிலிகள் அறுபடுமோ?

ஓராயிரம் கேள்விகள் மணியின் சிந்தையை அலைக்கழிக் கின்றன.

"அம்மா, நீங்க ஒரு பச்சத்தண்ணி பல்லில் படாம உக்காந்திருக்கிறீங்களே... இந்தப் பாலைன்னாலும் குடிச்சுக் குங்கம்மா?"

தேவு, லோட்டாவில் ஓலைக் குருத்தைப்போட்டு எரிய விட்டுக் காய்ச்சிய பாலைக் கொண்டுவந்து வைக்கிறாள்.

"எனக்குப் பால் கிடக்கட்டும். காபித்தூளைப் போட்டுப் பொங்க விட்டுக் கொஞ்சம் கொண்டா. இவ வாயில் ஊத்தறேன். என்னம்மாடி...."

"அம்மா, நீங்கதாம்மா பெத்த தாயி ... அடிச்சிட்டாக்கூட அதுக்கு அழுவத் தெரியாது ... இப்படி வதைப்படுதே, எல்லாச் சாமியும் இப்படி ஏம்மா சோதிக்கணும்?"... இவர்களுக்கு என்ன தெரியும்?

பெண்ணுக்கு எத்தனை வயசு? தெரியாது. எப்போது நடந்தது எத்தனை மாசமாச்சு, கருப்பம்? தெரியாது. பட்டணத்தில் 'ஜான்' என்று ஒரு டாக்டர் இருக்கிறான். அவன் மிகச் சரியாக இத்தனை நாளைய கருப்பம், இந்த நாளில் பிரசவம் -ஆகும் என்றால், அதே ஆவதாகச் சொல்கிறார்கள். அத்தகைய வசதிகள், தேசத்தின் உணவை உற்பத்தி பண்ணும் இந்த ஜனங்களுக்கு எப்போது வரும்?

வயிற்றுச் சுமை கழியாமலே மேல் மூச்சு கீழ்மூச்சு வாங்க, அந்தப் பூ துவண்டு போகிறது. புழுக்கடிப்பட்டு புயலிலும் மழையிலும் மோதி அலைக்கழிக்கப்பட்டு மடிந்து போவதைக் கண்களால் பார்த்துக்கொண்டு இருக்கிறாள்.

மணிக்கே, அடிவயிற்றில் குடம் உடைந்தாற் போன்று துயரம் பீறிட்டு வருகிறது. உதிரம் கண்களில் கொப்புளிப்பது போல் இருக்கிறது!

ஆனால் அந்தச் சனங்கள் - கண்ணீர் பெருக்கியும் கூட உணர்வற்று இறுகிக்கிடக்கின்றனர். உணர்ச்சியற்ற இயந்திரங்கள்... சடங்கள்...

வெளியே பனி நீங்கிய வெயில் பளீரென்று உறைக்கிறது. மணி, குளத்தில் அமிழ்ந்து அமிழ்ந்து மூழ்குகிறாள், கண்ணீர் நீரில் கலந்துபட, மனித சாதியின் கயமைகள் என்று கரையுமோ என்று மூழ்குகிறாள்.

பகல் மூன்று மணியளவில், கொடியேந்தி ஊர்வலம் கிளம்பத் தயாராக, விஜயபுரம் வந்துவிடுகிறாள் மணி. அகில பாரத சர்க்கா சங்க காதி வஸ்திராலயத்தின் முன்பு கூட்டம் குழுமி இருக்கிறது. நடுவில் சர்க்கா போட்ட மூவண்ணக் கொடியை உயர்த்திப் பிடிக்கிறார் ஒரு தொண்டர்.

காங்கிரஸ், சோஷலிஸ்ட், தொழிற்சங்கம் சார்ந்ததோர் கூட்டம் என்று பலரும் கூடியிருக்கிறார்கள். ஆளுக்கொரு சிறு கொடி கையில் பிடித்தவண்ணம், சிறார் உற்சாகத்துடன் முன் நிற்கின்றனர். சக்தி ஸ்டுடியோக்காரர் வந்து கூட்டத்தைப் படம் பிடிக்கிறார். சரியாக ஐந்து மணிக்கு ஊர்வலம் கிளம்புகிறது. விஜயபுரத்திலிருந்து திருவாரூர் சாலையெல்லாம் சென்று, கமலாலயக் குளம் சுற்றிக் கீழ்க்கரையில் கூட்டம் நடப்பதாக ஏற்பாடு.

வந்தே மாதரம்!

பாரத மாதாகி ஜேய்..!

மகாத்மா காந்திகி... ஜேய்..!

ஜவஹர்லால் நேருவுக்கு... ஜேய்..!

பூரண சுயராஜ்யம்..! அடைந்தே தீருவோம்...

'இந்தக் காங்கிரஸ்காரர்களுக்கு வேற வேலை என்ன?' என்று முணுமுணுப்பவர்கள் இல்லாமல் இல்லை. ஆனால் மணி இந்த உற்சாகக் கோஷமே, இருண்ட சோர்வைத் தகர்த்தெறிவதுபோல் உணர்கிறாள்.

விடுதலை! விடுதலை! விடுதலை! என்று ஓர் இளைஞன் பாடிக்கொண்டு வருகிறான்.

தாதரென்ற நிலைமை மாறி ஆண்களோடு பெண்களும் சரிநிகர் சமானமாக...

இந்த ஊர்வலத்தில் இவள் ஒருத்தியே பெண். இத்துணை மனவெழுச்சி மிகுந்த இந்த ஊர்வலத்தைப் பார்க்க கடைகளல்லாத வீடுகளில் கதவு திறந்து ஒரு பெண்மணி கூட வரவில்லை. போலீஸ்

சாவடியில்தான் உறுத்துப் பார்த்துக்கொண்டிருக்கிறார்கள் மரக்கால் தொப்பிகள்.

உண்மையில் சுதந்திரம் வருமோ? விடுதலைப்பாட்டு நிசமாகுமோ? கூட்டம் கீழ்க்கரையோரம் வந்து சேருகையில் இருட்டிவிடுகிறது. பெட்ரோமாக்ஸ் ஒன்று ஏற்றிக்கொண்டு வருகிறார்கள். மணி மணலூரைச் சுற்றிய ஊர்களில், ‘கிசான்’ மக்கள் அனைவரையும் இந்தக் கூட்டத்துக்கு வரவேண்டும் என்று சொல்லி அனுப்பி இருக்கிறாள். இரண்டு நாட்கள், இவள் பிரசவ அறையில் முடங்க வேண்டி வந்திருக்கிறது.

“இன்னும் கொஞ்சநேரம் பார்த்துட்டுக் கூட்டத்தைத் தொடங் கலாம், தோழர். ஆளுகளெல்லாம் பொழுது விடிஞ்சப்புறம்தான் வருவாங்க....”

‘... ஓ...’ வருகிறார்கள்.

வீரய்யன், சித்தாதி, குஞ்சான், குழந்தான், நாகப்பன்... ராசு

“ஆம்பிளயாட்டமா இருக்காங்க. அவங்கதா மணி அம்மாவா?”

என்று வியப்புடன் தெருவில் வருபவர்கள் கூட நிற்கின்றனர்.

ஒரு பெண்பிள்ளை பேசுகிறாள், கூட்டத்தில் ... மரக்கால் தொப்பிகளுக்கும்கூட இது விந்தை; வேடிக்கையான காட்சி.

மகாகனம் பொருந்திய சபைத்தலைவர் - அக்ராசனாதிபதி என்ற நாற்காலிப் பதவியில் ஒருவர் வீற்றிருக்கிறார். காங்கிரஸ் காரர். செல்வாக்கு உடையவர். அவர் முதலில் சுயராஜ்யம் எங்கள் பிறப்புரிமை என்று சொன்ன திலகரைப் பற்றிப் பேசுகிறார், பேசிவிட்டு, ஸ்ரீமதி மணி அம்மாள் அவர்கள், நாகை தாலுகா கிசான் கமிட்டித் தலைவர் பேசுவதாக அறிவிக்கிறார்.

புதிதாக மணி கண்ணாடி போட்டுக்கொண்டிருக்கிறாள். அது சிறிது இறுக்கமாகத் தலையை அழுத்துகிறது. கண்களிலிருந்து எடுத்து காதுப் பிடிப்பை அகற்றிக் கொள்கிறாள், விளக்கு ஒளி நேராகப் பாய்ந்து கண்களைக் கூசச் செய்கிறது, சிறிது நகர்ந்து நின்று தொண்டையைச் செருமிக்கொள்கிறாள்.

உணர்ச்சிக்கட்டு உடைய, குரல் சரளமாக வருகிறது.

“அன்பார்ந்த தோழர்களே, சகோதரர்களே, நாமெல்லாரும் எத்தனையோ பண்டிகைகளைக் கொண்டாடுகிறோம். கோவில் திருவிழா நமக்கு சந்தோஷமும் உற்சாகமும் கொடுக்கிறது. இதெல்லாம் மனிதர் உழைத்து, விளைவை அறுவடை செய்த பின், சந்தோஷமாக அதை அனுபவிக்கும் வகையில்தான்

கொண்டாடப்படுகின்றன. நிலமே இல்லாத பண்ணை அடிமை கூட 'பொங்கல் வருது' என்று சந்தோஷமாக இருக்கிறான். அதுபோல், நாம் இன்னிக்கு வெள்ளைக்கார சர்க்காரின்கீழ் இருந்தாலும், சுதந்திரத் திருநாளைக் கொண்டாடுகிறோம். இது நாம் இன்னிக்கு அடையாளமாய் கொண்டாடினாலும், உண்மையா ஒரு சுதந்தர நாள் வரும். அப்ப நாம் ரொம்ப சந்தோஷமாகக் கொண்டாடணும்னு நினைக்கச் செய்கிறது.... இருநூறு வருஷகாலமா, நாம் ஒரு வேறு தேசத்துக்காரனுக்கு அடிமையாக இருக்கிறோம். நமக்கு எல்லாருக்கும் கல்வி கற்கவும் உழைப்பதனால் முன்னேற்றம் காணவும் வாழ்க்கையில் வசதிகள் இருக்கின்றனவா? இல்லை, ஏன் இல்லை? நம் உழைப்பு நமக்குச் சொந்தமில்லை. நீங்கள் உழைக்கிறீர்கள். ஆண்டை அனுபவிக்கிறான், கீழ்ச்சாதி என்று சொல்லி குடிக்கிற தண்ணீருக்கும் காபந்து பண்ணுறான். ஏன் பண்ணுகிறான்? சர்க்காரே, மனிதனுக்கு மனிதன் வித்தியாசமா நடத்துறது. அதனால், அதே வாரிசாக வரும் நிலச்சுவான், மிராசுகள் என்ன அக்கிரமம் செய்தாலும் தட்டிக் கேட்க ஆளிருப்பதில்லை..."

இவள் பேசிக்கொண்டிருக்கையில், எங்கிருந்தோ குறி பார்த்து ஒரு கல் வந்து விழுகிறது. அது தோள்பட்டையில் பட்டுக் கீழே விழுகிறது. திடுக்கிட்டாற்போல் அங்குமிங்கும் பார்த்துக்கொண்டு பேச்சைத் தொடருகிறாள்.

"ஏ, பாப்பாத்தி! உனக்கு வேலையில்ல! ஏன் ஆளுவளத் தூண்டி விடறே?"

பேசாதே! போ! போசாதே!... ஒற்றைக்குரல்தான்.

மரக்கால் தொப்பி கூட்டத்தில் புகுந்து "உட்காரு, உட்காரு!...." என்று குரல் கொடுக்கிறது.

"தோழர்களே, நமக்குள் பிரிவினை இருப்பது தப்பு. அதனால்தான் எதிரி வலிமையாக நசுக்குகிறான். சாதி பார்க்காமல் ஒன்று சேர்ந்து, ஒற்றுமையுடன் எதிர்ப்போம். இந்தச் சுதந்திர நாளில், இதன் மரியாதையைக் குறைக்காமல், ஒன்றுபடுவோம்! சொல்லுங்கள்! வந்தே மாதரம்!" வந்தே மாதரம் கோஷம் ஓங்கி ஒலிக்கிறது ....

கூட்டம் முடிந்து கிளம்புகையில், ஊர்க்காரர் அனைவரும் அம்மாளைச் சூழ்ந்துகொண்டு யார் அந்தக்குரல் எழுப்பியவர் என்று விவாதிக்கிறார்கள்.

"பட்டாமணியம் ஆளுதா?"

“அவன் ஒரு பட்டாமணியமா? அவனைப்போல், நீள நெடு ஆளுகள் இருக்காங்க மாரி...”

“ஜஸ்டிஸ் கட்சி ஆளு” என்று ஒருவன் தெரிவிக்கிறான்.

“மரக்காத் தொப்பிகூட, அம்மா பேச்சை தலையாட்டிக் கேட்டிட்டிருந்தாரே?” என்று பெருமை பொங்கச் சிரிக்கிறான், குஞ்சான்.

“அம்மா..... உங்களுக்கு விசயம் தெரியுமா? நீங்க கிஸ்தி கட்டலியா? வீடு நெலம் ஏலத்துக்கு வருதுன்னு அந்தக் காரியக்காரன் சொல்லிட்டுத் திரிகிறான்...”

மணிக்குச் சுர்ரென்று தலையில் உறைக்கிறது.

ஆம்... வரி கட்டவில்லை. அவன் வேண்டுமென்று ஏலம் தட்டக்கூடும்.“நீங்கல்லாம் இப்ப ஊருக்குப் போங்க. நான் நாளைக்கு வரேன்....” வரிப்பணத்தைத்தான் ஜனசக்தி புத்தகங்கள், பிரசுரங்களுக்குப் பணம் கட்டினாள். இப்போது புரட்டிக்கொடுக்க வேண்டும்.

மறுநாள் முழுவதும் இவளுக்கு வேலை இருக்கிறது. பணம் புரட்டித் தாலுகா கச்சேரியில் நாகப்பட்டினத்தில் கட்டிவிட்டு, தற்செயலாகச் சந்தித்த காங்கிரஸ் நண்பருடன் புத்தக மூட்டைகளைச் சுமந்துகொண்டு, தப்பளாம் புலியூரில் வந்து இறங்குகிறாள், இவர்களைக் கண்டதும், நண்பரின் இளம் மனைவி ... “ஆரோ வைக்கப்போரில் மூட்ட ஒண்ணு ஒளிச்சு வச்சிருக்கிறானாம்! உங்களக் கூட்டனுப்பிச்சாங்க !” என்று கூறுகிறாள்! நண்பர் வந்திறங்கியதும் தண்ணீர்கூடக் குடிக்காமல் போகிறார்.

மணி வீட்டுத் திண்ணையில் அமர்ந்து, புத்தகக் கட்டுகளைப் பிரிக்கிறாள். எல்லாம் சிறு சிறு பிரசுரங்கள்.

அபேதவாதம், ரஷியப்புரட்சி, சோவியத் ரஷியா, சீனாவைப் பார், ஜவஹர்லால் சுய சரிதம், சுயராஜ்யம் யாருக்கு? பொதுஉடைமைத் தத்துவம் .....

ஒவ்வொன்றும், இரண்டணா, நாலணா விலை ...

அந்த இளம் மனைவி பாப்பா, இவளுக்குக் காபி கொண்டு வந்து வைக்கிறாள்.

“பாப்பா உங்க புருஷர், ஆர்வமாக ஜனசக்தி, சுதேமித்திரன் வாங்குகிறார்.... நீங்க படிக்கிறீர்களா?....” பாப்பா, கழுத்து அட்டியல், நான்குவரிச் சங்கிலி மின்னும் கழுத்தை மறைத்துக் கொள்வதுபோல் தலைகுனிந்து நிற்கிறாள்.

மணி எழுந்து அவளை அன்புடன் அணைத்தாற் போல், "உங்களுக்குப் படிக்கத் தெரியும் இல்லையா?... நீங்க இதெல்லாம் படிக்கணும்" என்று சில புத்தகங்களை அவளிடம் கொடுக்கிறாள்.

"உங்கள் புருஷர் அற்புதமான மனுஷர், ரொம்ப முன்னேற்றம் வரணும்னு உற்சாகமாக இருக்கிறவர். காங்கிரஸ் கட்சியில் உள்ளன்போடு, எல்லா மனுஷாளையும் பார்க்கிறவர்... நம்ம தேசம் அடிமைப்பட்டுக்கிடக்கு. பெண் சாதியச் சமையற்கட்டுக்கு இப்பால வரவிடாம அடச்சிவச்சிட்டு, முன்பக்கத்து ரூமில், எந்த ஒரு ஒழுக்கக் கேட்டுக்கும் தயக்கமில்லாம இடம் கொடுக்கும் மிராசுகளுக்கு நடுவில் உங்களை தாராளமா வாசல் வெளில வரவிட்டிருக்கிறார். உங்களுக்குச் சமமா சுதந்தரம் குடுத்திருக்கிறார். அதுனால, இதெல்லாம் நீங்க நிச்சயம் படிக்கணும். படிக்கிறதில்தான் அறிவு விருத்தியாகும். அது உங்களுக்கு மட்டும் நல்லதில்ல. எல்லாருக்கும் பெருமை; தேசத்துக்குப் பெருமை ...."

அவளுக்கு ஒரே வெட்கம். அம்மாள் கொடுக்கும் புத்தகங்களை வாங்கிக் கண்களில் ஒத்திக்கொள்கிறாள். இந்த நேரத்தில், மணலூரில் இவள் வீட்டின் முன், பட்டாமணியம் ஏலம் தட்டிக்கொண்டிருக்கிறான். ஏலத்தில் இவள் உடைமைகளை எடுக்க யாரே வருவார் ? ...

ஆனால் மணி, தான் வரி கட்டிவிட்டதற்கு அடையாளமான ரசீதைக்காட்டி, தன் வீட்டை அநியாயமாக ஏலம் போட்ட குற்றத்திற்கு மான நஷ்டஈடு கேட்டு வழக்குப் பதிவு செய்கிறாள். அடுத்தநாளே, வாழ்க்கையே அறைகூவல்களும், மோதல்களும் போராட்டங்களுமாக இருக்கிறது.

○

14

திருவாரூரில் வக்கீல் குமாஸ்தா சீனிவாசனுடன் பேசிவிட்டு மணி ரயிலேறுகிறாள். சித்திரை வெய்யில் உக்கிரமாகக் காய்ந்து இறங்கும் மாலை நேரம் பாசஞ்சர் வண்டி. அவள் அவ்வாறு ஏறுவதற்குக் காரணம் இல்லாமல் இல்லை. அன்று காலையில் இருந்து அந்த மனிதர் அவளைப் பின் தொடருகிறாரா, இல்லையேல் இவள்தான் அவரைக் கண்காணிக்கிறாளா என்று புரியாத வகையில், கமலாலயக் குளக்கரையில், கோவில் முன், கடைவீதியில், வலிவலம் பாதையில், அவரைக்கடந்த இரண்டு நாட்களாகத் திருவாரூர் வட்டகையில் பார்க்கிறாள். பார்க்க ஏதோ க்ஷேத்திராடனம் வந்த வெளியூர்க்காரரைப் போல் இருக்கிறார். நல்ல உயரம். கிராப்பு,

ஒல்லி, நெற்றியில் சந்தனக் குறுக்கு; காதில் ஒரு பூ வைத்த கோலம். மூலைக்கச்ச வேஷ்டி. மேலே முடிய உத்தரீயம்... வண்டியில் கூட்டமே இல்லை. இவள் நாகப்பட்டினம் செல்லும் திசையில் இப்போது எதற்குச் செல்கிறாள்?

...நாட்டில், அரசியல் நிலைமையில் ஓர் உள்ளோட்டமான உயிர்ப்பு இயங்கத் தொடங்கியிருக்கிறது. புதிய புத்தகங்களும், கருத்துக்களும் செயலூக்கத்தைத் தூண்டி விட்டிருக்கின்றன. தீவிரவாதிகள் என்று முத்திரை இடப்பெற்று, பல போராளிகள் மீது வாரன்டுகள் பிறப்பிக்கப்பட்ட காலம் இது. சிறையில் பல தலைவர்கள் இருக்கிறார்கள்... சிலர்..... சிறைக்குச் செல்லாமல்...

மணி தொண்டையைக் கனைத்துக்கொள்கிறாள்... "உங்களுக்கு"... என்று இழுத்து நிறுத்துகிறாள்.

"சிதம்பரம்" என்று பட்டென்று பதில் வருகிறது.

"ஓ, சிதம்பரத்திலேந்து வருகிறீர்களா?... ஊரே சிதம்பரமோ?...."

"...ஆமாம்..... சிதம்பரம், கும்பகோணம் போயிட்டு இப்ப வரேன். மதுரை மீனாட்சி கோவில் பார்த்தேன்...."

பேச்சில் மலையாள வாடை வீசுகிறது.

"ஓ க்ஷேத்திராடனமா? இப்ப சிக்கல் போறாப்லியா?..., சிங்காரவேலன் தரிசனம் அவசியம் பண்ணணும்....."

".....ஆ... சிக்கல். அங்குதான் போகணும்....."

"இந்தத் தஞ்சாவூர் ஜில்லாவில் எங்கு திரும்பினாலும் தெய்வக்கோவில்கள்தான். அவர்களையே ஆள்பவர்கள் இந்த மிட்டா மிராசுகள்"

"ஓ, அப்படியா?... உங்களுக்கு ... நீங்களும் க்ஷேத்திராடனமா வந்தவர்தானே?"

".... இல்லை. எனக்கு ஊர், இப்ப போச்சே, அடியக்கமங்கல கிராமம். அங்கிருந்து அஞ்சாறு மைல் நடக்கணும். மணலூர்"

"ஓ... கோ...."

அவர் கண்களில் ஒளி மின்னுகிறது.

"நான் உங்களை எங்கள் நாட்டுக்காரர்னு சம்சயிச்சேன்..." சிரிக்கிறார்.

மணியும் புரிந்துகொண்டு சிரிக்கிறாள்.

சிக்கலில் இருளில் வண்டி நிற்கிறது. மணி ஒரு பக்கம் செல்கிறாள். அவரும் செல்கிறார்.

இரவு நேரத்தில், தோப்பின் நடுவேயுள்ள சிறு கூரைக் கட்டடத்தில், கூட்டம் நடக்கிறது.

நில உடைமைகளை எதிர்த்து, சம உரிமைக்கு வழி அமைக்க, இவர்கள் செயல்முறைகள், திட்டங்கள் குறித்து ஒன்றுகூடிப் பேசுகிறார்கள். பிரபுத்துவ, முதலாளித்துவ, உறிஞ்சிக் குடிக்கும் அமைப்பின் கூறுகள் எல்லாத் திசைகளிலும் பிரதிபலிக்கின்றன. அப்படி இல்லாத, மனிதரை மனிதரே ஆளும் சமத்துவச் சமுதாயம் ஒன்றைச் சாதிக்க முடியும்.

அத்தகைய சமுதாயத்தைத் தோற்றுவிப்பதற்குரிய நீதி - நெறிமுறைகளை வகுத்திருக்கும் அறிஞர் மார்க்ஸ் - ஏங்கெல்ஸ் பற்றியும், அந்த நெறிகளை ஒரு விஞ்ஞானப்பூர்வ அணுகுமுறையில் செயலாக்கி வெற்றிகண்ட லெனின் பற்றியும், இவர்கள் பேசுகிறார்கள். இந்தியாவில் அத்தகையதோர் அரசியல் புரட்சியைத் தோற்றுவிக்கக்கூடிய சாத்தியக்கூறுகளை ஆராய்கிறார்கள். இவ்வாறு கூடும் கூட்டங்கள் அனைத்தும் அரசுக்கு எதிரானவை. இருட்டில் வந்து சேரும் ஆள்கள் யார் எவர் என்ற அடையாளங்கள் கூட வைத்துக்கொள்ள முடியாத நெருக்கடி. ஆனால், இந்தப் புதிய தத்துவத்தின் பக்கம் சார்ந்து, போராட்டத்துக்கான செயல்திட்ட இயக்கங்களில் தம் உடல், பொருள், ஆவி அனைத்தையும் ஈடாக்க முனைந்தோரில் ஒருத்தியாக மணி தன்னைப் பிணைத்துக் கொண்டிருக்கிறாள். இதனாலேயே கீவளூர், சிக்கல் என்று நள்ளிரவிலும் மனிதர் நடமாட்டம் இல்லாத தடங்களிலும் இவள் நடக்கிறாள். காலில் முரட்டுச் செருப்பும், கையில் இடுக்கிய குடையும் இவளுக்கு. உடன் வரும் தோழர்கள் இடுக்கிய குடைக்குள், 'சூரி கத்தி' ஒன்று தற்காப்பு ஆயுதமாகப் பதுங்கி இருக்கிறது ....

மணிக்குத் தொல்லை கொடுப்பவர்கள் அனைவரும் மணலூர் பட்டாமணியத்தைப் போன்ற கயமைக் கும்பலும், உறிஞ்சிக் குடிக்கும் பிரபுத்துவ வர்க்கத்தினரும்தாம். காவல் துறையினர் என்ன காரணத்தினாலோ, இவளை இதுகாறும் வருமம் கொண்டு பார்த்திருக்கவில்லை. இவள் கூட்டங்களில் பேசும்போதும், தனிவழி நடந்து செல்லும்போதும் எந்த ஒரு காவலனும், மரியாதை மீறி நடந்திருக்கவில்லை. கொலைக் குற்றம் என்று பட்டாமணியம் இவளைக் கைது செய்து விலங்கு பூட்டி அழைத்துச்செல்ல உத்தரவிட்டபோதும்கூட, இவள் தகாத செயல் செய்தாள் என்று வழக்குப்பதிவு செய்யவில்லை. இதெல்லாம், இவள் உள்ளொன்று புறமொன்று என்று கொண்டு நடக்காமல், சத்தியத்தின் உருவாய் இயங்குவதன் நம்பிக்கைகளாக எந்த நெருக்கடியையும் சமாளிக்க இவளுக்கு உறுதி கொடுக்கத் துணை நிற்கின்றன.

1941ஆம் ஆண்டின் மே மாதத்திலேயே, ஏகாதிபத்திய வெறியரின் தாக்கம், முசோலினியின் உருவிலும் ஐரோப்பாவைக்

கைப்பற்றத் திட்டமிடுகிறது. ஃபிரான்ஸ் வீழ்கிறது. நேச நாடான ஃபிரான்சுக்கு உதவுவதற்காகச் சென்ற பிரிட்டிஷ் படைகளை 'டங்கர்க்' துறைமுகத்திலேயே பின்வாங்கித் திரும்பி அழைத்துக் கொள்ள வேண்டிவந்தது.

எதிரியின் வலிமையும், பற்றிய பிடியின் உறுதியில்லாத நிலையும் உதவிக்கு என்று அனுப்பிய படையினரை இழந்து விடும்படிச் செய்யக்கூடும் என்ற பலவீனத்தை உணர்த்தி விட்டன. எனவே போரைத் தீவிரமாக்குவதில் பயனில்லை என்று கண்டு, படையினரைப் பின்வாங்கும்படி ஆணையிட்ட இங்கிலாந்தின் பிரதம மந்திரி சர்ச்சியைப் புகழ்ந்தார்கள். ஆனால், ஜூன் 22இல் ஹிட்லரின் சர்வாதிகாரப் பசி, சோவியத் யூனியனைக் குறிபார்க்கிறது. மக்களனைவரும் சமமானவர்கள் என்று புதுமைத் தத்துவம் கொண்டு நிறுவப் பெற்ற அந்தப் பூமியை விழுங்க முன் பாய்ந்தது. 1939இல் ஒருவரை ஒருவர் மோத அத்துமீற மாட்டோம் என்று அதே சோவியத் யூனியனுடன் செய்துகொண்ட ஒப்பந்தத்தை மிதித்து நாசமாக்கிக் கொண்டு அந்தப் பொதுவுடைமை நாட்டின் மீது ஆக்கிரமிப்புச் செய்தது ஹிட்லரின் ஜெர்மானியப் படைகள்.

போர்.... ஐரோப்பாவெங்கும் மூண்டுவிட்ட போர்... காங்கிரஸ் அரசமைப்புகள் இப்போது இல்லை. தனி நபர் சத்தியாக்கிரகம் என்ற ஓர் அலை இப்போது தோன்றுகிறது. காந்தி இந்தப் போரில் பங்கேற்பவர்களைப் பார்த்து அனுமதி வழங்குகிறார். தியாகராஜன், காக்கழனி முருகையா, வேப்பத்தாங்குடி பிள்ளை என்று பலரும் இந்தச் சத்தியாக்கிரகப் போராட்டத்தில் கலந்துகொண்டு சிறை செல்கின்றனர். ஆனால் 'கிசான் சங்க்' அமைப்பின் தலைவராக இருக்கும் மணி போகலாமா?... தொழிற்சங்க அமைப்பில் ஈடுபட்டுள்ள எவருக்கும், இந்த ஒப்புதல் அனுமதி வழங்கப் பெறவில்லை. மணி, காங்கிரஸின் இந்த வேறுபாடு உணர்ந்து திகைக்கிறாள். பட்டுக்கோட்டைக்கு இவள் சென்றிருக்கையில், அத்திம்பேரை வாதுக்கு இழுக்கிறாள்.

காங்கிரஸ், உண்மையான சமுதாய முன்னேற்றத்தில் அக்கறை கொள்ளவில்லை. உங்கள் ஹரிஜன அக்கறை எல்லாம் வெறும் மேலுக்கு! வேஷம்..! தொழிற்சங்கங்கள், உழைப்பாளி மக்களின் ஒன்றிணைந்த ஈடுபாடு இல்லாமல் எந்தப் போராட்டமும் வெற்றி பெறாது.

"ஓ! உங்கள் கட்சிக்கு அஹிம்சையில் அக்கறை கிடையாது! அங்கு தனி மனித உணர்வுகளுக்கும் இடமில்லை. அதனால்தான் காந்தி அதை ஆதரிக்கவில்லை?" என்றார் அவர். ஆனால், அந்த

மேல்பட்ட 'சத்தியாக்கிரகம்' பிசுபிசுத்துப் பயனற்றுப் போனதைத்தான் எல்லோரும் கண்டார்கள்.!

அந்த ஆண்டின் தை அறுவடை, மணியைப் பொறுத்தமட்டில், ஒரு கனமான - ஒரு ஈடுபாட்டுக்குடைய நாள்களாகவே இல்லாமல் முடிந்துவிடுகிறது. இவளை முழுவதுமாக அண்டி, நம்பி தெய்வமாகவே கொண்டாடிக்கொண்டிருக்கும் உழவர்கள், தாமே முன்னின்று அனைத்துப் பணிகளையும் செய்து மூட்டைகளைக் கொண்டு வந்து விடுகின்றனர். பெயருக்குத்தான் களவடியில் நிற்கிறாள். கூலியைத் தாராளமாக மூன்று மரக்கால் என்றும், விளைவில் ஒரு பங்கு கூடுதல் என்றும் கணக்குப் போட்டுப் பிரித்துக்கொள்ளச் செய்கிறாள். மீதி விளைவை விற்ற வகையில்... மூவாயிரம் ரூபாய் தேறுகிறது...

நாகப்பட்டினத்தில், ஒரு குறிப்பிட்ட தொகையை வங்கியில் செலுத்திவிட்டு, இரண்டாயிரம் ரூபாய்போல் தன் தோழி குஞ்சம்மாவிடம் கொடுத்து வைத்திருக்கிறாள். இவளுக்குப் பணம் எப்போது தேவைப்படும் என்று சொல்ல முடியாத நிலை. இயக்கம் நடத்துவதென்பது எளிதல்ல. இரவோடிரவாக எந்த வண்டியோ, எந்தப் பாதையோ என்று சில ரூபாய் நோட்டுகளை உள்சட்டைப் பைக்குள் பதுக்கிக்கொண்டு போக வேண்டி வருகிறது. "கோபாலு, இன்ன இடத்தில் இன்ன ஆளை ராத்திரி வழி நடத்திக் கூட்டிட்டுவா, சாப்பாட்டுக்கு வச்சுக்கோ?" என்பாள். அத்துடன் இவளுடைய சினேகிதி ஓர் அபூர்வப்பிறவி. இவளுக்கு எத்தனை முறைகளோ, - ஆபத்து என்று வரும்போது உதவியிருக்கிறாள். ஏறக்குறைய அவளும் இவளைப் போன்ற தனியாள்தான். கணவரும் இப்போது இறந்துவிட்டார். எனினும் அவளும் ஒரு 'தனி ராஜ்ஜியம்' நடத்திக் கொண்டிருக்கிறாள். யாரேனும் ஏழையின் கல்யாணச் செலவுக்கு இது போயிருக்கும், முன்போட்டு, பின்புரட்டி, எல்லா வகையான தந்திரங்களையும் கையாள்பவள்...

கீழை நாட்டில் ஜப்பான் போரில் இறங்கி கபகபவென்று பிரிட்டன் வசமுள்ள நாடுகளை விழுங்குவதற்குத் தாவிவிட்ட நிலைமை. மணியைச் சேர்ந்தவர்களெல்லாரும் அருந்தலைவராக மதித்த சுபாஷ் சந்திரபோஸ் துரோகியாகப் பலர் கருதும் வகையில் மாற்றான் - ஏகாதிபத்திய வெறி கொண்ட நாஜியின் பக்கம் தப்பிச் சென்றுவிட்டார். நாட்டில் ஏற்கெனவே விலைவாசி ஏறிவிட்டது. பதினேழு ரூபாய், பதினெட்டு ரூபாய் விற்ற சவரன், முப்பதுக்கும் நாற்பதுக்கும் ஏறிவிட்டது. வெள்ளி ரூபாய் எடை, ரூபாய்க்கு மேலாகிறது. அரசு, காகித நோட்டை அச்சிட்டுத் தள்ளியிருக்கிறார்கள்...

நெல் விற்ற பணம் என்று தம்பிக்கு, மணி அதை அனுப்பி விடாததற்கு வேறொரு காரணமும் இருந்தது. யுத்த பீதி ஜப்பான், சிங்கப்பூர், ரங்கூன் என்று பாய்ந்ததும், சென்னை நகரமெங்கும் பரவிவிட்டது.

'ஜப்பான்காரன் வந்துட்டான். ரங்கூன் வந்துட்டா மெட்ராஸ் எத்தனை தூரம்...?' என்ற கலவரம் தமிழ்நாடு முழுவதுமே பரவிவிடுகிறது. சென்னை நகரத்தையே காலி செய்துகொண்டு மக்கள் கிராமங்களை நோக்கிப் படைபடையாக வருகிறார்கள். ரங்கூனிலிருந்து ஜப்பான்காரன் குண்டுக்குத் தப்பி, அரகான் மலைச்சரிவுகளில் கால்நடையாக நடந்து வருபவர்களின் சோகக் கதைகள் அன்றாடம் வந்த வண்ணமிருக்கின்றன. தம்பி குடும்பமும் இடம்பெயர்ந்து காட்டுக்குச் சென்றிருக்கலாம் என்று மணி அனுமானித்திருக்கிறாள். தம்பி இன்னமும் அவளிடம் நேரிடையாகப் பேசுவதில்லை.

அன்று அவள் நாகப்பட்டினத்துக்குக் கிளம்பிக்கொண்டிருந்த நேரத்தில் தம்பி மகன் - பதினேழு, பதினெட்டுப் பிராயத்துப் படிக்கும் பிள்ளை வருகிறான். "வாப்பா? எப்போது ஊருக்கு வந்தீர்கள், என்ன சமாச்சாரங்கள்?" என்று நலம் விசாரிக்கிறாள் அவள்.

"அப்பா உங்ககிட்ட நெல்லு வித்த பணம் ரெண்டாயிரம் இருக்கிறதாம், அதை வாங்கிட்டு வரச் சொன்னார் ...." இதுதான் செய்தி.

"பணந்தானே? தந்துட்டாப் போச்சு. எங்கே போயிடப் போறது? எங்கிட்டதானே இருக்கு? நீங்க எப்ப வந்தீர்கள்? வச்சுக்குக் கல்யாணம் பாத்திட்டிருக்கிறதாச் சொன்னார் அத்திம்பேர். ஏதேனும் குதிர்ந்ததா? ஏன், நீங்க ஒரு கடிதாசு கூடப் போடல வரதப் பத்தி..? மட்ராஸ் எப்படி இருக்கு?"

இவளுடைய வினாக்கள் எதற்கும் அவன் விடையளிக்கவில்லை

"அப்பா உடனே பணத்தை வாங்கிண்டு வரச் சொன்னார் அத்தை!"

மணிக்குக் கோபம் வருகிறது.

"ஏன்டா? உடனேன்னா, உடனே மடில வச்சிட்டிருக் கிறேனா எடுத்துக் குடுக்க? அப்படி அக்கறை இருக்கிறவன் தான் பட்டாமணியத்துங்கிட்ட விட்டுட்டுப்போனான். பணத்தை உடனே வாங்கிட்டு வரச்சொன்னானாம்! குடுக்க முடியாதுன்னு போய்ச் சொல்லு!" பையன் அதிர்ந்து போகிறான்.

"இல்லே.... அத்தை, வந்து அப்பா சொன்னதைத்தான் சொன்னேன்...." என்று தடுமாறுகிறான்.

"சொல்லிட்டே இல்லையா?... இப்ப நான் சொல்றதைப் போய்ச் சொல்லு! பணம் குடுக்க முடியாது !"

இவளுக்கு அவசரம்.

தனிநபர் சத்தியாக்கிரக நடவடிக்கைக்குப் பிறகு, காங்கிரஸ் அமைப்பில் பிரிவு பிளவு ஆழமாகவே தெரிகின்றது. இதனால் அமைப்பின் வலிமை குன்றலாம் என்ற அச்சம் இவளுக்குத் தோன்றவில்லை. ஏனெனில் சூழல், ஆதிக்கங்களை எதிர்க்கும் சக்திகளைத் திரட்ட உதவுகிறது. இளைஞர் - மாணவத் தோழர்கள், இத்தகைய அமைப்பில் ஒன்றுபடுகிறார்கள். மக்களுக்கு அரசியல் உணர்வென்பதே இத்தகைய சமூக ஆதிக்க எதிர்ப்புணர்வின் வாயிலாக வரும்போதுதான் அரசியல் மாற்றம், சமுதாய மாற்றத்தை அடிப்படையாகக் கொண்டு ஏற்படுவதாக இருக்கும். இந்த வகையில் தேர்ந்தெடுக்கப்படும் தொண்டர்களுக்கு வகுப்புகளும், பயிற்சிப் பாசறைகளும் ஏற்பாடு செய்யப்படுகின்றன, மணி இதிலெல்லாம் தன்னை முழுவதுமாக ஈடுபடுத்திக்கொள்கிறாள்.

மன்னார்குடிப் பக்கம் தென்பரையில் விவசாயத் தொழிலாளர் இயக்கம், வலிமைபெற்ற மோதல்களினாலேயே தோன்றுகிறது. இந்த இயக்கத்தை வழி நடத்திச் செல்ல, இளந்தோழர்கள் - தலைவர்களாக உருவாகிறார்கள்.

இந்த நெருக்கடியான நாள்களில்தான் மணிக்கு, பணத்துக் காக நாகப்பட்டினம் சிவில் கோர்ட்டில் வழக்குத் தொடுத்து சகோதரன் இவளுக்கு அறிக்கை விடுகிறான்.

அன்று நாகையிலேயே இவள் ஒன்றுவிட்ட அண்ணாவாக உடன் பிறந்த பாசத்துடன் உறவாடும் தமையனைப் பார்க்கிறாள்.

"மணி..! என்னம்மா இது? அவன் பணத்தை நீ ஏன் பிடிச்சு வச்சுக்கணும்? குடுத்துடறதுதானே?"

"நான் குடுக்கமாட்டேன்னா சொன்னேன்? எனக்கு மட்டும் மானம், மரியாதை கிடையாதா? பிள்ளைய அனுப்பிச்சு, பணத்தை இப்ப குடுன்னு வாங்கிண்டுவான்னு சொன்னான். நான் இவன் பணத்தை அப்படி முழுங்குவேனா? ஏன்? யாரைக் கேட்டு நடுத்தெருவில் நிறுத்திட்டு பட்டாமணியத்துங்கிட்ட குத்தகை கொடுத்தான்? அவன் சாப்பிட்டபோது என்ன பண்ணினான்? எனக்கு மட்டும் மானம்மரியாதை இராது, இல்லை...? கோர்ட்டில் போட்டிருக்கிறான்? தம்பியானால் என்ன? யாரானால் என்ன? அவன் வக்கீல்னா, நான் அவனுக்கு அக்கா!...."

"மணி... பொறு... பொறு அம்மா, அவன் சுபாவம் தெரிஞ்சதுதானே? உங்கம்மா ரொம்ப வருத்தப்படறா. அவன்

சம்சாரியாயிட்டான். பொண்ணு வத்சலாக்குக் கல்யாணம் பார்க்கறான். ஒன்னும் சரியா வரல. அதுக்கு வயசு ஓடுகிறது. இந்த வருஷம் கல்யாணம் எப்படியும் பண்ணிடணும்னு பார்க்கறான்...” -

“இருக்கட்டும், அதுக்காக எங்கிட்ட இப்படி நோட்டீஸ் விடச் சொல்லுவதா? ஏன், எங்கம்மாவுக்குச் சொல்ல முடியாதா?”

“இல்லம்மா... ஒரு குடும்பத்துக்குள்ள, என்னன்னாலும், ஒரு இதுவா... அத்தை, ஆம்பிளயாட்டமா தலைவளத்துண்டு, பள்ளு பறைன்னு பார்க்காம கலந்துக்கறான்னு... பேச்சு அடிபடறதில்லையாம்மா? காங்கிரஸ், கதர்ங்கறது ஒரு கௌரவமா இருக்கு. ஆனா, நீ... போறதிசை வேறாயிருக்கு. இதனாலே சம்பந்தம் கூடறது செத்த சிரமமா இருக்காப்பில இருக்கு....” பதம் பார்த்துக் கூரிய கத்தி ஒன்று பாய்ச்சப்பட்டாற்போன்று மணி அதிர்ச்சி அடைகிறாள்.

கால் நடையாகவே நாகூர் சாலையில் இருக்கும், பெருங் கடம்பனாருக்கு வருகிறாள். சினேகிதி குஞ்சம்மாளின் இல்லம். குஞ்சம்மாள்தான் இவள் கொடுக்கல் வாங்கல் விவகாரம் எல்லாவற்றுக்கும் ஆலோசனை செய்பவள். கணவர் இறந்த பின், தனி ஒருத்தியாக ஐந்து வேலி நிலத்தைச் சாகுபடி செய்துகொண்டு இங்கே வாழ்கிறாள். மூத்தவள் இருக்க இளையவளாக வாழ்க்கைப்பட்டாலும், மூத்தவள் வழியில் தாயற்ற பெண்ணாய் இருந்த ஒரே பேத்திப் பெண்ணைத் தன் மகளாகக் கருதிச் சீராட்டி வளர்த்தாள். இப்போதும் அவள் வாரிசான குழந்தையை - பெண் குழந்தையைத் தன்னுடன் வைத்துக் கொண்டிருக்கிறாள். வீடோ, வருபவர் போகிறவர்கள், சந்நியாசிகள், அண்டி வருபவர்கள் என்று சத்திரமாக இருக்கும்... இவளை நேரில் காண்பதே மணிக்கு ஒரு வீரியமூட்டும் மாத்திரையாகத் தெம்பளிக்கிறது. ஆஜானுபாகுவான தோற்றம். இவள் முடி மழிக்கவில்லை. கருங்கூந்தல் விரித்தது விரித்தபடி தொங்குகிறது. இடையில் துறவிகள் அணியும் காவிச்சேலை.

“என்னடா மணி, என்னமோ மாதிரி இருக்கே?” மணி தோள் பையை ஊஞ்சலில் போட்டுவிட்டுப் பின் கட்டுக்குச் செல்கிறாள். ஏதேதோ பச்சிலை வகைகள் கொல்லையில் பயிரிட்டிருக்கிறார்கள். ஒரு கட்டுப்பச்சிலையை ஓர் அம்மாள் இடித்துச் சாறு பிழிகிறாள்.

“என்ன குஞ்சம்மா, இதெல்லாம்?”

“அதொண்ணுமில்ல. பேர் சொல்லா இலை. ஆஸ்த்மாவுக்கு இப்படி ஒரு கஷாயம் காய்ச்சலாம்னா... கொல்லையில் சிரியாநங்கைதானே வச்சிருக்கே!... இது வச்சா பூச்சிபொட்டு வராதுன்னு சொல்லுவா... அதுக்குத்தான் பயிர் பண்ணி இருக்கேன்

மணி, இங்கே போன மாசம் குத்தால மலைச் சாரல்லேந்து ஒரு சித்தர் வந்து தங்கி இருந்தார். அவர்ட்ட சிலதெல்லாம் கத்துண்டேன். பலனாயிருந்தா ஜன சமூகத்துக்கு அதனால் உபயோகமாயிருக்கும் இல்லையா?... வா... தருமுமாமி! இலை போடுங்கோ..." என்று அவளுக்கு உணவு வடிக்கச் செல்கிறாள் அந்த மாதரசி. காற்றுக் காலம்; பகல் மணி மூன்றடித்திருக்கும்; எப்போது வந்தாலும் அன்னமிடும் வீடு. பெண்ணாய், தாயாய் நின்று, அதே பார்வையில் இன்னொரு பெண்ணையும் பார்த்து உதவும் உள்ளம். இவள் இவளாகவே இருக்கிறாள். மிளகு ரசத்தை ருசித்து அருந்தியவாறு, மணி குஞ்சம்மாளிடம் கேட்கிறாள்:

"குஞ்சம்மா, ஒரு பெண் தனக்குச் சமுதாயம் செய்யும் இழிவைப் பொறுத்துக்கொண்டு முடங்காமல், தைரியமாக அதே சமுதாயத்தை எதிர்ப்பது குற்றமா?"

"இப்ப என்ன புது விஷயம்?"

"என்னால் வச்சுவின் கல்யாணம் தடைபடுகிறதாம் குஞ்சம்மா!" மணிக்குக் குரல் செருமுகிறது; கண்களில் மிளகின் காரம் எரிதற் போல் நீர் துளிர்க்கிறது.

○

15

தங்கை கிளியாம்பாள், முன்னறிவிப்பேதும் இன்றி மணி வந்து இறங்கியதும் சிறிது திகைப்படைகிறாள்.

"என்ன மணி? மதுரையில் ஏதானும் கூட்டமா?..." மணி பையை வைத்துவிட்டு பெஞ்சில் உட்காருகிறாள். தங்கை கிளியாம்பாளின் கணவரும் மதுரையில் புகழ்பெற்ற வக்கீல் தாம். இந்த வீட்டுக் கூடத்திலும் காங்கிரஸ் தலைவர்களின் படங்கள் வரிசையாகத் தொங்குகின்றன. நூக்கமர மேசை, கண்ணாடி அலமாரி, வெள்ளிப் பாத்திர பண்டங்கள், சமையல்காரர் என்று செல்வச் செழிப்பை விள்ளும் வீடு.

"கிளி, நான் இப்ப கட்சி, கூட்டம்னு இங்க வரல, வேறு ஒரு முக்கிய விஷயமா வந்திருக்கிறேன். வத்சலாவை உன் பிள்ளை நடேசனுக்குக் கல்யாணம் பண்ணிக்கிறதில உனக்கு என்ன ஆட்சேபம்?" கிளியின் செவிகளிலும் மூக்கிலும் உள்ள வயிரங்கள் டால் அடிக்கின்றன. பணக்கார இடம் என்று இவளையும் இரண்டாந்தாரமாகவே கொடுத்தார்கள். அப்படி, வத்சலா ஒரு

மனக்குறை இருக்கும்படி நிர்ப்பந்தத்தில் யாருக்கோ கழுத்தை நீட்டும்படி வரக்கூடாது ...

“ஆட்சேபம்னு யார் சொன்னா, மணி ?”

“என் காதில் விழுந்ததைச் சொல்றேன். அவள் கல்யாண மாகாமல் நிற்பதற்கு நான் ஒரு காரணம்னு காதில் விழுந்தது. குழந்தைகள் இருவரும் வந்து போய்ப் பழகியிருக்கிறவாதான். இப்ப நான் ஒரு காரணம்னு கேட்டது நெஞ்சில் முள்ளாய்த் தைக்கிறது....”

மணியின் குரலில் துயரம் முட்டினாலும் காட்டிக் கொள்ளாத ஒரு வீறாப்புடன் பேசுகிறாள்.

கிளி தமக்கையை ஆசுவாசப்படுத்துகிறாள். “காபியைக் குடி, முதலில்... யாரோ ஏதோ சொன்னா நீ ஏன் எடுத்துக்கணும் மணி? ஊரில நாலு பேர் நாலு விதமாத்தான் பேசுவா. அதை ஏன் நாம் எடுத்துக்கணும்?”

“கிளி, உனக்குத் தெரியாது... நீ எடுத்துக்காம இருக்கலாம் ... இந்த வீட்டிலே, அக்கா தம்பி, சகோதர பாசம்கூட இல்லை. வெறும் பணம்தான் பந்தமாயிருக்கு....”

“என் காதுலயும் விழுந்தது. ரெண்டு வருஷத்துக்கு முன்னயே, வேடிக்கையா பிரஸ்தாபிக்கிறாப்பல அம்மா சொன்னா, நானும் அதுக்கென்னம்மா? வெளியில எதற்குப் போகணும், கட்டிப்போட்டா உறவுவிட்டுப் போகாதுன்னேன். அவளுக்கும் இஷ்டந்தான். ஆனா... அப்புறம் அவான்னா வரணும்? ஒருவேளை மோகனுக்குக் குடுக்கிறாளோன்னு சந்தேகம் இருந்தது. அது அப்பவே தீந்து போச்சு... ஒண்ணுமே போடாம நாங்க வலியப்போய்க் கல்யாணம் பண்ணிக்கணும்னு நினைச்சிருக்காளோ என்னமோ? இங்கே ஜோசியர்ட்ட ஜாதகத்தைக்கூடப் பார்த்து வச்சிருக்கு. பண்ணலாம்னார்...”

“சரி, கிளி, இப்ப நான் வந்து கேட்டாச்சு. பெரிசு பண்ணாதே, ஆனிக்குள்ள கல்யாணம் நடக்கணும்...!”

நெஞ்சில் ஏறிய பளு இறங்குகிறது.

தம்பிக்குச் சேர வேண்டிய பணத்தைக் கொடுத்ததுமின்றி, கல்யாணத்துடன், அவன் நிலம், பண்ணை என்ற பந்தங்களில் இருந்து தன்னை விடுவித்துக் கொள்கிறாள்.

அவர்கள் அந்தப் பூர்வீகமான வீடு, பண்ணை இரண்டையும் பிரம்ம தேசத்துக் குடும்பம் ஒன்றுக்கு உரித்தாக்கிவிட்டு மணலூர் பிசுக்கை, ஒட்ட அழித்துக் கொள்கிறார்கள்.

மணிக்கோ, இப்போது மணலூர் மக்கள் மட்டுமின்றி கோயில்பத்து, உழனி, மயிலாங்குடி என்று சுற்றுவட்ட கிராமங்கள் தவிர, கீழ்த்தஞ்சையின் பல மிராசு பண்ணை உழவர் மக்களும் உறவினராகிவிட்டனர். இந்தக் காலகட்டத்தில் நாட்டு அரசியல் நிலையும் மிக நெருக்கடிக்குள்ளாகி இருக்கிறது.

தனி நபர் சத்தியாக்கிரகம் பிசுபிசுத்துப் போனதைத் தொடர்ந்து, இவ்வாண்டில் ஆகஸ்ட் 8-9 இல் குவாலியர் தோலா மைதானத்தில் கூடிய மகாநாட்டில், ஓர் இறுதிப் போராட்டத்துக்குக் காந்திஜி தலைமை ஏற்கிறார். 'வெள்ளையனே! வெளியேறு !' என்ற முழக்கம் நாட்டின் எல்லாத் திசைகளிலும் எதிரொலிக்கிறது. 'செய்! அல்லது செத்துமடி.!' என்று ஆணையிட்ட காந்திஜியின் குரலுக்குத் தலைவணங்கி ஆயிரமாயிரமாக இளைஞர் போராட்டத்தீயில் குதிக்கின்றனர். ஒரு சில மணி நேரத்துக்குள் காந்திஜியும் ஏனைய தலைவர்களும் கைது செய்யப்பட்டுச் சிறையில் வைக்கப்படுகின்றனர். இளைஞர் கொந்தளிப்பு கட்டுக்குள் அடங்கவில்லை. தந்திக் கம்பங்கள் பெயர்க்கப்படுகின்றன. அரசு ஆணைகள் தீயிடப் படுகின்றன. கலவரங்களை ஒடுக்க பிரிட்டிஷ் அரசு, அடக்கு முறைச் சட்டங்களைப் பிறப்பிக்கின்றது.

அண்ணாமலைப் பல்கலைக்கழக மாணவர்களும், திருச்சி கல்லூரி மாணவர்களும் தீவிர தேசீய இயக்கம் அமைத்துச் சமுதாயத்தின் மெத்தனமான உறக்கத்தை உலுக்கி கலைக்கின்றனர்.

பிரிட்டிஷ் ஏகாதிபத்தியக் கூட்டுப் போரில் அந்த ஆதிக்க அரசுக்கு இந்தியா உதவி செய்யக்கூடாது எனது நிலைமையும் மாறி வருகிறது. சோவியத் யூனியனில் ஜெர்மனியில் ஆக்கிரமிப்பும், கீழை நாடுகளில் ஜப்பானிய ஆக்கிரமிப்பும், இந்தியாவை, பிரிட்டன் - நேச நாடுகளுக்கு ஆதரவாக இருக்கும் வகையில் அரசியல் சூழலையே மாற்றிவிடுகின்றன.

ஜனசக்தி இதழ்கள் சமத்துவம் கண்ட சோஷலிச நாடான சோவியத் யூனியனில் ஜெர்மானியப் படையினை எதிர்த்துத் தாயகம் காக்கத் தீவிரமாகப் போராடும் சோவியத் மக்களின் வீரசாகசங்களைப் பற்றிப் பத்தி பத்தியாக விவரிக்கின்றன. இந்த நிலையில், இந்தியாவுக்குச் சுதந்திரம் என்பது எளிதாகி விடக்கூடாது என்ற முன்னுணர்வுடன் பிரிட்டன், ஹிந்து - முஸ்லிம் என்ற பிரிவினைச் சூழ்ச்சியையும் தூண்டி விடாமலில்லை. இப்போது, மணி சார்ந்திருக்கும் கட்சி ஒரே குரலாக "காங்கிரஸ் தலைவர்களை விடுதலை செய்! அடக்குமுறைகளை நிறுத்து ! முஸ்லீம் லீக் - காங்கிரஸ் ஒற்றுமை ஓங்கட்டும்!" என்று முழக்குகிறது.

மணி இத்துணை நெருக்கடியிலும், பரபரப்பிலும், மக்களின் அன்றாட வாழ்க்கை அல்லல்களைப் போக்குவதற்கு முனைந்து செயல்படுகிறாள்.

நாகப்பட்டினத்தில், ‘ஸ்டீல் ரோலிங் மில்’ என்ற தொழிற் சாலை, தனியார் தொடங்கி நடத்தப்படும் நிறுவனமாகும். இந்தியாவில் தொழில்கள் பெருக வேண்டும் என்ற ஆர்வத்துடன், வண்டிப்பட்டைகளை, எஃகுக் கம்பிகள் போன்ற சிறுசிறு தண்டவாளங்களை உற்பத்தி செய்யும் இத்தொழிலகத்தில் ஐநூறுக்கும் மேற்பட்ட தொழிலாளிகள் இருக்கைகளை மணி சென்று பார்க்கிறாள். உழவர் குடில்களிலேனும் சிறிது பசுமை இருக்கும். வயலில் சென்று சேம்போ, கருணையோ, தானியக் கதிரோ திருடிப் பசியாறுவதற்கேனும் வழி உண்டு. தென்னை மரத்திலேறி இரண்டு காய்களைப் பறித்து அருந்தலாம். பிறகு பண்ணைக்காரன் கட்டிவைத்து அடிப்பான். கோயில்பத்து ஊரில், தேங்காய் திருடுவதற்காக அடிப்பதற்கே பெயர் போன பண்ணை உண்டு. ஆனால், இந்தத் தொழிலாளர் குடும்பங்களில்...?

ஆறணா கூலி. அதையும் முழுசாக ஒரு தொழிலாளியும் பெறமாட்டான். சாராயக் கடைக் கடனே கூலியின் பெரும் பகுதியை விழுங்கிவிடும். இந்தப் பட்டணத்துச் சந்தியில், காசில்லாமல் ஒரு வாழைத் தண்டுகூடக் கிடைக்காது. போர்க் காலம், விளக்கெரிக்கவே மண்ணெண்ணெய் இல்லை. பரட்டை முடியில் புரட்டக்கூட நல்லெண்ணெய் வாங்க இயலாத நிலையில், அதைக்கொண்டு விளக்கெரிக்க முடியுமா?

மாலை ஏழு மணியளவில் இந்தக் குடியிருப்புகளைச் சென்று பார்க்கையில் மணியின் உள்ளம் கனலுகிறது. பசி பசி என்று எலும்பும் தோலுமாகப் பிய்த்தெடுக்கும் குழந்தைகள், சொறி சிரங்குடன் குப்பை மேட்டுக் கழிவுகளுடன் குந்தி விளையாடிவிட்டு, எண்ணெய்ப் பசையில்லா உடலைப் பறட்டுப் பறட்டென்று சொறிகின்றன. போதையில் தள்ளாடி விழும் தொழிலாளி, மனைவியை “ஏண்டி சோறாக்கவில்லை” என்று எட்டி உதைக்கிறான். “அட பாவி, அடிக்கிறியே? நொய்க்குருண கூடப் படி, முக்கால் ரூபா விக்கிது. அதுவும் கிடைக்கிறதில்ல!...” என்று அழுகிறாள்.

“ஏப்பா? மாசி? குடிச்சி ஏன் பாழா போறீங்க?”

“தாயி, குடிக்கிறது கேடுன்னு தெரியும். ஆனா... வேலை ரொம்ப சாஸ்தி. யுத்தம்னு சொல்லி ஆறுமணிக்கு மேலும் வேலை வாங்கறாங்க. கொஞ்சம் சரக்கு எடுத்திட்டாத்தான் ஒடம்பு ஒடம்பாயிருக்கு...”,

மணி மறு பேச்சுப்பேச நாவெழாமல் நிற்கிறாள். இவர்களுக்கு எத்தனை மணி நேரம் வேலை செய்கிறோம் என்று தெரியாது. இவர்கள் உழைப்பை இப்படி முதலாளிகள் கொள்ளையடிக்கிறார்கள். காலை எட்டு மணியில் இருந்து மாலை ஏழு மணி வரை - உழைப்பு. இடைவேளை ஒரு மணி என்று வைத்துக்கொண்டாலும், ஒன்பது மணி நேரத்துக்கு மேல், ஏறக்குறைய பத்துமணி நேரம் வேலை வாங்குகிறார்கள். ஆனால், கூலியோ, அதே ஆறணா....

இவர்கள் உழைப்பின் லாபத்தில்தான் முதலாளிகள், கார் சவாரி செய்வதும், முதல் வகுப்பில் பயணம் செய்வதும், பெண்டு பிள்ளைகள் வயிரம் பட்டு என்று கொழிப்பதும்.

“ஏம்ப்பா, நீங்களும் மனிசங்கதானே ?”

“என்னம்மா இப்படிக் கேக்குறீங்க? நாங்க.... வேறென்ன செய்வோம்....”

“வேறென்ன செய்வோமா. ‘வெந்ததைத் தின்னிட்டு விதி வந்தாச் சாவோம்’னிருக்கிறவங்கல்லாம், அறிவுகொண்டு யோசிக்க வேணாமா? உங்க பொழுது முச்சூடும் நீங்க அந்த ஆலைக்காக உழைக்கிறீங்க. அதுக்குப் பயனா, உங்கள் குழந்தை குட்டிகளோடு மானமா வாழ வேணுங்கற அளவு கூலி கிடைக்க வேணாமா? இல்ல, இதில ஒரு நாலு மணி நேரந்தான் வேலை, பிறகு மீதி நேரத்துக்கு ஏதானும் எங்கியும், ஏரோட்டுவோம்னு போறீங்களா? இல்லையே? முழு நாள் வேலைன்னா, உங்களுக்கு எல்லாச் சலுகைகளும் வேண்டும். குடியிருக்க நல்ல வீடு, பசியாறச் சோறு, மானமாகப் பிடிக்கத் துணி போன்ற தேவைகள், உடம்பு அசௌக்கியமானால் வைத்தியப் பராமரிப்பு, பெண்களுக்குப் பிரசவம், ஒரு நல்லது பொல்லாத்துக்குமான பொறுப்பு இதெல்லாம் அந்த உழைப்புக்குள் அடக்கமாகணும். உங்க ஜீவனம் இந்த உழைப்புக்கு ஈடாகிறது.

“நீங்கள் இதை எல்லாம் கேட்கணும், தோழர்களே!”, “ஐயோ, எப்படிம்மா யாரிட்டப் போயி கேட்பது? அந்தத் துரைங்களெயெல்லாம் நாங்க யாரு போய்ப் பாத்துக் கேட்கிறது? சூப்ரவைசர் மேஸ்திரியே மானேஜர் ரூம்புக்குள்ள போகப் பயப்படுவாங்க, ஏறுமாறா எதினாலும் கேட்டா சீட்டை இல்ல கிழிச்சிடுவாங்க?” -

“கிழிக்கமாட்டாங்க. எப்படிக் கிழிக்க முடியும்? சீட்டுக் கட்டை அப்பிடி இலகுவாகக் கிழிக்க முடியாதுப்பா! நீங்க ஒத்தச் சீட்டில்ல! சீட்டுக்கட்டு! எத்தினி தொழிலாளிங்க?”

“இருக்குறாங்க, நானூறு, அந்நூறு பேருங்க ...”

“பொம்பளை எத்தினி பேரு ...”

"ஸ்வீப்பருங்க ஏழுபேரு ... ந்தா, பாக்கியம், வா இங்கிட்டு! அம்மா வந்திருக்காங்க சொல்லு" என்று பின்னே ஆவலுடன் எட்டிப் பார்க்கும் ஒரு பெண்ணைக் கூப்பிடுகிறான்.

"ஏம்மா உங்களுக்கும் கூலியா மாசச் சம்பளமா?..."

"ஒருக்கா மூணரை ரூபா வரும்! நாலு ரூபா விழும்."

"நீங்களும் வேலை செஞ்சிகிட்டே இருக்கணும்!"

"ஆமாங்கம்மா, ஃப்ளோர் முழுதும் கூட்டணும், தண்ணி கொண்டாற வேலை சரியா இருக்கும்..."

"அதுக்கு இந்தக் கூலி வாங்குறியே உனக்குப் போதுமா?"

"எங்கங்க! போன வருசம், புருச கட்டர் கையிலவுழுந்து காயமாகி சீப்புடிச்சிச் செத்துப்போயிட்டாரு. பெறகுதா எனக்கு சூப்ரவைசர் சொல்லி மானேஜர் இந்த வேலை போட்டுக் குடுத்தாரு. அஞ்சுபுள்ளங்க... இதோ... ரூபாக்கி எட்டுப் படி அரிசி வித்திச்சி. இன்னிக்கு குத்தாத புழுத்த அரிசி ரெண்டு படி போடுறாங்க. அதுக்குக் கூட்டத்தில் இடிச்சித் தள்ளிட்டுப் போயி இதா காயம்பட்டுக்கிட்டு கெடக்கிறான், அதையும் தண்ணிய ஊத்தித்தாரான்..."

"இப்ப நீங்கள் எல்லாரும் ஒண்ணுசேரறீங்க. உங்கள் குறைகளை, வேண்டிய சாமான்களை, சலுகைகளைக் கேட்டு, ஒரு மகஜர் தயார் பண்ணுவோம். அதை எடுத்திட்டு நாம் எல்லாரும் தெரு வழியே நடந்து ஊர்வலமாப் போய் அந்த மானேஜரைப் பார்த்துக் கொடுப்போம்..."

முதற்பொறிகளை அத்தொழிலாளிகளின் நிராசையை விரட்டியடிக்க அவர்கள் நெஞ்சங்களில் விதைத்த பின், மணி ஊரைச் சுற்றிச் சுற்றி, இன்னும் அன்றாடம் கூலியை நம்பிப் பிழைப்பு நடத்தும் பல மக்களைப் பற்றி விவரம் சேகரிக்கிறாள். இந்த நாகையில் இவள் சார்ந்த கட்சியின் பொறுப்பாளியாக, குமாரசாமி என்ற தோழன் இவளுக்குப் பல வகைகளிலும் உதவுகிறான். வெளிப்பாளையத்தின் பக்கம் கடற்கரைப் பகுதியின் பல பங்களாக்களின் வழியே நடக்கிறாள். சூழ்ந்துள்ள வறுமைக்கு நடுவே செல்வத்திட்டுகள் அவை. ஒரு காலத்தில், அந்தத் தீவுச்சிறையில் இவள் வைக்கப்பட்டிருந்தாள். வெளிக் காற்று அவள் மூச்சில் புகுந்ததில்லை; மேனியில் பட்டதில்லை. வெளியே பயணம் செய்தாலும் பட்டுத்திரை தொங்கிய மூடு 'கோச்' வண்டியினுள்ளேதான் அடைந்திருந்தாள்... துறைமுகப் பண்டகசாலையைப் பார்த்துக்கொண்டு வெளியே நிற்கிறாள். துப்பாக்கி ஏந்திய காவலாளிகள் வாயிலில் நிற்கின்றனர்.

துறைமுகத் தொழிலாளரைச் சந்திப்பது இலகுவானதாக இல்லை. மகஜரை எழுதுகிறார்கள். ஆங்காங்கு, "சர்க்கார் டிப்போக்கள் திறக்கப்படவேண்டும். எல்லா மக்களுக்கும் சீராக உணவுப் பொருள்கள் வழங்கப்பட வேண்டும். ரூபாய்க்கு எட்டுப்படி என்று நல்ல அரிசி; மண்ணெண்ணெய்; அடுப்பெரிக்க நியாயவிலையில் விறகு, சர்க்கரை ஆகிய முக்கியப் பொருள்கள் மக்களுக்கு எந்நாளிலும் எப்போதும் கிடைக்க சர்க்கார் வகை செய்யவேண்டும்." இதை எழுதி, டைப்-அடித்து அந்தப் பிரதிகளை எடுத்துக்கொண்டு சென்று மணி ஒவ்வொரு ஆளாக ரேகை இடச்செய்து கையொப்பம் பெறுகிறாள். மோட்டார் தொழிலாளர் 120 பேர் கையொப்பமிடுகின்றனர். தொழிலாளர் நிரம்பிய பகுதியில் இருந்து, இன்னும் 320 பேர் கையொப்பமிடுகின்றனர். பல துறைமுகத் தொழிலாளிகள் கையொப்பமிடுகின்றனர்.

ஒரு பிரதியை பதிவுத் தபாலில் சப்கலெக்டர் அலுவலகத்துக்கு அவர் பார்வைக்கு அனுப்பிவைக்கிறாள்.

இரண்டு வாரங்கள் ஓடிவிடுகின்றன.

ஒரு தகவலும் இல்லை.

"குமாரசாமி!... வரும் திங்கட்கிழமை நாம் ஊர்வலம் போகவேண்டியதுதான். வேலைநாளில் ஊர்வலமாகச் சென்று பார்க்கமுடியுமா?"

"வாணாம்மா, மானேஜ்மெண்ட் வுடாது. சப்கலெக்டருக்குப் பேட்டி, வேணும்னு முதல்ல கேட்டுக் கடிதாசி கீனுப்பி இருக்கிறோமே? இப்ப ஞாயித்துக்கிழமை ஊர்வலம் வச்சிட்டாத்தான், மத்த எல்லாத் தொழிலாளிகளும் வர்றதாச் சொல்லிருக்காங்க. இதுவரையிலும் ஊர்வலம்னா, பொண்ணு மாப்பிள ஊர்வலம்தான் தெரியும் ஊருக்காரர்களுக்கு, இப்ப புதுசா நாம் இதத் தயார் பண்ணுறோம்....."

இந்த ஊர்வலம் பற்றிக் கேள்விப்பட்டதும், ஆலைத் தொழிலாளிகள் எளிதில் சம்மதம் தெரிவிக்கவில்லை.

"காந்தி கட்சி ஊர்கோலத்துக்கெல்லாம் வரமாட்டமுங்க .... போலீசு புடிச்சி அடிச்சா என்னங்க செய்கிறது ?" என்று மீனாட்சி என்ற தொழிலாளிப் பெண் கூறுகிறாள்.

"ஆமா, ஏற்கெனவே இஸ்டம் இல்லன்னா, இன்னைக்கு கச்சாப் பொருள் இல்லை, வேலை இல்ல...ன்னு கூலி இல்லாம அடிச்சிடறாங்க."

"ஏழுமணி வரையிலும் வேலைய செஞ்சிட்டுப் போன்றாங்க. போன மாசம், நூறு ரூவாதா கூலி வந்திருக்கு. ஊர்கோலம் வம்பெல்லாம் வாணாமுங்க. உள்ளதும் போயிடிச்சின்னா..."

மணி அந்தப் பெண்களுக்கெல்லாம் எடுத்துச் சொல்கிறாள்.

“இது காந்தி கட்சி இல்ல. எந்தக் கட்சியும் இல்ல. உங்களுக்காக நாங்க. அரிசி விறகு மண்ணெண்ணெய் நியாயமா கிடைக்கணும் இல்ல? ஏம்மா, இதை நீங்க கேக்கலன்னா, நசுங்கிச் சாவுறதத் தவிர வேறு வழியில்ல. அப்படித் தொல்லைப் படுறதுக்கு நியாயம் கேட்டோம்னு ஓர் ஆறுதல் இருக்கில்லையா? நான் பொறுப்பேத்துக்கிறேன், நீங்க இதனால் வேலை போயிடுமோன்னு பயப்படாதீங்க... வாங்கம்மா .... எல்லாரும் கூட்டமா வரணும். பெண்பிள்ளைங்க குஞ்சு குழந்தைகளோடு எப்படிக் கஷ்டப்படுறாங்கங்கற விவரம், காரில குந்திட்டு ஆபீசுக்குப் போறவங்களுக்கு இருக்குமா?...” ஒரு வாரம் எடுத்துச் சொன்ன பிறகு, மாட்டுப் பொங்கல் கழித்து கரிநாளும் இல்லாமல், மறுநாள் ஞாயிற்றுக்கிழமை, ஊர்வலம் ஏற்பாடு செய்கிறார்கள்.

எங்களுக்கு அரிசி வேண்டும்! வேண்டும், வேண்டும் அரிசி! பசி தீர்க்க அரிசி! டிப்போக்கள் திறவுங்கள்! எட்டுப்படி அரிசி! அடுப்பெரிக்க விறகு! விளக்கெரிக்க மண்ணெண்ணெய்!

நாகை தெருக்களில் ஏறும் இதமான பனி வெயிலில், மக்கள் திரண்டு சர்க்காருக்குக் குரல் கொடுப்பதை ஒரு வியப்பாக வீடுகளின் இரு மருங்கிலும் இருந்து பார்க்கிறார்கள்,

‘அதா, ஆம்பிள வேஷத்தில் இருக்கிறவங்கதா மணியம்மா’ துப்புரவுத் தொழிலாளர் இருவர் பேசிக்கொள்வதை மணியம்மா செவியுறுகிறாள்.

“நீங்களும் வாங்க!”

பெண்களுக்கு வாய் திறந்து கத்திக் குரலெழுப்பும் இந்தச் சந்தர்ப்பமே உற்சாகமாக இருக்கிறது.

சப்கலெக்டர், அலுவலகத்தில் இருக்கிறார். வாயிலில் வரும் கும்பலை, காவலாளிகள் ஒரு ஃபர்லாங் முன்பே தடுத்து நிறுத்துகின்றனர்.

“நாங்கள் சப்கலெக்டரைப் பார்க்கவேணும்!”

“...ஒரே ஓராள். காரியதரிசி மட்டும்தான் வரலாம்...” என்று அரைமணி காத்திருந்த பிறகு, டவாலிச் சேவகனும் குமாஸ்தாவும் வந்து சொல்கிறார்கள்.

மணி, அவரைக் காண மகஜரின் பிரதிகள் அடங்கிய பையுடன் உள்ளே செல்கிறாள்.

அலுவலக அறை ... பிரிட்டிஷ் சர்க்காரின் பிரதிநிதியாக அமர்ந்திருக்கும் சப்கலெக்டர். முன்பெல்லாம் இந்தப் பதவியில்

வெள்ளைக்காரன்தான் இருப்பான். இவன் இந்தியன். அறிவும் திறமையும் உள்ள இளைஞர்கள், தேச சேவைக்கு வராமல், பதவி கருதி தம்மை ஆளும் சர்க்காருக்கு அடிபணியப் போய்விடுகிறார்கள் ... இவன் மனச்சாட்சி உள்ளவனாக இருப்பானா?

"....நமஸ்காரம். எங்களை வரச்சொன்னதற்கு வந்தனம். நான் ஸ்டீல் ரோலிங் மில் வொர்க்கர்ஸ் யூனியன் பிரதிநிதியாக அதன் காரியதரிசியாக உங்களைப் பார்த்துப் பேச வந்திருக்கிறேன். உங்களுக்கு இரண்டு வாரங்களுக்கு முன் ஒரு மகஜர் அனுப்பி இருந்தோம்..."

அவன் புன்னகை செய்து, "உட்காருங்கள்" என்று மரியாதையுடன் ஓர் ஆசனத்தைக் காட்டுகிறான். "வந்தனம்!" என்று அமர்ந்தவாறு, அந்த விவரங்கள் அடங்கிய தாள்களையும் மகஜரையும் அவனிடம் கொடுக்கிறாள் மணி. சேலை உடுத்தியிராமல், ஆண் கோலத்தில் பேச வந்திருக்கும் இப்பெண்மணி தரும் மகஜரை இன்னும் வியந்த நிலையில் பார்க்கிறான். புன்னகை - மரியாதை கலந்த பணிவு இரண்டும் போட்டி போடும் முகம் கண்டு மணியும் தெம்பு கொள்கிறாள்.

"இந்த ... அறிக்கை , மகஜரைத் தயாரித்தவர் ... நீங்கள்தாமா?"

".... நான் மட்டும் எப்படித் தயாரிக்க முடியும்? அத்தனை தொழிலாளர்களும் சேர்ந்துதான் தயாரித்திருக்கிறோம்!"

இந்த விடை அவனை மேலும் வியப்புக்குள்ளாக்குகிறது போலும்!

"நீங்கள் ... யூனியனில் ... செகரிடரியா?"

"ஆமாம். அவர்களுக்கு ஒருவராகக் கேட்கத் தெரியாது. அவர்களுக்காக யூனியன் கேட்கிறது. உணவு நெருக்கடி, உடனடிப் பிரச்சினை. இதில் ஒத்திப்போடக் கூடிய தடை எதுவுமில்லை. இந்தக் கோரிக்கைகள் நியாயமானவை இல்லையா?..."

"நியாயமானவை. ஆனால், இந்த மகஜரில் கையெழுத்திட்டிருக்கிற எல்லாருமே ஸ்டில் ரோலிங்மில் வொர்க்கர்ஸா?"

"உணவுப் பொருளுக்காகக் கோரிக்கை வைக்கும் மகஜரில் இருப்பவர்கள் பலர் கையெழுத்திட்டிருக்கிறார்கள். ஆனால் வொர்க்கர்ஸ் குறைகள் பற்றிய கோரிக்கைகள் தனியாக இருக்கிறது, பாருங்கள்..?"

அவன் பார்க்கிறான்.

"இவர்கள் எல்லாரும் தொழிலாளரா? தினக் கூலியா?..."

"ஆமாம். இவர்களின் சம்பள விகிதம் சராசரி, மாதத்துக்கு நாலரை ரூபாய்தான் வருகிறது. மாசத்தில் கச்சாப்பொருள் இல்லை என்று நிர்வாகம் பாதிநாள்கள் வேலை கொடுப்பதில்லை. ஆனால் யுத்தகாலம் என்று, பாதி நாள்களில் அதே கூலிக்குப் பத்துமணி நேரமும் வேலை வாங்குகிறது."

"சரி ... நல்லதம்மா, இந்த மகஜரை நீங்கள் மில் மானேஜர் மூலமாக எங்களுக்கு அனுப்புங்கள். நிச்சயமாக நடவடிக்கை எடுக்கிறோம் . ..."

பந்து திருப்பியடிக்கப்படுகிறது. எனினும், சப்கலெக்டர் மரியாதையுடன் விவரம் கேட்டாரே! மணி நம்பிக்கை கொள்கிறாள்.

16

"சர்க்கார் 'உணவு டிப்போ' திறந்திருக்காங்களாமே? அரிசி, மண்ணெண்ணெய் எல்லாம் போடுறாங்களாமே?..." என்ற நம்பிக்கைக் குரல், பல இடங்களிலும் செய்தியைக் கொண்டு போகிறது. "எல்லோரும் சேர்ந்து கையெழுத்திடும் மகஜர் - ஒன்று சேர்ந்த ஊர்வலம் - இவை, சர்க்காரின் கதவைத் தட்டக் கூடிய மந்திரங்கள் என்று மக்கள் புரிந்து கொள்கிறார்கள். 'ஸ்டீல் ரோலிங் மில்'லில், உணவுப் பொருள்களுக்குக் கூப்பன் வழங்குகிறார்கள். இந்த ஆலையைச் சேர்ந்த பண்டகசாலையில், இவர்கள் தங்களுக்கு உரிய பொருள்களைப் பெறலாம்.

இதிலும் ஒழுங்கீனங்கள் நடைபெறாத வண்ணம் கண்காணிப்பவளாக மணி, மக்களை வரிசையில் நிற்க வைத்துப் பழக்குகிறாள்.

இந்த முன்னோடி முயற்சி, சுற்றுவட்டம் பல ஊர்களிலும் பிரச்சினைகளைத் தீர்த்துக்கொள்ள உற்சாகமான ஊக்கத்தைத் தூண்டி விடுகிறது. மாயவரத்தில், இவர்கள் அமைப்பைச் சார்ந்த இளம் தோழி ஜனகம், மணியை அழைக்கிறாள். இருவரும், சாரதட்டைத் தெரு வீட்டில் பெண்களை அழைத்துக் கூட்டம் கூட்டுகின்றனர்.

மகஜருடன் பெண்கள் வருவதை அறிவிக்க மணி முன்னதாக உதவி கலெக்டரைப் பார்க்கச் செல்கையில் வாயிலில் நந்தியாக நின்று டவாலி மறிக்கிறான்.

"கலெக்டர் காம்ப் போயிட்டாரு ? ஏம்மா வம்பு பண்ணுறீங்க?"

பெண்கள் கூடி ஆர்ப்பாட்டம் செய்கிறார்களே என்ற எரிச்சல் அவனுக்கு.

ஆனால் மணி இதற்கெல்லாம் சோர்ந்துவிடும் ஆளா?

கலெக்டர் ஊரிலிருக்கும் நாளை உறுதியாக்கிக் கொண்டு, ஊர்வலத்தைத் திரட்டி வருகிறார்கள்.

அரிசி இல்லையேல் அடுப்பங்கரையில் வேலை நடக்குமா? விளக்கெரிக்க எண்ணெய்! அடுப்பெரிக்க விறகு!

சித்திரைப் பிறப்பு நாளில், மாயவரம் பொன்னுசாமி பூங்காவில் ஊர்வலம் வந்த பெண்கள் கூடி, ஆர்ப்பாட்டம் செய்கின்றனர். இவர்கள் குரலோடு, பால் விற்பவர்கள், குடியானவர்கள், இடை நிலை வர்க்கத்தினர் எல்லாரும் கூடுகின்றனர்.

'டிபுடி கலெக்டர்' இந்தக் குரலைக் கேட்காமல் காது களைப் பொத்திக்கொள்ள முடியுமா?

நாகையில் ஊர்வலத்தில் 'தோட்டி' வேலை செய்யும் தோழர்களைப் பார்த்ததில் இருந்து இவளுக்கு அவர்கள் நிலை உறுத்திக்கொண்டிருக்கிறது. அவர்கள் ஒருநாள் வேலையைச் செய்யாமல் முடிக்கினால், ஊரின் நிலை எப்படி இருக்கும்? 'ஒரு தாய், தன் மகவின் அசுத்தங்களை, முகம் சிறிதும் சுளிக்காமல் நறுமணமாகக் கருதி அப்புறப்படுத்துகிறாள். அவள் அல்லவா அன்பின் அவதாரம்! அஹிம்ஸையின் வடிவாகத் திகழ்பவள்!' என்று காந்தி சொன்னதாகக் கேள்விப்பட்டிருக்கிறாள். ஆனால், இந்த மக்கள் சமுதாயத்தின் தாயாக உழைக்கிறார்கள். அதற்கு அவர்களுக்குக் கிடைக்கும் மதிப்பு ... யாது?

"சீ! எட்டிப்போ! தோட்டி!..."

கொல்லை வழிவந்து துப்புரவு செய்வான். மிச்சம் மீதி, ஊசிப்புளித்த சோறோ, குழம்போ, அதே சாக்கடையின் பக்கம் வைக்கப்படும், அவர்கள் எடுத்துப் புசிக்க!

என்ன கொடுமை!

'பரச்ரம' ஜீவிகளாகிய - பிறர் உழைப்பில் கொழுக்கும் வர்க்கம், இவர்களைப் பூச்சியாக ஒடுக்கியிருக்கிறது. இந்த வர்க்க பேதத்தை நியாயமாக்கிக் கொண்டிருக்கும் சனாதனங்களைப் பற்றியே சமுதாயம் வாழ்ந்து கொண்டிருக்கிறதன்றோ?

துப்புரவுத் தொழிலாளரை மணி கூட்டுகிறாள்.

'ஒன்று சேருங்கள்! ஒடுக்கப்பட்டவர்களே! எங்கிருந்தாலும் ஒன்று சேருங்கள்! சங்கம் அமையுங்கள்! உரிமைகளுக்குப் போராடுவோம்!' இதுவே மணி இப்போது கைக்கொண்டிருக்கும் தாரக மந்திரம். இந்த மந்திரம் வேலை செய்கிறது; பலனளிக்கிறது.

நாகை நகர சுத்தித் தொழிலாளரின் வெற்றி!

பஞ்சப்படி, பிரசவ லீவு, கிராச்சுவிட்டி ஒப்புக் கொள்ளப் பட்டது!

சர்க்கார் உணவு டிப்போக்கள் திறக்கப்பட்டன..!

நாகை ஸ்டீல் ரோலிங் மில்லில், முறையாகத் தொழிற்சங்கம் இயங்குகிறது! தொழிற்சங்கக்கூட்டத்தில், கட்சியின் பல தலைவர்களும் பேசினார்கள். அவையின் முன், கீழ்க்கண்ட கோரிக்கைகள் வைக்கும் தீர்மானம் நிறைவேற்றப்பட்டது!

1. ஃபர்னஸ்ஸில் வேலை செய்யும் தொழிலாளிக்குப் பாதுகாப்பாகக் கண்ணாடி, உடலைப் பாதுகாக்கும் ஏப்ரன் ஆகியவை வழங்கப்பட வேண்டும்.

2. தாரில் (கீலெண்ணெய்) - நடந்து வேலை செய்பவர்களுக்கு 'பூட்ஸ்'கள் கொடுக்கப்பட வேண்டும்.

3. விபத்துகள் நேர்ந்தால் தக்க உதவியும் நிதியும் அளிக்க வேண்டும்.

4. வேலை செய்யும் தொழிலாளரிடம், அறுபது ரோல்கள் கட்டுவதே பெரும் பிரயத்தனமாக இருக்கும் நிலையில், சக்தி மீறி எண்பத்தைந்து ரோல்கள் கட்டப்பட வேண்டும் என்று நிர்பந்தப்படுத்துவது நிற்கவேண்டும்.

5. ஒவ்வொரு 'பேட்சி'லும் தொழிலாளரை அதிகப்படுத்த வேண்டும்.

6. வேலை 'காயமாக்க'ப்பட வேண்டும்...

இவர்களின் சமுதாயக் குரலாக ஓங்கி ஒலிக்கும் ஜனசக்தி இதழ், இவர்கள் நடவடிக்கைகளைப் பற்றி பத்திரிகை உலகுக்கு அறிவிக்கிறது.

இந்த 1943ஆம் ஆண்டே , நாட்டின் அனைத்துக் களங்களிலும் போராட்டம் என்று தீர்ந்திருக்கிறது. ஃபாசிசத்தை எதிர்த்துப் போராடும் சோவியத் மக்களுக்கு ஆதரவாக அமெரிக்கா இரண்டாம் போர்முனையைத் துவக்க வேண்டும் என்ற கூக்குரல் செயல்படாமலே நிற்கிறது. உள்நாட்டு அரசியல் அரங்கில், வங்கப் பஞ்சம், தலைவர்கள் சிறைவாசம், கொந்தளிப்பு என்று எல்லாத் திசைகளிலும் நெருக்கடி தோன்றியிருக்கிறது.

இதே ஆண்டில்தான் ஜூலை மாதத்தில், முதல் சென்னை மாகாண தொழிற்சங்க மாநாடு, கோவை நகரில் நடைபெறுகிறது. அடுத்து உடனே, தென்னிந்திய ரயில்வே தொழிற்சங்க மாநாடு, மிகச் சிறப்பாக நடைபெறுகிறது. மணி, 'நாகை ஸ்டீல் ரோலிங் மில்' தொழிற் சங்கத்தின் உறுப்பினர்களை அழைத்துக்கொண்டு மாநாட்டின் சிறப்புப் பிரதிநிதியாக அம் மாநாட்டில் பங்கு கொள்கிறாள். கதர்த் துண்டுக்கு மேல் சிவப்புத் துண்டு போர்த்தி, இரண்டரை மைல் நீளம் திரண்டிருந்த, ஆயிரமாயிரமாகக் கலந்து முடிவுகொண்ட தொழிலாளர் பேரணியில் ஓர் அணித் தலைமையேற்று, 'தொழிற்சங்கம் வாழ்க!' என்று உணர்ச்சி பொங்கக் குரல் எழுப்புகிறாள்.

இந்த ஆண்டில்தான், மாணவர் சங்கத் தோழர்கள் பாரதி நாளையும் வங்கப் பஞ்ச நிவாரண நிதி வசூலையும் இணைத்துக் கூட்டங்கள் கூட்டுகின்றனர். 'சோவியத் நண்பர்கள்' என்ற இயக்கம் தோற்றுவிக்கப்படுகிறது. மக்களின் அரசியல் உணர்வு, ஃபாசிஸ எதிர்ப்பைக் குறிக்கோளாகக் கொண்டு செயல்படுத்தப்படுவதற்கான அனைத்துச் சக்திகளையும் திரட்ட நெறிப்படுத்தப்படுகிறது,

இதே சூழலில்தான் தென்பரை விவசாயிகளின் எழுச்சி, ஒரு புதிய அலையைத் தோற்றுவிக்கிறது. இந்தக் கிராமம், தென்பரை உத்திரபதி மடத்திற்குச் சொந்தமானது. எல்லா நிலமும் விவசாயிகளிடம் குத்தகைக்கு விடப்பட்டிருந்தது. விளைந்த நெல்லை அளக்கப் பொந்த மரக்காலைப் பயன்படுத்தி, விவசாயிகளைக் கசக்கிப் பிழிந்து, குத்தகை வசூலிக்கப்பட்டது. அவர்கள் எதிர்த்தால் குத்தகை வேறு ஆண்களுக்கு விடப்பட்டது.

இந்த அடக்குமுறையை முதன் முதலாக எதிர்த்து வரலாறு படைத்தோர் தென்பரை கிசான் சங்கத்தினர். அமிர்தலிங்கம் என்ற இளந்தோழர் இந்தக் கிளர்ச்சிக்குத் தலைமையேற்கிறார், இந்த முதல் போராட்டம் வெற்றிகரமாக மன்னார்குடி டிபுடி கலெக்டர் முன்னிலையில் ஓர் ஒப்பந்தம் செய்து கொள்ளப்படுகிறது.

மணிக்கு இப்போதெல்லாம் மணலூருக்கு வந்து, விவசாய இயக்கத்தில் முழுமூச்சாகப் பங்கேற்பதற்கு நேரமே கிடைப்பதில்லை. பெருங்கடப்பனூரில்தான் பாதி நாள்கள் தங்கிவிடுகிறாள்

புத்தாண்டு பிறக்கவில்லை. மார்கழி மாசத்தில், குஞ்சம்மா வின் வீட்டில் பூஜை, பஜனைக்காரர்கள் வருகை என்று அமர்க்களப்படுகிறது. மணி வந்தால் உணவு கொள்வதும் தங்குவதும், வண்டி கட்டிக்கொண்டு வசதியாக நகருக்குச் செல்வதும், சொந்த வீடாகவே புழங்குகிறாள். சில சமயங்களில் குஞ்சம்மாளைக்

காணவே முடியாது. அவள் வீட்டில் இப்போது ஓர் ரகசிய அறை கட்டி இருக்கிறாள். அங்கே சென்று தியானத்தில் ஆழ்ந்துவிடுவதாக சமையற்கார அம்மாள் சொல்கிறாள்.

அன்று, காலை ஏழு இருக்கும். மணி குளிர்ந்த நீரில் நீராடிக்கொண்டிருக்கையில், ஓலக்குரல் கேட்கிறது. மாட்டு வண்டியில் ஓர் இளைஞனைப் போட்டு எடுத்து வந்திருக்கிறாள்.

"அம்மா கண்ணாலம் கட்டி மூணு நாளாவல, பெரிசு தீண்டிடிச்சும்மா...? அம்மா, காப்பாத்துங்க?"

மணி அந்தப் பிள்ளை முகத்தைப் பார்க்கிறாள். நீலம் பாரித்துக் கிடக்கிறது. வாயில் நுரைபோல் தெரிகிறது.

சமையற்கார அம்மாள் கைகளைப் பிசைகிறாள்.

"....அவர் அந்த ரூமில தியானத்துக்குப் போயிருக்கார். எப்படிக் கூப்பிட? கூப்பிடக்கூடாதுன்னு உத்தரவு.."

"இதென்ன நான்சென்ஸ்?"

மணி உள்ளே விரைகையில் தடுக்கிறாள் அந்த அம்மாள். "வேண்டாம்மா, அப்படி நடுவில் இடைஞ்சல் பண்ணிட்டா மூளை புரண்டு போயிடுங்கறாளே?..." -

"போகாது, நான் போகிறேன்....."

அந்த அறையை இவள் பார்த்ததில்லை. ஆனால் எல்லாப் பண்ணை வீடுகளிலும், பூமிக்குக் கீழ் நிலவறை உண்டு. இரும்புப் பெட்டி, பெரிய பெரிய பாத்திரங்கள், சாமான்கள் அங்கே வைப்பதுண்டு, மேலே பெரிய பலகை போட்டு இருக்கும்.

மணி அந்தப் பலகையைத் திறந்து கொண்டு ஏணியில் இறங்குகிறாள். உள்ளே ஏதோ கோயில் போல் ஒரு சூழல். சிறு பாடி, கலிங்கம் வைத்திருக்கிறாள். இவள் காவி உடுத்திய கோலத்தில், முடி. சடைசடையாகத் தொங்க, கண்களை மூடி வீற்றிருக்கிறாள்.

ஃஸ்த்ரீயாகப்பட்டவள், லிங்க பூஜை செய்யலாகாது?

ஸ்த்ரீ... புருஷனின் நாமாவை ஸ்மரிச்சிண்டு... இவள்

எந்த நாமாவை ஸ்மரிக்கிறாள்?

மணி இவள் தோளை மெதுவாகத் தொடுகிறாள். "குஞ்சம்மா ஒரு பச்சைப்பிள்ளை, பாம்பு கடிச்சுக் கிடக்கிறான். என்ன மருந்து எப்படிக் குடுக்கணும்னு சொல்லு?"

அவள் கண்களைத் திறக்கிறாள்.

கண்கள் சிவப்பாக இருக்கின்றன. சாமியார்கள் போல் காவி இரண்டு மாராப்புகளிலும் போட்டுக்கொண்டு உடுத்தியிருக்கிறாள், விறுவிறுவென்று வருகிறாள். அவன் மீது தண்ணீரை, குளிர்ந்த தண்ணீரைக் குடம் குடமாக ஊற்றுகிறாள், மருந்து உருண்டை - மூன்று உருண்டைகள் அவன் வாயைத் திறந்து போடுகிறாள்.

அருகிலேயே அதே கோலத்தில் அமர்ந்திருக்கிறாள். மணிக்கு இதற்குமேல் அங்கு வேடிக்கை பார்க்க இயலாது. இவளுக்கு இட்டிலி பரிமாறும் சமையக்காரம்மா, “இவன் பிழைச்சிடுவன். இப்படி எத்தனையோ வரது. ஆனா, இன்னிக்கு நீங்க இருந்தேள், போய் நிலவறையில் கூப்பிட்டேள். நாங்கன்னா கிடந்து தவிப்போம். அவாளுக்குக் கோபம் வந்தா, சிவபெருமான் நெத்திக் கண்ணைத் திறந்தாப்பலதான் பயமா இருக்கும்...” என்று கூறுகிறாள்.

மணி இந்தத் தோழியின் செயல்களை முற்றிலும் ஒத்துக் கொள்ளவில்லை என்றாலும், இவளுடைய அசாதாரணமான தன்மையில் பூரித்துப் போகிறாள்.

“நேத்து நீங்க திருவாலூர் போயிருந்தீங்களாம்மா? உங்களைக் காணல, ஆபீசில?...”

“ஆமாம்பா. ரசீதுப் புத்தகம் வாங்கிட்டு, சுருட்டுத் தொழிலாளரைப் பார்த்துப் பேசிட்டிருந்தேன், என்ன விசேஷம்..?”

“அம்மா, தொழிற்சங்கம் கட்டி, ஒத்துமையா உசுத்துப் போறதை நிர்வாகம் எப்படியம்மா அனுமதிக்கும்? யுத்தகாலம் உற்பத்தியைப் பெருக்கணும்னு சொல்றாங்க. திடீர்னு, ராசு, பக்கிரி, மாரியப்பன் இவங்க மேல வேலை சரியில்லன்னு குற்றம்சாட்டி சீட்டுக்கிழிச்சிட்டாங்க. புதிசா வேற ஆள்களை நியமிச்சிருக்காங்க. திறமையுள்ள ஆள்கள் அவங்க. உண்மையில் அவங்களுக்கு பிரமோஷன் குடுக்கணும்.”

இந்த மாதிரியான சிலும்பல்களுக்கு முடிவேயில்லை.

இவள் இனி கலெக்டர், லேபர் கமிஷனர் என்று நியாயம் கேட்டு நடையான நடை நடக்கவேண்டும். பாதிக்கப்பட்ட குடும்பங்கள் பட்டினி கிடக்காமல் இருக்க, வழிசெய்ய வேண்டும்.

அன்றிரவு மணி பெருங்கடம்பனூர் வருகையில் இரவு பதினோரு மணியாகிறது. உள்ளே விளக்கெரிகிறது.

குஞ்சம்மா ஏதோ ஒரு பழைய புத்தகத்தைப் புரட்டிக் கொண்டிருக்கிறாள்.

மணிக்கு அந்த இளைஞன் நினைவு வருகிறது.

"அந்தப் பையன் பிழைச்சிட்டானா?"

"அவனா? அப்பவே ஏந்திருந்து உட்காந்துட்டானே? ..."

"பிரசாதம் குடுத்தேன், சாப்பிட்டுட்டுப்போய் வண்டிலே ஏறிக்கொண்டான். அவனுக்கு ஒண்ணுமில்லை!"

இவள் வியப்பின் சிகரத்தில் நிற்கிறாள்.

ஓடிப்போய் மனவெழுச்சியுடன் கைகளைப் பற்றிக் கொள்கிறாள், "குஞ்சம்மா, நீ வேற வழின்னாலும் அசாதாரணமானவள். இந்தப் பூசை, பாஷாண்டிகள், காஷாயம்னா எனக்கு வெறுப்பு: ஆனா, நீ எனக்குத் தங்கமாயிருக்கே !"

குஞ்சம்மா சிரிக்கிறாள்.

"பித்தளையத் தங்கமாக்கிறது; பாதரசத்தை மணியாக்குறது, இதெல்லாம்தான் சித்தர் செய்திருக்கா. போன மாசம் ஒரு சாமிகள் வந்திருந்தார். சித்தர்... அவருக்கு எத்தனை வயசுன்னு தெரியல. திருமலை நாயக்கர் காலத்திலேயே இருந்திருக்காராம். நீ படிச்சுப் பார்னு குடுத்தார். அவர், எனக்குப் பித்தளை, தங்கம் பண்ணிக் காட்டினார்.. பித்தளையை உருக்கி..." சுவாமி பெட்டியில் இருக்கும் அந்தத் தங்கக்கட்டியைக் காட்டுகிறாள்... மணி, அவள் படித்த புத்தகத்தைப் பார்க்கிறாள்.

சித்தர் பாடல்கள்...

இவளுக்குச் சித்தம் பேதலித்திருக்குமோ என்று சந்தேகம் கூடத் தோன்றுகிறது. எவனேனும் பாஷாண்டி, இவளை நன்றாகக் குழப்பிவிட்டிருப்பானோ என்று நினைக்கிறாள்.

"ஏண்டா என்னை அப்படிப் பார்க்கறே? நீ நினைக்கிறாப்பல சித்தர்கள் பாஷாண்டிச் சாமியார்கள் இல்ல. அவா லோகத்துக்கு உபகாரமா எத்தனையோ செஞ்சிருக்கா..."

"ஒத்துக்கறேன். நீ அந்தப் பாம்புக்கடிப் பிள்ளையை எழுப்பினே. பச்சில மருந்துன்னு, ஏழை எளிசுகளுக்கு ஒத்தாசை பண்றே. பண விவகாரமும், நீ கெட்டிக்காரியா நிர்வாகம் பண்றே. எனக்கு... உங்கிட்ட, ரொம்பப் பிடிச்சது, என் இஷ்டம், நான் எனக்குச் சரின்னு பட்டதைப் பிடிவாதமாப் பண்றேன்னதுதான், குஞ்சம்மா!"

"மணி, வாழ்க்கையிலே அந்த மனோசக்தி இல்லேன்னா எதுவும் இல்ல. அந்தக் குழந்தை, வாயும் உதடும் பிளந்து பொறந்துடுத்து, அப்பா, சினிமா சினிமான்னு அலைஞ்சிண்டுருந்தார். இந்தப் பொண் குழந்தையை வச்சுண்டு என்ன பண்ண? பகவானே! பால் குடிக்க முடியாது குழந்தைக்கு. தூக்கிண்டு பைத்தியக்காரி மாதிரி பட்டணத்துக்கு ஓடினேன், ரங்காச்சாரி முன்னே போட்டேன். 'டாக்டர்,

உங்களை எல்லோரும் தெய்வம் போலச் சொல்றா! நீங்கதான் இந்தக் குழந்தைக்கு வாயும் உதடும் ஒண்ணு போலச் செய்யணும். உங்க பொறுப்பு'னு சொன்னேன். அவா வீட்டுக்குத்தான் போவேன். அந்தம்மா, ரொம்ப நல்ல மாதிரி. இது... ஒண்ணும் பண்ணறாப்பல இல்லையம்மா? உதடு மட்டும்னா, சரி பண்ணிப் பார்ப்பேன், அண்ணம் ரொம்பப் பிளந்திருக்கேம்மான்னார். தெய்வம் கிய்வம்னு சொல்லாதேம்பார். தெய்வம்னா அவருக்குப் புடிக்காது. மனுஷாளுக்கு மனோசக்தி, நம்பிக்கை வேணும்பார், நான் இப்படியாகணும்னு நினைச்சால், அந்தச் சக்தியே அதைச் சாதிக்கும்னார். அப்படித்தான் அந்தப் பச்சைக் குழந்தைக்கு அவர் வைத்தியம் பண்ணினார். பொறுத்துப் பொறுத்து, எத்தனை ஆபரேஷன்?.."

"நான்தான் பாத்திருக்கேனே. உன்னிப்பா பார்த்தால் தான் தெரியும். ஆனால் அந்த ஒட்டுச்சிகிச்சைக்குப் பின்னே இத்தனை கதை இருக்குன்னு தெரியாது குஞ்சம்மா!"

"பார்க்கப்போனால் அது என் மூத்தா பேத்திதான். அது ஒருத்தருக்கும் தெரியாது. என் குழந்தைகளாக எல்லாரையும் பார்க்கறேன், நீ வந்து, எங்கேயோ யாரோ சொன்னான்னு, பூசைப் பெட்டியைத் தூக்கி எறிஞ்சிட்டு, கிராப் வச்சிண்டு புறப்பட்டுட்டே. ஆனா, என் நம்பிக்கையைப் பத்தி யாரோ சொன்னா நான் ஏன் கவலைப்படணும்? நான் எனக்கு எது தோணுறதோ அப்படி இருக்கிறேன். முயற்சி பண்றேன். நாலு பேருக்கு உபகாரமா இருக்கணும்... நீ சலனப்படறாப்பல நான் படமாட்டேன்."

மணி அவளையே பார்த்துக் கொண்டிருக்கிறாள்.

❍

17

ஆண்டு 1944, மே மாதம் மூன்று, நான்கு தேதிகளில், மன்னை நகர் அதுகாறும் காணாத விழாக் கோலம் கொண்டது. அதுகாறும் திருவிழா என்பது, நகரில் கோயில் கொண்டுள்ள இராஜகோபால சுவாமி கோவில் சார்ந்து வெண்ணெய்த்தாழி உற்சவமாகவே இருந்து வந்திருக்கிறது.

ஆனால் இந்த விழா புது மாதிரியான விழா. உழைக்கும் மக்கள், பள்ளுப்பறைகள் என்று ஒதுக்கப்பட்டவர்கள் ஆயிரமாயிரமாகத் திரண்டு வந்த விழா. இந்த விழாவில் பூசை, அலங்காரம், பட்டுப்பாட்டாடை அணிந்தவர்களின் அணிகள் ஏதும் கிடையாது. ஒரு சிலரின் ஆடம்பர விழா அன்று இது. இந்த விழாவில்

கலந்துகொள்ளும் ஒவ்வோர் ஏழையும், தங்கள் வாழ்வை மேம்படுத்திக்கொள்ள வழிகாணும் விழாவாகவே நினைத்து, தங்கள் காணிக்கைகளைச் சுமந்து வருகின்றனர். பாற்குடங்கள், தயிர்க்குடங்கள், அரிசி, பருப்பு, காய்கறி வகைகள் என்று அலங்காரச் சீராக மன்னை நகரின் மாநாட்டுப் பந்தலுக்கு மேள தாளங்கள், கொம்பு, தாரை தப்பட்டைகளுடன் வந்து சேருகின்றன. அனைத்து உழைக்கும் மக்களின் ஒற்றுமைக்கு இதைவிட அரியதோர் விளக்கம் வேறு எங்கேனும் காணமுடியுமா? மணி இம் மாநாட்டுக்காக உண்டியல் குலுக்கியிருக்கிறாள். ஆனால், கிடைக்கும் கூலி நெல்லில் ஒரு பகுதியைச் சேமித்து, துளிகளைப் பெருவெள்ள மாக்கி இந்த மாபெரும் வேள்வியில் தம்மை ஈடாக்கிக் கொண்ட அந்த எளியவர்களைக் கண்டு மனமுருகி நிற்கிறாள் மணி. தீண்டாமை என்ற ஓர் அரணுக்குள் கண்விழிக்கும் இளம் குருத்துகள் அதுகாறும் வெளியே தடுப்பு மீறி வந்து தொட்டால் நீரும் அசுத்தமாகிவிடும் என்பதை எப்படி ஏற்றிருப்பார்கள்?

தொட்டுப் பார்க்கலாம், மேல்சாதித் தெருவுக்குள் வாருங்கள்? என்று திராவிட இயக்கம் இவர்களை ஊக்கியது உண்மையே. ஆனால் அதற்குமேல் ஆண்டான் அடிமைக் கொடுமைக்கு முடிவு கட்ட இந்தப்பேரியக்கம், இவர்களை முன்னேற்றப்பாதையில் அழைத்துச்செல்ல, இந்த மன்னை நகரில் விழாக்கொடி ஏற்றுகிறது.

முதல் விவசாயிகள் சங்க மாநாடு! விவசாயத் தொழிலாளர் சங்க மாநாடு!

இந்த மாநாடு வெறும் பொருளாதார அடிப்படையில் துண்டாக நின்றுவிடாமல், மக்கள் அனைவரையும் மனிதாபிமான அடிப்படையில் முழுமையாக இணைக்க வழி செய்கிறது. தலைவர்கள், உரைகள், திட்டங்கள், தீர்மானங்கள் என்ற நிகழ்வுகளைத் தொடர்ந்து, மக்களின் பிரபுத்துவ - அடிமை மனப்பான்மையையும், நிராசையில் அமிழ்ந்த சோர்வையும் புரட்டி விடும் ஒரு சுறுசுறுப்பைத் தோற்றுவிக்கக் கலை நிகழ்ச்சிகள், அனைத்து மக்களையும் பரவசம் கொள்ளச் செய்கிறது. கந்தன் காட்டிய வழி - சுப்பனார் - சோவியத் வீராங்கனை - தான்யா என்று பல்வேறு நாடகங்களை, மக்களுக்காக மக்களே நடிக்கின்றனர். எழுச்சித் தத்துவம் இந்தக் கலை வடிவங்களை மேலும் பரிமளிக்கச் செய்கின்றன.

இந்த மாநாடு, ஒடுக்கப்பட்டவர்களை ஊக்கி எழுச்சி கொள்ளச் செய்யும் பொது உடைமை இயக்கத்தின் வெற்றியாகப் பரிணமிக்கிறது. பிரபுத்துவக் கூறுகள் வாளாவிருக்குமோ? எளிய மக்களின் கட்டமைப்பு அரணை வன்முறை அதிரடிகள் கொண்டு தகர்க்க

முற்படுகின்றனர். மணியின் உறவுக் குடும்பங்கள் இவளுக்கு எதிரான அஹிம்சை காங்கிரசின் அணியில் இருக்கின்றன. இவள் அவர்களை எதிரிட்டுக்கொள்ளச் சிறிதும் தயங்கவில்லை.

"நெல்லைத் திருடினான் என்று கட்டி வைத்துத் திருகை மீன்வால் சாட்டை கொண்டு அடிப்பார்கள். அதாவது அவன் பெண்சாதிக்கு முன் கட்டிவைத்து அடிப்பார்கள்! அவன் பெண்சாதியையே சாணி கரைத்து வரச்சொல்லி, அவன் பொய் சொன்னான் என்று வாயில் செருப்பு வைத்து அதன்வழி அதை ஊற்றுவார்கள். பிறகு, ஓரணாக்காசை விட்டெறிந்து அவளிடம் கள் வாங்கிவந்து அவனுக்கு மானம் மரியாதை மரத்துப்போக ஊற்றுவார்கள். இந்த ஆள்கள்.... அஹிம்சைக் காங்கிரஸ்!" என்று பண்ணை அருகிலேயே கூட்டம் போட்டுத் தோலுரிக்கிறாள். பண்ணையாள் கூலி, ஒப்பந்தத்தில் கண்டபடி, உயர்த்திக் கொடுக்க, ஒரு மிட்டா மிராசும் ஒப்பவில்லை. குத்தகை வார விவசாயிகளுக்கு, நியாயமாகப் பெற்றுக் கொண்ட நெல்லுக்குக் களத்து மேட்டிலேயே ரசீது கொடுக்க வேண்டுமே?... அதைப் பற்றியும் அந்த வர்க்கம் சிரத்தைக் கொள்ளவில்லை

ஒப்பந்தம் என்பது, இந்த வாயில்லாப் பூச்சிகளுக்காகப் பரிந்து வரப் புறப்பட்டிருக்கும் தலைவர்களை அப்போதைக்குச் சரிக்கட்டப்படுவது. காலம் காலமாக இவர்கள் அனுபவித்து வரும் உடைமை உரிமைகளின் மீது அவர்கள் எப்படியும் கைவைக்க முடியாது என்று பிடிவாதமாகவே நிற்கிறது பண்ணை வர்க்கம்.

எனவே, இந்த வர்க்கம் அடியாள்களை வெளிப் பிரதேசங் களில் இருந்து தருவித்து வைத்துக்கொண்டு வன்முறைக்குச் சோறு போடுகிறது. இந்த அடியாள்கள் யார்? பாசன வசதிகள் இல்லாமல், மானம் பார்த்த சீமையில் பிழைக்க வழியின்றி வயிறு பிழைப்பதற்காகச் சகோதரர்களையே கொல்லத் துணிந்து விட்ட அடிமை வர்க்கத்தினர்தாம்.

உடைமை வர்க்கம், இவ்வாறு உழைப்பாளரைக் கூறு போட்டுக் கொக்கரிக்கையில், உழைப்பாளருக்காகவே ஒன்று திரண்டுவரும் மனித சக்தி வாளாவிருக்கலாமா?

இந்த உழைப்பாளிகளின் சங்கங்களில் உடற்பயிற்சி, தற்காப்புக்கான சிலம்பம் போன்ற விளையாட்டுகள் இளைஞரிடையே ஊக்குவிக்கப்படுகின்றன. இவர்கள் பரம்பரை விளையாட்டுகளை, இந்தச் சங்க அமைப்புகள் புதிய திருந்திய நோக்குடன், எல்லா இளைஞருக்கும் பயிற்றுவிக்க, தொண்டர் பயிற்சி முகாம்களை நடத்துகின்றன. பள்ளி மாணவராகவே இயக்கத்தில் பங்குகொண்டு

மணியுடன் உற்சாகமாகப் பணி செய்ய வந்த இளைஞன் கோபிக்கு இவள் மீது அளப்பரிய வியப்பு!

இத்தொண்டர் பயிற்சி முகாமொன்று, நாகையின் சுற்றுப் புறத்தில் உள்ள ஒதுக்கமானதொரு தென்னந்தோப்பில் நடக்கிறது. நிலவு நாள்கள். அறுவடை முடிந்து, மக்கள் கிராம தேவதைகளுக்கு விழா எடுக்கும் காலமும் இதுதான். சிக்கல் சிங்காரவேலனின் திருவிழாவும், சித்திரா பௌர்ணமியுடன் நடக்கும். எட்டுக்குடி வேலனின் காவடி உற்சவங்களும், அந்தக் கீழ்த் தஞ்சை பிரதேசங்களையே விழாக் கோலம் கொள்ளச் செய்யும். இந்தத் தெய்வ விழாக்களில், சுவாமி பவனி வரும் போது, வீர விளையாட்டுகளை இளைஞர் ஆடிக்காண்பித்து மக்களின் மனங்களில் களிவெறியும் உற்சாகமும் பெருக்கெடுக்கச் செய்வது வழக்கம்,

மணியைப் பொறுத்த வகையில், அவள் எந்தத் தெய்வத்தையும் கும்பிடச் செல்வதில்லை. அந்தப் பூசைப்பெட்டியை ஒதுக்கித் தள்ளியபிறகு, மானுடமே மேலான தெய்வம் என்று உறுதியாக நிற்கும் ஒரு பண்பு அவளுள் மேவியிருக்கிறது. அந்தப் பண்பு மேல் வர்க்கம் கொண்டாடும் எந்த ஆலயத்திலும் நேர்மையில்லை என்ற தெளிவை இவளுக்கு ஊட்டியிருக்கிறது. ஆனால்... இந்தக் கீழ் வர்க்கம்... அறியாமையும் மூட நம்பிக்கைகளுமாக அழுத்த பூச்சியாக நசுங்கிக் கொண்டிருக்கும் மானிட உயிர்கள். அந்த மானிடத்தை மீட்க, அறியாமை நம்பிக்கைகளை அகற்றிக்கொள்ளும் முன்பு, மேலும் மேலும் புறத்தே வரும் தாக்குதல்களைச் சமாளிக்க வேண்டியது அவசியமாகிறது. இந்தத் தற்காப்புக் கலைகள், இவர்கள் தெய்வ நம்பிக்கை சார்ந்தே காப்பாற்றப்பட்டிருக்கின்றன.

மணி தொண்டர் பயிற்சி முகாமில் அமர்ந்து இளைஞர் கம்பு சுழற்றுவதைப் பார்வை இடுகிறாள்.

நல்ல நிலாக் காலம். கடற்காற்று குளிர் சாமரமாக மேனியை வருடும் இதம். ஏதோ பழவாசனை போல், இலுப்பை மலர்களின் மணம், ஊடே பெண்கள் அணிந்திருக்கும் மல்லிகையின் மணம் பிரிக்க முடியாதபடி கலந்து கொள்கிறது.

அம்மா உட்கார ஒரு கயிற்றுக்கட்டில் போடப்பட்டிருக்கிறது. தீவர்த்திக் கம்புடன் ஓராள் நிற்கிறான்.

இந்த இளைஞர்களுக்குக் கழி சுழற்றும் ஆட்டம் கற்பித்த ஆசான் சாம்பான், ஓரமாக நிற்கிறான்.

"உக்காருங்கள் தோழர்!..."

கட்டிலில் அவனை உட்காரச் செய்கிறாள். நெருக்கமாக ... இடம் கொடுக்கும் அளவுக்கு.

கழி சுழற்றிக்காட்ட வந்திருக்கும் இளைஞர் அனைவருமே ஊட்டத்தினால் கொழுத்த பலாட்டியர் இல்லை. சிதறல் நெல் அரிசியும் உப்பும் புளியம் நண்டும், மீனும் நேர்மை என்ற உரமும்தாம் இவர்கள் வலிமை.

ஆசானின் கால்களைத் தொட்டுக் கும்பிடுவதுடன் அம்மாவையும் கும்பிட்டு கிருட்டிணன் கம்பு சுழற்றுகிறான்

மணி உன்னிப்பாகப் பார்க்கிறாள். கைகள் அசைகின்றனவே ஒழிய, உடல் இலாகவமாக வளையவில்லை. இந்த விளையாட்டின் தத்துவமே, பிறர் தாக்குதலுக்கு உள்படாமல் தன்னைக் காத்துக்கொள்வதென்றுதான் மணி உணர்ந்திருக்கிறாள்.

கால் மணிகூடத் தாக்குப் பிடிக்க முடியவில்லை. பையன் தளர்ந்து போவதைக் காண்கிறாள்.

“என்னடா பசங்க - நீங்க, சோம்பேறிக் கையாலாகாத பசங்க ஆடற ஆட்டமா இருக்கு!...”

அம்மாளின் இந்தக் குரல், அவர்களைத் திகைக்கச் செய்திருக்கிறது என்பதை உணர்ந்த மணி புன்னகை செய்கிறாள்.

“கொண்டா அந்தக் கழியை, நான் காட்டுறேன் எப்படீன்னு?” ஆசானான சாம்பான் திகைக்க, இளைஞன் கோவிந்து, “அம்மா? உங்களுக்கு ... உங்களுக்குக் கம்பு சுழற்றத் தெரியுமா?” என்று வினவுகிறான்.

“இப்ப நாலு பேரைக் கூட்டிட்டு வந்து மோதவிடு. நான் எப்படிச் சமாளிக்கிறேன் பாரு!...”

மணிக்கு உற்சாகம் பிய்த்துக்கொண்டு போகிறது. எழுந்து இடுப்புத் துண்டைச் சட்டைக்கு மேல் வரிந்து கட்டுகிறாள். உயர்த்திக் கட்டிய வேஷ்டி; சிக்கென்று கம்பை வாங்கிக் கொண்டு களத்தில் துள்ளிப் பாய்கிறாள்.

“வாங்க...? வாங்கடா..?”

அம்மாளின் ஆட்டம் கண்டு அந்தத் தோப்பே ஸ்தம்பித்துப் போனாற்போல் இருக்கிறது. கடல் அலை ஓசை கேட்கவில்லை. காற்று வீச மறந்துபோகிறது.

“ஆகா! அபாரம்.... அம்மா.... அம்மா..!”

நீங்க மாரியாத்தாளா? நாங்க கும்புடற தெய்வமா? எட்டு வகைப்பிடிகள், சுழற்சிகள், தாவல் என்று அற்புதம் நிகழ்த்திவிட்டு வருகையில், அவளுக்கு மூச்சு வாங்குவதுகூடத் தெரியவில்லை. சோடா உடைத்துக்கொண்டு வருகிறார்கள்.

மேல்துண்டை அவிழ்த்து முகத்தில் ஒத்திக்கொண்டு மணி அமருகிறாள்.

“அம்மா நீங்க ஒரு அசத்து அசத்திட்டீங்களே?” என்று வியப்பின் எல்லையில் நிற்கும் இளைஞன் கோபியின் மொழிகள் கேட்டுப் புன்னகையை நெளியவிடுகிறாள் மணி.

“... அம்மா .... உங்களுக்கு இதெல்லாமும் தெரியும்னு கொஞ்சங்கூட நம்பவில்லையே இதுநாள்?”

“ஆமாம்பா, என் வாழ்க்கையில் நான் ஒவ்வொரு நிலையும் தனியாக நின்று, இந்தச் சமுதாயத்தை எதிர்த்துப் போராடணும்னு உணர்ந்திட்டேன். என்னைச் சுற்றியிருக்கும் கூட்டம் என்னை எப்ப குழியில் தள்ளலாம்னு குறிவச்சிட்டிருக்கப்பா, நான் இந்தப் பொதுவாழ்க்கைக்கு என்னைத் தயார் பண்ணிக் கொள்ளும் அந்தக் காலத்திலேயே ... பள்ளர் குடியில் ஒரு குருவிடம் இதை முறையாகக் கத்துக்கிட்டேன். பயிற்சியும் செய்வேன்....”

அந்தத் தடவையில் எல்லைக்காளியம்மன் விழாவில், அம்மன் பவனி வருகையில், இந்தத் தொண்டர் படை மஞ்சள் கச்சையணிந்து, கையில் கழி பிடித்து, ஆங்காங்கு ஆட்டம் காட்டி, மக்களை மகிழ்விக்கிறது. இந்தப் பவனியில் இடுப்பில் துண்டு கட்டி, மணியும் இருக்கிறாள். ஒவ்வொரு ஆட்ட வீரனும், அம்மையின் பாதங்களைத் தொட்டுக் கும்பிட்ட நிலையில் ஆடும்போது, அது வெறும் ‘அம்மா’ சங்கத்தை நடாத்தும் தலைவி என்ற தகுதிகளுக்காக மட்டுமில்லை, வீர விளையாட்டுகளுக்கு ஆசானாக இருக்கும் அன்னையும் அவளே என்று உணர்த்தும் வந்தனம் அது என்று கோபி மனம் நெகிழ்ந்து நிற்கிறான்.

இவளுடைய பொழுது நாகை, திருவாரூர் என்று பெரும்பாலும் இப்போது சென்றாலும், மணலூர் குடிமக்களை மறக்கமுடியுமா?

‘அம்மா..! அம்மா...!’ என்று இரவிலும், வாய்க்காலின் குறுக்கே தென்னை மரப்பாலத்தில் தண்ணீருக்கு மேல் நடந்து வரும் இவளைக் கண்டுகொள்கின்றனர். எந்தக் குடிலின் வாசலில் - சாணி மெழுகிய திண்ணையில் இவள் உட்காருகிறாளோ, அது மக்கள் குழுமிக் குறைகள் கூறும் நியாய அரசவையாகிவிடுகிறது. முடங்கிவிட்ட குடிசைகள் அனைத்திலும் உயிர்ப்பு முகிழ்க்கிறது.

“அம்மா! மணியம்மா வந்திருக்காங்க!,

“அம்மா; இந்தப் பட்டாமணியப் பண்ணைங்க பண்ணுற அக்கிரமம் சகிக்கலம்மா..! அம்மாளத்தேடி. மூணு தபா திருவாரூர் போனமுங்க!”

“அம்மா எங்களை மறந்துட்டீங்களாம்மா?”

"ஏம்பா அழுவுறீங்க? உங்களை நான் எப்படி மறக்கிறது? உங்களுக்காகவே போராடுறதுன்னு நான் என்னிக்கோ காட்டிக் கிட்டேன்... அட.... யாருடா, இவன் ராமனில்ல? என்னடாமுதுகில்... பச்சிலயா போட்டிருக்கு?"

சிம்னி விளக்கை ஏற்றிவந்து காஞ்சி காட்டுகிறான். தோள், முதுகு, கன்னவிளிம்பு-

"என்னாடா அநியாயம் இது? என்னமோ திராவகத்தைக் கொட்டினாப்பலல்ல இருக்கு? யார்ரா செய்தது ?"

மணிக்கு உள்ளம் கொதிக்கிறது.

"எதுக்குன்னு கேளுங்கம்மா? இந்தப் பய கொஞ்சம் துடிப்பான புள்ள. பண்ணையில குதுர, குட்டி போட்டிருக்குதுங்க, அது... இம்மாத்தம் பெரிசா இருக்குதா..? மேஞ்சிட்டிருந்திச்சிங்க, இவனுக்கு அதுல ஏறிச் சவாரி பண்ணணும்கற ஆச. என்ன செஞ்சிட்டான், ஆலமரத்து விழுதப்புடிச்சி இழுத்து முறுக்கி, அத்தப்போட்டு லகான் போல இழுத்திட்டு, அதுமேல் உக்காந்திட்டான். அது வீலு வீலுன்னு உதச்சிட்டு, பாயுது இவன் விழுதைக்கட்டி இழுத்திட்டு, பண்ண வூட்டுக்கு முன்னாடி போயிட்டான்... "அடி செருப்பால, பறப்பயலே, உனக்கு குருத சவாரியாடான்னு புடிச்சிக் கட்டி வச்சி திருக்கைவால் சாட்ட கொண்டாந்து அடிச்சிட்டாரு..."

"ஆரு ... பாவி, இந்த மாதிரி ஒரு அசாதாரணமான தீரச் செயலுக்கு பண்ணராஜ்யத்தில் வாண்டையாரு குடுத்த சம்மானமா? இவங்களுக்குக் கேடுகாலம் காத்திட்டிருக்கு. சபாஷ்! ராமா! நீ குதுர மேல ஏறி எப்படியும் அவம்முன்ன சவாரி பண்ணிட்டே!... நீ நிசமாவே பெரிய குதிரை வீரனா வருவே! குதிரை வீரன், உத்தண்டராமன்..! நீ படை வீரன்! சேனாதிபதி.! நல்ல குதிரை வாங்கி, அதில் சேணம் கடிவாளம் போட்டு, பிரமாதமா சவாரி பண்ணப்போறே இப்ப, நல்ல மருந்து போட்டு காயத்தை ஆற வச்சிக்கோ. அந்தப் பண்ணையாருக்கு நான் நியாயம் பண்ணுறேன்?" - இவளை அந்த மக்கள் கண் கண்ட தெய்வமாகப் போற்றாமல் வேறு என்ன செய்வார்கள்?

❍

18

ஆண்டு 1945 மணிக்குப் புதிய உற்சாகமளிக்கும் விதமாகவே பிறக்கிறது. இந்த ஆண்டில் மணி கவிக்குயில் சரோஜினி தேவியைப் பார்க்கப் போகிறாள்; அவர் உரையைக் கேட்கப் போகிறாள்.

ஜனவரி இருபத்து நான்காம் தேதி, பெரம்பூர் ரயில்வே இன்ஸ்டிடிட்யூட் மைதானத்தில், தொழிற்சங்க காங்கிரஸ் நடக்கிறது. தொழிற்சங்கத் தலைவராக இந்நாள்களில் 'டாங்கே' தேர்ந்தெடுக்கப்பட்டிருந்தாலும், பிரிட்டனில் நடக்கும் தேர்தலை முன்னிட்டு அவர் இங்கிலாந்து சென்றிருக்கிறார் 'கன்ஸர்வேடிவ்' என்ற பழைமைவாதிகளின் கட்சி வீழ்ந்து, தொழிற் கட்சி ஆட்சிக்கு வந்தால், இந்தியாவுக்குச் சுதந்திரம் வரும் வாய்ப்பு பெரிதும் கூடுகிறதன்றோ?

அவருக்குப் பதிலாக தோழர் பங்கிம் முகர்ஜி தலைமை ஏற்க, கவிக்குயில் சரோஜினிதேவி மாநாட்டைத் திறந்து வைக்கிறார்.

இந்தியப் பெண் குலத்தின் ஒளிவிளக்கு! தேசத் தந்தை என்று மக்கள் கொண்டாடும் காந்திஜியின் உள்ளார்ந்த செல்வி. தங்கச் சிறகுகளுடன் கவிதை வானில் வட்டமிடும் இந்தப் பெருமகள், தூசிக்காற்றுச் சூழலில் தொழிற்சங்க மாநாட்டைத் திறந்துவைத்து வாழ்த்த வருகிறார், சென்னை நகரில் கால் வைக்கும்போதே புதிய கிளர்ச்சி தோன்றுகிறது. -

இம்முறை அவள் ஆலிவர் ரோடு வீட்டுக்குச் செல்ல வில்லை, தமக்கை மகன் மூர்த்தியும் மயிலாப்பூரில்தான் இருக்கிறான். இவனுக்குத்தான் நாகையில் கல்யாணமாயிற்று. தங்குவதற்கு ஏற்ற வீடு, தன்னுடன் வரும் இரு நண்பர்களையும் கூட்டி வருகிறாள். -

இந்நாள்களில், மணி எத்தனையோ மாநாடுகளில் பங்கு கொண்டிருக்கிறாள், விவசாயத் தொழிலாளர் சங்க மாநாடுகள், - கட்சி மாநாடுகள், தொழிற்சங்க மாநாடுகள் என்று தமிழ்நாட்டின் பல இடங்களுக்கும் சென்று, தன் அனுபவங் களைப் பகிர்ந்துகொண்டு, பல தலைவர்கள், தோழர்களின் பரிச்சயங்கள், நட்புறவில் நனைந்திருக்கிறாள். அறிவின் விரிவும் குறுகிய எல்லைகளின் குத்தலும் அனுபவப்பட்டிருக்கிறாள்.

ஆனால், கவியரசியின் குரலினிமையிலும் அதன் கம்பீர முழக்கத்திலும் மணி பரவசமடைகிறான். ஏதோ ஒரு மந்திர நாதம் வந்து கட்டிப்போடுவது போன்று அச்சொற்கள் அவளை ஈர்த்துக்கொள்கின்றன.

"தொழிலாளத் தோழர்களே! இந்நாட்டின் உயிர் நாடிகள் நீங்கள். உங்களுடைய ஆக்க சக்தியும் ஒற்றுமையும் கட்டுப்பாடுமே, இந்தியாவின் உயிரோட்டமான வலிமை..!"

மக்கள் ஒவ்வொரு வாக்கியத்துக்கும் கை கொட்டித் தங்கள் வலிமையை வெளிப்படுத்திக்கொள்கின்றனர். அந்த மகிழ்ச்சி அலையும், பரவசமும் எங்கு நோக்கினும் இந்தியாவின் எதிர்கால

நம்பிக்கையாகத் திகழ்கிறது. தலைவர் என்றால் இவரல்லவோ தலைவர்! தொடக்க உரை நிகழ்ந்து முடிந்ததும், தோழர் பங்கிம் சந்திரர் உரையாற்ற எழுந்திருக்கிறார். அவரது ஹிந்தி உரையை மொழிபெயர்க்க மொழிபெயர்ப்பாளர் வந்ததும், கூட்டத்தில் சலசலப்பு உண்டாகிறது. யார் யாரோ, 'பி.ஆர். வேண்டாம்!' என்று கூச்சல் போடுகிறார்கள்.

சரோஜினி எழுந்து நின்று கையமர்த்துகிறார்.

"என்ன விஷயம்? ஏன் இப்படி சத்தம் போடுகிறீர்கள்?"

"இந்த மொழிபெயர்ப்பாளர் வேண்டாம்!" என்று எங்கிருந்தோ ஒரு தனிக் குரல் ஒலிக்கிறது. -

"சரி இந்தக் கூட்டத்தில் பல்லாயிரக்கணக்கில் நீங்கள் கூடியிருக்கிறீர்கள். இந்த மொழிபெயர்ப்பாளர் வேண்டாம் என்று சொல்பவர்கள் மட்டும் கை தூக்குங்கள்!"

சரோஜினியின் குரல் கேட்டதும் கூட்டம் எப்படி அமைதியில் அடங்குகிறது? ஆயிரக்கணக்கில் கூடியிருந்த மக்களிடையே, இருபத்தைந்து கைகள் கூட அங்கே உயரவில்லை.

அதே தோழர் பங்கிம் சந்திர முகர்ஜியின் ஹிந்தி உரையை மொழிபெயர்க்கிறார்.

ஒற்றுமையை - பல முள்களை அமுக்கிச் செல்லும் இந்த ஒரு அசாதாரணமான மென்மை -ஆற்றலை இந்த அம்மை சாதிக்கிறாள் என்று மணி தெரிந்துகொள்கிறாள்.

அகில இந்திய அளவில், கதிரரிவாளும் சுத்தியலும் என்ற சின்னம் தொழிற்சங்கங்களின் பொது லட்சியத்தை உயிர் மூச்சென்று விளக்குகிறது. மணி, நாட்டின் இதயம் போன்ற கேந்திர ஸ்தானத்துக்கு இரத்தம் கொண்டு செல்லும் மெல்லிய இழை போன்ற கிராம அமைப்பின் நுணுக்கமான இயல்புகளை நன்கு உணர்ந்திருக்கிறாள். கிராமத்து மக்களை ஒன்று திரட்டுவதில் நேரிடக்கூடிய பல பிரச்சினைகளில் புகுந்து புறப்பட்டுப் பக்குவப்பட்டிருக்கிறாள். இந்த மெல்லிய இழைகள், கிராம வட்டங்களில் இருந்து 'ஜில்லா' என்றும் 'மாகாணம்' என்றும் சேர்ந்து வலிமையாக இணைந்து முழுமை எய்துமுன், எத்தனை துண்டிப்புகள், விபத்துக்கள், இரத்தப் பீறல் இழப்புகள், சாட்சி - சம்மன் வழக்கு மோதல்கள்? எங்கிருந்து நிதிபெற்று இவற்றை ஈடுகட்ட முடியும்? நிதியை யாரிடமிருந்து திரட்டுவது? நிதி வைத்திருக்கும் சுற்றத்தானும், காங்கிரஸ்காரனும், இரத்தப் பெருக்குக்கு மாற்றுக் கொடுப்பானா? இவள், உண்டியல் எடுத்துக்கொண்டு பிச்சைக்காரிபோல் சிறு கடைக்காரர், தோழர், நண்பர் என்று 'சிறுதுளி பெருவெள்ளம்' என்று அலைகிறாள்...

நினைக்கையில் வியர்வை பூத்துவடிய உடலில் வெம்மை பரவுகிறது.

இதுபோன்ற சறுக்கல்களும், தூற்றுதல்களும், ஒரு பெண் என்ற முறையில் இந்த மாதரசிக்கு அனுபவம் ஏற்பட்டிருக்குமோ ?...

சரோஜினி சென்னை மாநகரையே பரபரப்பு அலைகளுக் கிடையே கிளர்ச்சியூட்டுவதாக மணி உணர்கிறாள், மாணவர் கூட்டம், கல்வியாளர் கூட்டம், மகளிர் கூட்டம்... என்று எங்கு திரும்பினாலும் சரோஜினி அலை தெரிகிறது.

இவர் பேசும் கூட்டங்களை ஒன்று விடாமல் மணி சென்று கலந்துகொண்டு கேட்கிறாள். வி.பி. ஹாலில், மாதருக்கான தேசியக் கல்வி குறித்து சரோஜினி உரையாற்றுகிறார்,

"மாதருக்குக் கல்வி அவசியம். எந்த வகையான கல்வி, ஆங்கிலம் பேசவும், மேற்கத்தியப் பண்பாடுகளை விளக்குவதற்கும் பெண் கல்வியா? ஓராணை மகிழ்விக்கக் கல்வியா? இல்லை, தேசியக் கல்வி. நாடு என்ற அளவில் எண்ணங்களை உயர்த்தும் கல்வி, தான் ஒரு தனிப் பிறவி என்ற சுயநல வட்டத்துக்கப்பால் சமுதாயப் பிரதிநிதி, நாட்டின் பிரஜை என்று உணர்விக்கும் கல்வி, இங்கு பட்டுப்பட்டாடை பூச்சு நாகரிகங்கள் தேவையில்லை. எளிமை, கதராடை, எல்லோருக்கும் எல்லாம் என்ற பரந்த மனப்பான்மை...."

மணியின் அருகில் இரு பெண்கள், இவர் பேச்சைக் கேட்கவிடாமல் சளசளவென்று பேசுகிறார்கள். ஆயிரமாயிர மான மக்கள் அமர்ந்த அக்கூட்டத்தில், அவர் மந்திரக்குரல் கூட்டத்தை அமைதிக்கட்டுக்குள் வைத்திருந்தது. ஆனால், இந்தச் சில நூறுகூட வராத கூட்டத்தில் பெண்களைக் கட்டுக்குள் வைக்க முடியவில்லை.

ஒவ்வொருத்தியும் என்ன ஆடம்பர வெளிச்சம் போடுகிறாள்? வயிரங்கள், தங்கங்கள், பட்டுக்கள்... "அவ ஒட்டியாணத்தைப் பார்த்தேளா? முகப்பு புது மாதிரியா இருக்கு.."

"பச்சையும், சேப்பும் தெரியறது. என்ன முகப்பு?..."

"டிசைன் புது மாதிரியா இருக்கு. சேப்பு பின்னணி, பச்சையும் வைரமும் வச்சு இது புது மோஸ்தர்...."

"அதானே பார்த்தேன். அவர் காங்கிரஸ்காரா, கதர்ப் பட்டுக் கட்டிண்டு இந்தப் புது மோஸ்தர் சர்க்கா டிசைன் ஒட்டியாணம் போட்டுண்டிருக்கா!"

"அதில்லம்மா? சர்க்கா டிசைன் இப்ப புதுமோஸ்தர் இல்ல. சேப்புல, அரிவாள் சுத்தியல் மாதிரி டிசைன் போட்டிருக்கு. இப்ப இது புது மோஸ்தராம்! சர்க்கா டிசைனை விட இது எடுப்பா இருக்கு!"

"ஆமாம், இப்பல்லாம் காங்கிரஸ்காரன்னு சொல்றதவிட, கம்யூனிஸ்ட்னு சொல்றது ஒரு பாஷன்!

"எதுவாயிருந்தாலும் நாமும் காலத்துக்குத் தகுந்தாப்பில போனாத்தான் நாலு பேர் மதிக்கிறா, கிட்டப்போய்ப் பார்க்கணும். ஸ்ரஜ்மல்ஸில் பண்ணினாளோ, வீகம்ஸில பண்ணினாளோ?"

"அவ பாபலால்லதா வாடிக்கையா வாங்குவா!"

"பாபலால்ல, எனக்கென்னவோ அவ்வளவு திருப்தி வரதில்ல. எங்க வீட்டுக்கு ஸூரஜ்மல்ஸ் வயிரம்தான் 'ஆவி' வந்தது..." -

இதற்குள் அந்தக் குழுவில் இன்னொரு இளவட்டம், 'லாங்செயின்' வயிரபுரோச் அணிந்து வருகிறது.

"டீ., நாகமணி? அந்தம்மாவோட புது ஒட்டியாண டிசைன் பார்த்தியோ?"

வயிர மூக்குத்தி டாலடிக்க அவள் தலையை ஆட்டுகிறாள்.

"ஓ, கேட்டுட்டேன் அதெல்லாம் 'மாஸ்கோ'விலேந்து பண்ணி வந்ததாம்?"

மணிக்கு எழுந்து சென்று ஆளுக்கு ஓரடி கொடுத்து அடக்க வேண்டும்போல் பரபரப்பாக இருக்கிறது.

"ஏம்மா! நீங்கெல்லாம் உங்க நகைப் பெருமைகளை அவுத்து விடவா இங்க கூட்டத்துக்கு வந்து, பேசறவங்களை அவமரியாதை பண்ணுறீங்க? நீங்க பேசுறதானா வெளில போங்க! நாங்க மேடைல பேசுறவரின் பேச்சை அமைதியாகக் கேட்போம்!" என்று ஒரு போடு போடுகிறாள்.

ஒரு நரைத்தலை முறைத்துப் பார்க்கிறது.

"இவ யாருடிவ? ஆம்பிளயா, பொம்பிளயா..."

வேஷம் சகிக்கல?"

"எவளானும் மலையாளச்சியா இருக்கும்!... அதுக்குத் தலைய எதுக்கு இப்படி கோரம் பண்ணிக்கணும்?"

மணி அங்கிருந்து நகர்ந்து ஓர் ஓரம் சென்று நிற்கிறாள். எவ்வளவு முக்கியமான விஷயம் அந்த அரங்கில் பேசப்படுகிறது?

அந்தப் படிப்பறியா உழவர்களை ஒன்று சேர்க்கலாம். இங்கு அதிக வளமை, அறியாமை என்றே புரியாமல் மூழ்கிக் கிடக்கும் சுயநல ஆசைகளில் பெண்கள், ஆடம்பரம், ஃபாவுன் என்று கூடி,

சந்திரனை மறைக்கும் கருமேகங்களாகச் சரோஜினியின் உரையைப் பயனற்றதாகச் செய்கிறார்கள் ...

வெளியே வருகையில், தெருவில் மூவலூர் அம்மாளைப் பார்க்கிறாள். மணியின் கரங்களைப் பற்றிக்கொள்கிறாள் அந்த அம்மை.

முடியை வெட்டிக்கொண்டு வெண் உடையில் திகழும் இந்த அம்மை, சுயமரியாதைக்காரிதான். ஆம், சுயமரியாதை தாசிகள் என்ற ஈனக்கறைகள் படிந்த விலங்குகளை உடைத்தெறிந்துவிட்டுப் புரட்சிக்கரமாகப் புறப்பட்டவள். இவள் மணலூர் மணி; அவள் மூவலூர் இராமாமிருதம்.

அந்நாளில் காந்தியைச் சந்திக்க மன்னார்குடியில் இக்குலத் தில் உதித்த மகளிர் சிலர் வந்ததை விமர்சித்து, ஆசாரக்காரர்கள் பேசிய சொற்கள் இவள் நினைவில் மோதுகின்றன. அந்த நினைவில் கண்கள் கசிய, அவள் கரங்களைப் பற்றி நிற்கிறாள்.

“அம்மா? நீங்கள் மிகப்பெரிய சேவை செய்கிறீர்! பொட்டு உடைப்புச் சங்கம்... மிகப் பெரிய சேவை, கறைகள் போக்கும் சேவை.”

“மணி அம்மா? உங்களைவிடவா? அத்தனை பெரிய கொடிய -ஆதிக்கங்களைத் தூக்கி எறிந்துவிட்டுத் துணிகரமா வந்திருக்கிறீர்கள்!... அம்மா , வீட்டுக்கு வர முடியுமா?...”

“இன்னொரு தரம் வரேன். எப்போதும் நாம் பெண்கள் - சமுதாய உணர்வு, சாதிபேதமில்லா நாடு என்று நினைக்கிறோம். மனசால் ஒன்றுபட்டிருப்போம் .... ரொம்ப தூரம் போகணும் ...வரட்டுமா? ...”

மனம் நிறைவாக இருக்கிறது.

இரவு நிகழ்ச்சிகள் முடிந்து வீடு திரும்புகையில் நேரமாகிறது. “தோசை வார்க்கட்டுமா? சாதம் ஆறிப்போயிருக்குமே?”

“வேண்டாம் அம்மா, ஒண்ணும் வேண்டாம். எல்லாம் சாப்பிட்டாச்சு

“பால் இருக்கு, புரைகுத்தல. கொண்டு வரேனே ?”

“சரி, கொண்டா...”

இவள் உடை மாற்றத்தை இயல்பாக எடுத்துக்கொண்டவர்கள், முற்போக்கு வட்டத்திலேயே குறைவானவர்கள்தாம். ஆனால் புருஷன் வீடு, புருஷனைச் சார்ந்தவர்கள் என்று வரும்போது, பெண்கள் எப்படி அந்த வீட்டோடு ஒன்றிவிடுகிறார்கள்?

இந்த ஆண்டில் மகாமகக் கும்பல் கூடுகிறது. கலவரங்களும், நெருக்கடிகளும் மிகுந்தாலும் சனாதன நம்பிக்கைகளை யாரே

துருவிப்பார்ப்பார்கள்? சென்ற மகாமகத்தில் மணியே காங்கிரஸ் பிரசாரத்துக்கென்று சென்று கடை பரப்பினாள் சுதேசிப் பொருள்காட்சி ஒரு பெரிய கவர்ச்சியாக இருந்தது.

இப்போதும் மக்களின் மகாத்மாவாக விளங்கும் காந்திஜி யின் அத்தாட்சியுடைய கட்சியாகவே காங்கிரஸ் விளங்குகிறது. இவர்களுக்கு எதிரிகள் போல் இப்போது அந்தக் கட்சியின் முத்திரையைப் போட்டுக் கொண்டவர்கள் செயல்படுகிறார்கள்.

மணலூரில் குடும்பம் வைத்திருந்த அனந்தண்ணா, திருவாரூர் பெயர்ந்து போய்விடுகிறார். அவர் பையன் தியாகராஜனுக்கு அங்கே பள்ளிக்கூடத்தில் வேலை கிடைத் திருக்கிறது. மணியினாலும் மணலூருக்கு அன்றாடம் வரா விட்டாலும், நான்கில் எட்டில் கூட வரமுடியவில்லை.

"மணி, உனக்கும் திருவாரூர் நாகப்பட்டினத்தில்தான் பாதிநாளும் வேலை இருக்கு. இந்த மணலூரர், நாகலூர், மயிலங்குடின்னில்லாம் உனக்கும் அடிக்கடி வெளிலே போகும் படி இருக்கு. ஜாகையை நீயும் திருவாரூருக்கு மாத்திக்கோ ..." என்று யோசனை சொல்கிறார்.

மணி யோசனை செய்கிறாள்.

சுற்றுவட்டமுள்ள அத்தனை எளிய குடும்பங்களுக்கும் தாயாகத்தான் நின்றாள். ஆனால் இப்போது, மக்களை ஒரு பெரிய அமைப்பில் இணைக்கும் கட்சியில் ஓர் உறுப்பினர், அனைத்து மக்களையும் இணைக்கக்கூடிய ஒரு வலுவான சக்திக்குரிய பொறுப்பை ஏற்றிருக்கிறாள். இவ்வாறு முழு இழைகளையும் இணைக்கும்போதுதானே மாபெரும் அரண்களைத் தகர்க்கக்கூடிய சக்திகளை உருவாக்க முடியும்?

இந்நாள் வரையிலும், வெறும் மன்னர் குடை நிழலில் மக்கள் ஒதுங்கி நிற்கும் ஆட்சி முறையே எல்லோருக்கும் தெரியும். தரையைத் தொடாத குடை. இதன் நிழலில் ஆட்சி புரியும் செல்லப்பிள்ளைகளே அதிகாரிகள், மிட்டா மிராசு, ஜமீன் எல்லாம். அந்தக் குடையைத் தூக்கி எறிந்து, மக்களாகிய அனைத்து இரத்த நாளங்களையும் இதயத்தோடு இணைத்து ....

மணி திருவாரூருக்கு ஜாகையைக் கிளப்பிவிடுகிறாள். தெற்குத் தெருவில் ஒரு தற்காலிக இடம் ஏற்பாடு செய்திருக்கிறார்கள். சாமான்கள் என்பது, சில தட்டுமுட்டுகள், ஒருத்தி சமைத்துச் சாப்பிடத் தேவையான கும்மட்டி அடுப்பு, குடம் என்று அடங்கியவைதாம். அதிக இடத்தை ஆக்கிரமிப்பவை, பத்திரிகைக் கட்டுகள், புத்தகங்கள், இயக்கம் சார்ந்த பதிவேடுகள்... ஆகியவைதாம்.

எல்லாவற்றையும் ஒழுங்காக அடுக்கிவைக்கத் தோழர்கள் உதவி செய்கிறார்கள். புதிய ஜனசக்தி இதழைக்கொண்டு வருகிறான் கோபாலன். பிரித்துப் பார்க்கிறாள்.

சோவியத் நண்பர்கள் சங்கம்.... கிருஷ்ணகிரி மாநாடு, கிஸான் சங்க மாநாடு... தடையுத்தரவு.

சடக்கென்று கண்கள் நிலைக்கின்றன.

...

சரோஜினி தேவி கம்யூனிஸ்ட் ஆதரவாளராகச் செயல் படுகிறார்... இதைப் பொருட்படுத்த வேண்டாம்.. -

ஏனெனில் சரோஜினி அம்மையாருக்கு வயதாகிவிட்டது. அதனால் அவருக்கு அரசியல் சரியாகப் பிடிபடவில்லை. பேசவரவில்லை. அவருக்கு அரசியல் தெரியாது. அவர் கவி; அவ்வளவுதான்.

மேலும், சரோஜினி பேசுவதை அவ்வளவாகப் பொருட்படுத்த வேண்டிய அவசியமில்லை. அவர் ஒரு ஸ்திரீயாக இருப்பதால் மட்டுமே காங்கிரசில் வைத்துக் கொள்ளப்பட்டிருக்கிறார். மகாத்மா காந்தியே, இவர் பேச்சுகளைப் பொருட்படுத்தவில்லை. எனவே, சரோஜினி தொழிற்சங்கவாதிகளுக்கு ஆதரவாக நடப்பதை யாரும் பொருட்படுத்தத் தேவையில்லை...

மணிக்கு உடலே பற்றி எரிகிறது.

சரோஜினிக்கு அரசியல் தெரியாது? அவர் கவி ... அது மட்டும்தான்!

இப்படி அந்த மாதரசியை மட்டம் தட்டிய மகானுபாவன் யார்?

காங்கிரசில் உனக்கு இடமில்லை . உங்கள் மரத்தில் கள் இறக்கக் குத்தகை விட்டிருக்கிறீர்கள் என்று பழி சுமத்திய மாமாவின் மருகர்... சரோஜினிக்கு வயசாகிவிட்டது. அரசியல் தெரியாது! ஸ்திரீயாக இருப்பதால் பிச்சை போட்டிருக்கிறார்கள்? இவனுக்கு என்ன வயது? அந்தப் பெருமாட்டியை, உலகுக்கே ஓர் ஒளியாக விளங்கும் கவியரசியை, பகிரங்கமாக மட்டம் தட்ட இவனுக்கு யார் உரிமை கொடுத்தார்கள்?

காங்கிரஸ்... இது ஆதிக்கக் கட்சி!

பெண் விரோத, மக்கள் விரோதக் கட்சி!

பத்திரிகையில் செய்தியாக வெளிவந்த அந்தப் பத்தியைக் கிழித்து, கசக்கிப் பிழிந்து சாணக்கியனைப்போல் அரிந்துவிட்டு

இக்கட்சியை ஒழிப்பேன் என்று சூளுரை எடுக்க வேண்டுமென்ற ஆத்திரத்தில் அவள் செவிமடல்கள் சூடேறுகின்றன.

○

19

அந்த ஆண்டு மே மாதத்தில், ஐரோப்பாவை ஒரு குலுக்குக் குலுக்கிய ஜெர்மனி வீழ்ச்சியுறுகிறது. ஃபாஸிஸ ஹிட்லர் ஒழிந்து போகிறான்.

ஆனால் இந்தப் போரின் வெற்றி, உலகில் அமைதியைக் கொண்டு வரவில்லை. ஃபாஸிஸ ஹிட்லரையும் ஒருபடி மிஞ்சிய நிலையில், அமெரிக்கா அணுகுண்டை ஜப்பானிய மக்கள் மீது வீசி தனது மேலாதிக்க ஆற்றலை நிரூபித்துக் கொள்கிறது. அந்த ஆகஸ்ட் ஐந்தாம் நாள், உலக மனிதகுல வரலாற்றுக்கே ஒரு கரிநாள் என்று கருதும் வகையில் ஹீரோஷிமா, நாகசாகி என்ற இரு நகரங்கள் பூண்டோடு அழிகின்றன.

இங்கோ, நாட்டில் இடைக்கால சர்க்காரின் நெருக்கடிகள் - முஸ்லிம் லீக் தகராறு என்று பூரண சுதந்திர சூரியனை மக்கள் காணமுடியுமோ என்று கவலை கொள்ளச் செய்கின்றன. மக்கள் சமுதாயமோ, பதுக்கல், கள்ளச்சந்தை, முதலாளிகளின் முறையற்ற பணக் குவிப்பு, இடைத்தரகர் ஏகபோகங்கள், ஏழைக் குடும்பங்களைக் குரல்வளையைப் பிடித்து நெருக்குகின்றன பசி, பஞ்சம், பட்டினி என்ற ஓலம், போர் முடிந்து வேலையில்லாத் திண்டாட்டத்துடன் சேர்ந்து கொள்கின்றது.

மணி திருவாரூர் ரயிலடிக்கு அருகாமையில் கடைவீதியில் ஒரு மாடியில் இடம் பெயர்ந்திருக்கிறாள். அவள் இருக்கை, இல்லம், அவள் சார்ந்த கட்சி, இயக்க அலுவலகம் எல்லாமும் அதே இடம்தான். இந்த மாடியில் தண்ணீர் மற்றும் அத்தியாவசியமான சில சொந்த வசதிகளுக்கும் கூட இடம் கிடையாது. ரயில் நிலையத்துக்குத்தான் இவள் அதற்கெல்லாம் செல்ல வேண்டும். விரிந்து பரந்த வெளியும், தோப்புகளும், வண்டி மாடுகளும், மனையும் சூழ்ந்த வசதிகள் அனைத்தையும் விட்டு இந்த மாடிச் சிறைக்கு இவள் தன்னைப் பழக்கப்படுத்திக் கொள்கிறாள்.

இரவில்லை பகலில்லை என்று இயக்க அலுவல்கள்; போலீசு கச்சேரி, கோர்ட்டு, கூட்டம், தலைமறைவுக்காரர்களுக்குச் செய்தி சொல்லும் தொடர்பாக இயக்குதல் என்று மணியின் நாள்கள்

விரைந்து ஓடுகின்றன. இத்துடன் மகா நாடுகள் - மிக முக்கியமான நிகழ்ச்சிகளிடையே!

திருவாரூரிலும் இவள் பல சங்கங்களைக் காண்கிறாள்; ஆதரவு தருகிறாள். துப்புரவாளர் சங்கம்; சுருட்டுத் தொழிலாளர் சங்கம் என்று பல தொழிற்சங்கங்களைச் சார்ந்தவர்களும் அம்மாளிடம் வந்து கலந்து யோசனை கேட்கிறார்கள்.

உணவு உற்பத்தியில் இந்நாள்களில் அரசு அதிக அக்கறை எடுத்துக்கொள்கிறது. நகரங்களிலெல்லாம் 'ஆறவுன்சு ரேஷன்' என்ற முறை பங்கீட்டு அட்டை முறையாக வழங்கப்பெற்றிருக்கிறது. கிராமங்களில், நல்ல எரு, விதை என்று உற்பத்தியைப் பெருக்க, மிராசுதாரர்களுக்கு ஊக்கமளிக்கிறது. அவர்கள் ஏழை உழவர்களை மேலும் கசக்கிப் பிழிகிறார்கள். இவர்களுக்குக் கூலி சம்பந்தமாகச் சலுகைகள் வழங்கப் பெற்ற ஒப்பந்தங்கள் எந்த ஒரு பண்ணையிலும் மதிக்கப் பெற்றிருக்கவில்லை. குத்தகை விவசாயிகள், படும்பாடோ சொல்லத்தரமன்று. மணியின் திருவாரூர் இல்லத்தில் மக்கள் அபயம் என்று ஓடி வந்து சேதி சொல்பவர்களாகவே இருக்கிறார்கள்.

அன்று காலை உதயமாகுமுன்பே ரயிலடிக்குச் சென்று காலைக் கடன்களை முடித்துக்கொண்டு குறுகலான படிகளேறி வருகையில், இருவர் காத்திருக்கின்றனர். சோர்ந்துவிட்ட முகங்கள், இவர்கள் ஆதரவுநாடி வந்திருப்பதை விள்ளுகின்றன. -

கண்களாலேயே வினவுகிறாள், செய்தியை.

"அம்மா, என்ன சொல்ல? சூப்ரவைசர் வந்து பில்லட்டை வெட்ட ரோலர் பிலேட்டில் தூக்கி வைன்னாரு. நாலுக்கு நாலரை அடி நீளமுள்ள கட்டை. தூக்கிப் பாத்தேன். முடியல. தூக்கிவைக்கிறப்ப வுழுந்திருச்சின்னா ரோல் டேப் நொறுங்கிடும். கால்ல, கையில வுழுந்துச்சின்னாலும் கூழாயிடும். அதுனால, இதெல்லாம் கிரேனில் தாங்க தூக்கி வக்கியணும். அதாங்க வழக்கம், சுருக்க வெட்டிடலாம்னேன் ... சூப்ரவைசர் சொல்ல, அதைச் செய்யாம மறுக்கிறாயா பயலேன்னு சொல்லிட்டுப் போனாரு. உடனே மானேசர் வந்திட்டாரு. இவரும் வந்து ஸார், இவன் வேலை செய்யமாட்டேன்னு நிக்கிறான்னாரும்மா? எனக்குக் கப்புன்னாயிடிச்சி. அதே நிமிஷம் என்ன ஒரு வார்த்தை என்ன ஏது கேக்கணுமே? கேக்கல, கை ஊக்கப்புடுங்கிட்டு, 'போடாவெளில!'ன்னாரு, நாம் போகல.

'வெளியே போடான்னா, ஏண்டா நிக்கிற? பகர்'ன்னு வெரட்டினாரு.

"காரணமில்லாம் நான் ஏன் சார் வெளியே போகணும்"னேன்.

“ஏண்டா திருப்பிக் கேள்வி கேக்குற? உனக்கு வேலை கிடையாது ?”ன்னாரு.

“நான் வேலை செய்வேன், போகமாட்டேன்னேன்.”

“சம்பளம் தரமாட்டேண்டா நாயே”ன்னாரு.

“தராட்டி வாணாம். நான் போமாட்டேன்னு நின்னேன். உடனே மானேசர் உள்ளார போயி, வேலையில்லைன்னு நோட்டீசை நீட்டிட்டாரு..

இன்னைக்கு ஞாயிற்றுக்கிழமை, ஓடியாந்தேன்....”

மணி கும்மட்டியைப் பற்றவைத்துக் காபிக்கு நீர் வைக்கிறாள். பாத்திரம் பாத்திரமாகப் பால் கறந்து வெள்ளமாகக் கையாண்டு பழகிய மணி அரைக்கால் படி பாலில், துணியில் வடிகட்டிய காபி நீரை ஊற்றிக் கலக்குகிறாள். சர்க்கரையும் பஞ்சம்; கலந்து அவர்களுக்கும் கொடுத்துத் தானும் அருந்துகிறாள். தன் தொங்குபைச் சாமான்களைச் சரிபார்த்து வைத்துக்கொண்டு கதவைப் பூட்டியவளாய்க் கிளம்புகிறாள்.

“நீங்கள் போங்கள், நான் பின்னால் வருகிறேன்...” ஏனெனில் இவளுக்கு அதற்குள் கவனிக்க வேண்டிய தகராறு ஒன்றுக்காக வலிவலம் செல்ல வேண்டும்.

அந்தப் பண்ணை அதிபர் பல நூறு ஏக்கர்களுக்கு உடைமையாளர். இவர் நேரடியாக விவசாயிகளிடம் தொடர்பு கொள்ளக்கூட எட்டாத உயரத்தில் உள்ளவர். நாட்டாண்மைதான் எல்லா அதிகாரமும் செலுத்துபவன்,

கமலாலயக் கரையின் கீழ்ப்பக்கம் சீனிவாசன் வண்டியுடன் வருகிறான். இருவருமாகச் செல்கிறார்கள்.

“விசயம் இதுதாம்மா. எருக்கூடை சுமந்து கொட்டுனா கணக்குக் கிடையாது... நாள் பூரா உழைக்கிறாங்க. அவ முணமுணக்கிறா. காரியக்காரன் ஒடனே கையப்பிடிச்சிருக்கிறான், அவ திரும்பி தூன்னு துப்பிட்டு, ‘ந்தா, இந்த வேலயெல்லாம் எங்கிட்ட வச்சிக்காதே’ன்னிருக்கிறா. “ஏண்டி, பொட்டக் கழுத ஒனக்கு அத்தினி ராங்கியாடி? எறங்கு நெலத்தவுட்டு?”ன்னிருக்கிறான். ஏதானும் சொல்லி நெருக்குற சாக்கு. அவ்வளவுதான். இவள வெளியேத்தவும், அவ்வளவு பொம்புளயாள்களும் களத்தவுட்டு வெளியே வந்து உக்காந்துட்டாளுவ. நாத்துக் கட்டுவச்சது அப்படியே இருக்கு. வேற யாரும் நடவுக்கு வரதில்லைன்னு கட்டுப்பாடா இருந்திட்டாங்க. ‘பொட்டச் சிறுக்கிகளா... உங்களுக்கு என்ன திமிரு, பாக்கிறேன்’னு ஒடனே ஓடிப் படலயத்தள்ளி, குடிசங்களப் பிரிச்சிப்போட்டு சட்டி பானைய உடச்சி அட்டூழியம் பண்ணிருக்காங்கம்மா!”

இருவரும் பேசிக்கொண்டே வண்டியை விட்டிறங்கி நடக்கிறார்கள். வெய்யில் ஏறும் உக்கிரம்.

அவர்கள் குடியிருப்பு அலங்கோலமாகக் கிடக்கிறது. பனை ஓலைக் குடிசைகள், படலைகள் தூக்கி எறியப்பட்டிருக்கின்றன.

குஞ்சும் குழந்தைகளுமாக இவளைக் கண்டதும் தாயைக் கண்ட கன்றுகளாகக் கரைந்து புலம்புகிறார்கள். பாவிகள் சட்டி பானைகளை, அவர்களுடைய ஒரே உடைமைகளைக் கூடவா உடைக்க வேண்டும்? சேற்றில் இறங்கி, நாற்றைப் பதித்துச் சோற்றுக்கு வழி செய்யும் பெண்கள் குடல் எரிய நாசம் விளைவித்திருக்கிறார்களே? பூமி தேவியே மானபங்கப்படுத்திவிட்ட பாதகம் அல்லவோ செய்திருக்கின்றனர்?

இந்தப் பண்ணை உடைமையாளனின் பெயர் நினைவுக்கு வருகிறது. ஆபத்தில் துணை நிற்கும் ஈசுவரனின் பெயரை ஓர் இரக்கமில்லாத கடையனுக்குச் சூட்டியிருக்கிறார்கள். ஈசுவரனுக்கே செய்யும் அபசாரம் அல்லவோ இது? இந்தப் பிரபுவுக்குப் பதினாறு கிராமங்கள் சொந்தம். எல்லா இடங்களிலும் இதே சட்டம் படிக்கும் நாட்டாண்மைகள்தாம் நிர்வாகம் செய்கிறார்கள்.

“அம்மா, நீங்க நிலத்தில இறங்காதீங்க; வேற யாரையும் அண்டவும் விடாதீங்க? நீங்க தைரியமா இருங்க? அவன் வழிக்கு வரானா இல்லையான்னு பார்ப்போம் ...”

புலிக் குகையை நாடிச் செல்லும் வேகத்துடன் அந்த நாட்டாண்மையைப் பார்க்க விரைகிறாள்.

இவள் அந்தத் தெருவுக்குள் நுழைகையிலேயே ஓர் அசாதாரண அமைதி படிகிறது. “யாரப்பா நாட்டாமை ..?”

இவள் குரல் கேட்கையிலேயே நாமம் கடுக்கன் விளங்க நாட்டாண்மை விரைந்து வருகிறான்.

“ஏம்பா? என்ன நினைச்சிட்டிருக்கீங்க, நீங்கல்லாம்“

“என்னம்மா இந்தப் பொம்பிளகளுக்கு நீங்க பரிஞ்சு பேச வந்துட்டீங்க? அவளுவ என்ன திமிர்த்தனமா நடக்கிறாளுவ தெரியுமா? ஒரு நா முச்சூடும் வேலை நடக்கல. ஆருக்கு நட்டம்னு பாக்கிறே...!”

“ஏய்யா? பொம்பிளன்னா கிள்ளுக்கீரைன்னு எண்ணமா? ஆருக்கு நட்டம்னா கேக்குறிய? புள்ளையும் குட்டியுமா, நடுச்சந்தில கெடக்க, சட்டி பானய ஒடச்சி, படலை எடுத்தெறிஞ்சு என்னமோவெல்லாம் செஞ்சிருக்கீங்க? தட்டிக்கேட்க ஆளில்லைங்கிறது ஒங்க நெனப்பு இல்ல? இத பாருங்க, மரியாதையா நின்னு போன வேலைக்கும் கூலி குடுத்து, பிரிச்சிப்போட்ட

குடிசங்களக் கட்ட நட்ட ஈடும் குடுத்தா வேலைக்கு வருவாங்க. இல்ல, உனக்காச்சு ஒருகை, எங்களுக்காச்சு ஒருகைன்னு ... பாத்துக்கிடுவோம்!"

"ஓ, விடமாட்டீங்களா? கும்பி காஞ்சா தானே ஓடியாருவாங்க!"

"வர மாட்டாங்க, யாரையும் விடவும் மாட்டோம். இங்க இப்ப போலீசுதான் வரும்?"

மணி ஓர் அதட்டல் போட்டுவிட்டு, போலீசு கச்சேரிக்குத் தான் ஓடுகிறாள். அத்துமீறி குடிசைகளைப் பிரித்துப் போட்டுச் சட்டி, பானைகளை உடைத்து, பெண்பிள்ளை ஆள்களைக் கைநீட்டி அடித்ததற்காக வழக்கு எழுதிக் குற்றம்சாட்டிவிட்டு நாகப்பட்டினத்துக்கு வண்டிபிடிக்க விரைகிறாள்.

இரவு ... பெருங்கடம்பனூர் தோழியின் இல்லம். இவள் கதவைத் தட்டுகையில் ஐந்தாறு வயசில் ஒரு சிறுமி, கதவைத் திறக்கிறாள்.

"யாரம்மா? புதிசா இருக்கு?" விசாரித்துக்கொண்டே உள்ளே நுழைகிறாள்.

"புதிசில்லை. எல்லாம் உறவுதான். பாமா பட்டணம் போனப்புறம் விரிச்சின்னிருக்குன்னு கொண்டு வச்சிட்டிருக்கேன். இவளும் பாமாதான் .... என்ன, மீட்டிங்கா?"

"இல்ல, மில்ல தகராறு. தொண்டை புண்ணாட்டம் வலிக்கிறது. குஞ்சம்மா! நல்ல வெந்நீரில் கொஞ்சம் உப்புப் போட்டுக் கொண்டுவரச் சொல்லேன்? கொப்புளிக்கிறேன் ...." -

மஞ்சள் போட்டக் காய்ச்சிய பாலும் வருகிறது. அறையில் அந்தச் சிறுமியின் பக்கத்தில் விரிப்பை விரித்துக்கொண்டு படுத்து அயர்ந்து உறங்குகிறாள்...

திங்கட்கிழமை காலையில் மில் வாயிலில் இவளை எதிர் பார்த்துத் தொழிலாளிகள் நிற்கின்றனர் ... மாணிக்கம் என்ற அந்த வேலை நீக்கிய தொழிலாளியை உள்ளே நிர்வாகம் அனுமதிக்கவில்லை.

"....நீங்கள் எல்லோரும் உள்ளே போங்கள். ஆனால், ஒருவரும் வேலை செய்யாமல் அவரவர் இடங்களில் நில்லுங்கள்!" என்று மணி கட்டளை இடுகிறாள்.

ஆலை ஓடவில்லை. ஆலை ஓடாமல் ஒருமணி நின்று போனாலும் நிர்வாகத்துக்கல்லவோ இழப்பு அதிகம்! பரபரப்பு ... கவர் ஒன்று வெளியே பறந்து செல்கிறது . . . வெளியாள் களைக் கொண்டுவரும் கான்ட்ராக்டர், உள்ளே அழைத்துச் செல்லப்படுகிறான்.

மணி வாசலில் உறுதியாக அமர்ந்து கொள்கிறாள். வெளியே சென்ற 'கான்ட்ராக்டர்' பதினோரு மணி சுமாருக்குத் திரும்பி வருகிறான்.

... "ஐயா! ஓராளும் வரமாட்டேங்கிறாங்க! நம்மாலதான தர்மம் செய்ய முடியாது. ஆனா, இவங்க போராட்டத்துல ஞாயம் இருக்குன்னு தோணுது .... எல்லாம் அண்ணன் தம்பி, - அக்கா தங்கச்சிபோல, அவங்களுக்குத் துரோகம் செய்ய மாட்டோம்னுறாங்க ?" "சபாஷ்!" என்று மணி பகிர்ந்துகொள்கிறாள். அப்போதுதான் நிர்வாகம்... மானேஜர், மணியைப் பேச்சுவார்த்தைக்கு அழைக்கிறது...

"இந்தப் பொம்பிள.., பொம்பிளயில்ல, ஆம்பிளக்கு மேல் ... சரியான முள்ளு..." என்று முணுமுணுக்கும் கடுப்பை மணி உள்ளூர ரசித்துக் கொள்கிறாள்.. -

"என்னம்மா, இப்படித் தொழிலாளரை வேலை செய்ய விடாம் தகராறு பண்ணுறீங்க

"ஏனய்யா? நானா தகராறு பண்ணுறேன்? அந்தப் பதத்தைத் திருப்பிப் போடுங்க? தகராறுக்குன்னு நீங்கதான் கச்சை கட்டிட்டு வந்திருக்கிறீங்க! ஏனய்யா, நீங்களே சொல்லுங்க, நாலுக்கு நாலு நாலரை அடி. பில்லெட். அதைத் தூக்கிட்டு நடந்து ரோலர் பிளேட்டில் உம்மால வைக்க முடியுமா? அவன் மனிசன்தானே? நீங்க குடுக்கிற ஆறணா, எட்டாணா கூலில, அவன் முட்டயும் பாலும் வெண்ணெயும் சாப்பிட்டு பிஸ்தாவா இருக்கிறானில்ல? நிச்சயமாக நீங்கள் அவனை விட நல்ல சாப்பாடு சாப்பிட்டு ஊட்டமாக இருக்கிறீங்க! உங்களால் அதைப் புரட்டித் தூக்கமுடியிதான்னு பாருங்களேன்?..."

இவளோடு வாதம் கொடுத்தால் தர்ம சங்கடம் என்பது புலனாகிறது.

..."அதைச் சொல்லலம்மா. அந்தப் பயல் உள்ளே வேலையே செய்வதில்லை. உள்ளே வந்து சங்கப் பிரசாரம்தானே பேசுறான். மற்றவர்களையும் வேலை செய்யாமல் கெடுக்கிறான்?"

"ஓர் ஆபத்து அபாயம்னு வரும்போது ஒற்றுமையாக இருக்க வேணும்னு சங்கமாகக் கூடியிருக்காங்க. அதை நீங்க உடைக்கப் பார்க்கிறீங்க, இந்தத் தகறாரை வேணுமின்னு நீங்க தொடங்கி, அந்தத் தொழிலாளியை எந்தக் காரணமும் காட்டாமல் வேலை நீக்கம் செய்திருக்கிறீர்கள். உடம்பில் ஒரு நரம்பு துண்டிக்கப்பட்டால், எனக்கென்னவென்று மற்ற அவயவங்கள் வேலை செய்வதில்லை. வலிவலி என்று உடம்பு கூச்சல் போடுகிறது; இல்லையேல் இயக்கமில்லாமல் மரத்துப் போகிறது. பேசாமல் மாணிக்கத்தை

வேலைக்கு எடுத்துக் கொண்டு பிரச்சினையைத் தீர்த்துவிடுங்கள். அநாவசியமாக உங்களுக்கும் நஷ்டம் வேண்டாம்!" அடுத்த பயமுறுத்தலை அவளை நோக்கி வீசுகிறது நிர்வாகம். "பாதுகாப்புச் சட்டம் அமலில் இருக்கு. தெரியுமா உங்களுக்கு? உற்பத்தி முடக்கம் கூடாது. நாங்க போலீஸ் கம்ப்ளெயிண்ட் கொடுப்போம், சட்டப்படி..."

"ஓகோ, சட்டம் உங்களுக்கு மட்டுமில்லை ஸார்! எங்களுக்கும் இருக்கு! நீங்க போலீஸ் கம்ப்ளெயின்ட் குடுங்க! என்ன, நடக்கும்னு பாருங்க? இப்ப, என்ன, தொழிலாளர் வெளியே நின்று அமைதி கெடுக்கிறார்களா? கும்பல் கூடிக் கோஷம் போடுகிறார்களா? உங்களைத் தாக்குகிறார்களா? ஸ்டிரைக் செய்கிறார்களா? ஒன்றும் இல்லை. அவர்கள் உள்ளே சென்று உற்பத்தியைப் பெருக்க வேலை செய்யத்தான் விரும்புகிறார்கள், ஆனால் நீங்கள் அவர்கள் ஒற்றுமையாக இருக்கக் கூடாதுன்னு அநியாயமாக ஓராளை வேலை நீக்கம் செய்தீர்கள். போலீசைக் கூப்பிடுங்கள். நியாயம் எங்கே இருக்கிறதென்று பார்ப்போம்"

இது மூக்கறுபடும் சங்கதியாக முடியும்போல் தோன்றுகிறது. ஆனால் நிர்வாகத்து வெண்கொற்றக்குடை அவ்வளவு எளிதில் இறங்கலாமா?

மணி அங்கேயே நிற்கிறாள். அசையவில்லை. காலை ஏழரைமணியில் இருந்து பகலுணவு நேரம் தாண்டியும் உள்ளே தொழிலாளரும் அசையவில்லை. போலீசை அழைப்பதனால், இந்த அம்மாள் மசிந்துவிடமாட்டாள் என்று அவர்கள் புரிந்து கொள்கின்றனர்.

"ஏய், நான் பல தண்ணீர் குடித்து உரமேறியவள்... நீங்கள் வெளியாள்களை அழைப்பது ஒன்றுதான் வழி. அந்த உபாயத்திலும் வரும் அடி விழுந்தாயிற்று..."

இவளுடைய செல்வாக்கு... நிர்வாகத்தை ஒன்றே முக்கால் மணிக்குப் பணிய வைக்கிறது.

மானேஜர், இவளை உள்ளே அழைக்கிறார்.

"வாங்கம்மா, உள்ளே வந்து உக்காருங்க !"

அறை துப்புரவாக இருக்கிறது. மேலே விசிறி ஓடுகிறது. நீண்ட மேஜையில் கண்ணாடிப் பலகை. வழுவழுப்பாக, பளபளப்பாக அழுக்கு ஒட்டாத - தூய்மை. வண்ணப் பேனாக்கள். மைக்கூடு ... அருகில் டைப் இயந்திரம்

ஆள் ஒருவன் டவரா டம்ளரில் காபி கொண்டு வந்து வைக்கிறான்.

"காபி குடியுங்கம்மா, காலையிலேந்து, நீங்க எதுவும் சாப்பிடாம நின்னிருக்கிறீங்க!"

அந்த மானேஜர் முகத்தில் வியப்பூறும் புன்னகை மிளிர்கிறது. -

"நான் காபி குடிப்பது இருக்கட்டும். நீங்கள் முடிவாக - அவனுடைய வேலை நீக்க உத்தரவை ரத்து செய்யணும். உங்களுக்கும் சரி, அவர்களுக்கும் சரி, வேலை நின்றால் நஷ்டம்.

"ஆனால் அவர்களுடைய எட்டு மணி நேர உழைப்புக்கு நீங்கள் லாபத்தில் ஒரு கால் பங்கேனும் வரும்படி கூலி கொடுக்க வேண்டாமா? கூலியை இழந்து, குஞ்சும் குழந்தையுமாகத் தெருவில் பிச்சை எடுக்கவா அவர்கள் வேலை செய்ய மாட்டோம் என்று நிற்கிறார்கள்?...

"ஆனால், நீங்கள் அநியாயமாகச் செயல்பட்டால், அதை எதிர்க்க, அவர்களிடம் என்ன - ஆயுதம் இருக்கு? சொல்லுங்கள்?"

"சரி... சரிம்மா. காபியைக் குடியுங்கள். நீங்களும் ஒரு மேலான குடும்பத்தைச் சேர்ந்தவர்கள், தொழிலாளிக்காக நிற்கிறீர்கள், உங்களை வீணாக நிற்க வைப்பதில் எங்களுக்கும் மனமில்லை. அவர்களை வேலை செய்யச் சொல்லுங்கள்!"

"இத பாருங்கள், இந்த மேல், கீழ் குடும்பக் கதையெல்லாம் இங்கே வேண்டாம்? நீங்கள் மாணிக்கத்தின் ஆர்டரை ரத்து செய்யுங்கள். இதற்காக அவனை எந்த ஒரு நிர்ப்பந்தத்தில் மாட்டுவதோ கூலி பிடிப்பதோ செய்யக்கூடாது ...."

"சரி, ஒப்புக்கறேன். ஆனால், ஒரு நிபந்தனை. நீங்கள் உற்பத்திக்கு குந்தகம் இல்லைன்னு சொல்றீங்க. இப்ப காலையிலிருந்து அஞ்சு மணிநேர உற்பத்தி தடைப்பட்டு போச்சு. அதை இவர்கள் ஈடுபண்ணியாகணும்,"

"அதை ஒப்புக் கொள்கிறோம். ஆனால் இதே போல் கடந்த மூணு மாசங்களில் காரணமின்றி வேலையைவிட்டு நிறுத்திய நாலு தொழிலாளரையும் வேலைக்கு எடுத்துக்கொள்ள வேண்டும் எந்த வகையிலும் கூலிக்குறைப்புக் கூடாது ...."

ஒப்பந்தம் பதிவாகிறது. உத்தரவுகள் பிறப்பிக்கப்படுகின்றன வெற்றிக் களிப்புடன் மணி திரும்புகிறாள்.

"தோழர்களே! வேலை செய்யுங்கள்! வேலை நீக்க உத்தரவு ரத்தாகிவிட்டது! மாணிக்கம்... பச்சையப்பன், எல்லாரும் வேலைக்குப் போங்கள்!"

இரவு பத்து மணி வரையிலும் அன்று 'ஸ்டில் ரோலிங் மில்' ஓடுகிறது, மாணிக்கத்துக்குக் கூலிப்பிடித்தம் இல்லை,

மணி அன்றிரவு ஒரு தொழிலாளியின் குடிலில் உணவு கொண்டு குழந்தைகளுடன் விளையாடுகிறாள்

எல்லாரும் சேர்ந்து சொல்லுங்கள் ...

விடுதலை ... விடுதலை ... விடுதலை ...!

20

"அம்மா , . .!"

"யாரப்பா? குளுந்தானா? என்ன சமாசாரம்?"

குளுந்தன் தப்புச் செய்த பாவனையில் தலையைத் தொங்கப்போட்டுக் கொள்கிறான்

"என்னடா? தேங்கா திருடினியா? அடி வாங்கினியா ?"

"அதெல்லாம் இல்லீங்கம்மா .... வந்து ... அத்த, தலையப் புடிச்சு இழுத்து அடிச்சி ஓ ஆத்தா வூட்டுக்குப்போடின்னு தொரத்திட்டேன்.

"உம் பொஞ்சாதியையா? ஏம்பா, மாம மகளத்தான கட்டினே, ஆறு மாசம் ஆகல? அதுக்குள்ள எதுக்கு அப்படி அடிச்சே ?"

..."வந்து காலம், கஞ்சி கொண்டாந்தா. அதுக்குத் தொட்டுக்க ஒரு வியஞ்சனம், உப்பு மொளவா வச்சி அரச்சிக் கொண்டாரக் கூடாது? மொளவாயச் சுட்டு, கஞ்சில மொதக்க வுட்டுருந்தா... கோவம் வந்திடிச்சி ... அடிச்சிட்டே...."

"நீ காலமேயே கள்ளும் குடிச்சிருந்த ... இல்ல?..." அவன் நாணித் தலை குனிகிறான்.

"ஆமாங்க...!"

"ஏம்பா, உங்களுக்கு எத்தினி தபா சொல்லணும்? குடிச்சதினால் பொஞ்சாதிய அடிச்சு வெரட்டினே. எத்தினி நாளாச்சி ?"

"மூணு மாசமாம்மா? எங்கம்மா போடா, போயி அதை அழச்சிட்டு வா, இல்லாட்டி உனக்குச் சோறு வய்க்கமாட்டேங்குறா. அவ அண்ணெமவ, அங்க போனா, மச்சா, மாமியா ஆரும் மொவம் குடுத்துப் பேசுறதில்லமா...?"

மணி, சிறிது நேரம் பேசாமல் இருக்கிறாள்.

பிறகு.... " நாள ராத்திரி, ஆண்டாங்கரயில ஒரு மீட்டிங் இருக்கு. அங்க வா. இதுக்குத் தீர்வு அங்க சொல்லுறேன், போ?"

அது ஒரு முன் பனிக்கால இரவு. கார்த்திகைக் கடைசி. மழைத்துளியா, பனி நீர்த்துளியா என்று புரியாத ஈரத்தில் தரை குளிர்ந்திருக்கிறது. வானில் எங்கோ ஒரு நட்சத்திரம், பிரமையோ உண்மையோ என்று புரியாமல் முணுக் முணுக்கென்று சிமிட்டுவதுபோல் இருக்கிறது. இவள் தவிர பிற விவசாய சங்கத் தலைவர்களுக்கெல்லாம், வெளியேற்ற, தடைச் சட்ட ஆணைகள் போடப்பட்டிருக்கின்றன. எனவேதான் இரவோடிரவாகக் கூட்டம். இதற்கு யார் வருவார்களோ, வரமாட்டார்களோ? குரலில் இருந்துதான் ஆளைத் தெரிந்து கொள்ளவேண்டும்.

அது ஒரு மாந்தோப்பு....

“வணக்கம்... வணக்கம் ...”

குரலில் இருந்து சீனிவாசராவ், குப்பு என்று புரிந்து கொள்கிறாள்.

“எல்லாம் வந்துட்டீங்களா?... ஏம்பா? அங்கே இங்கே இருக்கிறவங்க எல்லாம் கிட்ட வாங்க..?”

கசமுசவென்று இரகசியக் குரல்கள்...

“மணி அம்மா.... மணி அம்மா வந்திருக்கிறாங்கப்பா!...”

மணி பேசுகிறாள்:-

“அன்பார்ந்த தோழர்களே! சகோதர சகோதரிகளே! உங்களை எல்லாம் ஒன்றாகச் சேரவைத்துப் பொதுவான பிரச்சினைகளையும், உங்கள் சொந்தப் பிரச்சினைகள் எப்படி, அந்தப் பொதுப் பிரச்சினையோடு சம்பந்தப்பட்டிருக்குன்னு சொல்லவும் வரச் சொல்லி இருக்கிறேன். நீங்கள் எல்லாரும், காலம் காலமாக நிலச் சொந்தக்காரர்களுக்காக உழைத்தீர்கள்; உழைக்கிறீர்கள். ஆனால் மானம் மறைக்க முழத் துணி இல்லை; வயிறு நிறையச் சோறு இல்லை. இந்த அநியாயம் புரியாமலே பழகிப் போயிட்டுது, இங்கிலீஷ்காரன்கிட்ட சுயராஜ்யம் கேட்டுப் போராடிட்டிருக்கிறோம். காங்கிரஸ், இதுக்காகப் பாடுபடற கட்சின்னு தெரியும். காங்கிரஸ் சர்க்கார் வந்திட்டா நமக்கு நியாயம் கிடைக்கும்னு நினைச்சோம். இப்ப இடைக்கால சர்க்கார், காங்கிரஸ் ஆட்சிதான் நடக்கிறது. ஆனா, காங்கிரஸ்ல இங்க யாரெல்லாம் இருக்காங்க? அடிமைகளைக் கசக்கிப் பிழியிறவங்களும், குத்தகை விவசாயிக்குக் கொடுக்காம வயிற்றலடிக்கிறவனும்தான் இருக்காங்க. வெள்ளைக்காரன் கிட்ட ராவ்பகதூர் பட்டம் வாங்கினவங்க. திடீர் தேசபக்தி வந்து இங்கே புகுந்திருக்காங்க. இவங்க என்னிக்குமே உழைப்பவனை மதிக்கல. கிசான் சங்கம் வளரக் கூடாதுன்னு தற்காப்புப் படைன்னு வச்சு அடிச்சு நொறுக்குறவங்க இருக்காங்க. மன்னார்குடி ஒப்பந்தம் உங்களுக்குத்

தெரியும். அந்தக் கூலி யார் குடுக்கிறாங்க? வேலைக்காரங்களுக்கு மூணில ரெண்டுவேணும்னு போராடினோம். பாதிக்குப் பாதியுமில்ல. அஞ்சில் ஒண்ணுக்கே வயித்திலடிக்கிறாங்க சங்கமாடா பயலே? தொலைச்சிப்பிடுவேன்...னு மிரட்டல். புது சர்க்கார் வந்தப்புறம் நீடாமங்கலத்துக்கு வந்த சட்ட மந்திரி சர்க்கார் மத்யஸ்தம் வச்சுத் தீர்ப்புச் சொல்றது சரியில்ல, சர்க்காருக்கு அதுக்கு அதிகாரமில்லேன்னு சொல்றார். ஆனா, நியாயத்துக்காக நீங்க கூலி கேட்டு வாரம் கேட்டுப் போராடுறபோது, புடிச்சி வழக்குப் போட்டு, ஜெயிலில் போட அதிகாரம் இருக்கா?....

"இப்ப சர்க்கார் குறுகிய காலக் குறுவை நெல்லை அதிகமாக விளைவித்து விற்றால் மணங்குக்கு ரெண்டு போய் போனஸ் கொடுப்பதாக அறிவிப்புச் செய்தது. ஆனால் இந்தப் போனஸ், பாடுபட்ட தொழிலாளிகளுக்குத் தானே சேர வேண்டும்? அதுதானே நியாயம்? மூணு மணிக்கு உழவோட்டியவனுக்கு, எருச் சுமந்து கொட்டிய பெண்சாதிக்கு, கரவெளிப் போட்டில நின்னு நடவு நட்டவளுக்கு, களையெடுத்தவங்களுக்கு, மடை பார்த்து மடை வெட்டி ராப்பகலா பூச்சி பொட்டுக்கு அஞ்சாம பாதுகாத்தவனுக்கு, அறுவடை செய்து, போரடித்துத் தூற்றினவனுக்குப் போனஸ் இல்லை. போனஸ் ஏன்? அரைக்கால் மரக்கால் கூட்டிக் கேட்ட கூலி கூட இல்லை. அதோடு, நம் மந்திரி மகானுபாவர், மிராசு இஷ்டப்பட்டால் யாரையும் நிலத்தை விட்டோ, மனைக்கட்டை விட்டோ வெளியேற்ற உரிமை உண்டுன்னும் சொல்லியிருக்கிறார்!

*அன்பார்ந்த தோழர்களே? நீங்கள் இப்ப என்ன செய்ய வேணும்? நாம் ஒண்ணு சேரணும். ஒண்ணு சேருவது... அதற்கு அடையாளமாகச் சங்கம் சேரணும். என்ன சங்கம்? செங்கொடிச் சங்கம், கதிரும் அரிவாளும் போட்ட சின்னம் உள்ள செங்கொடிச் சங்கம். இது பாட்டாளியை மதித்துக் கௌரவிக்கும் அமைப்பின் சின்னம். உழவர்களும் தொழிலாளிகளும் ஒன்று சேர்ந்து நாட்டை, சமுதாயத்தை விடுதலை செய்யும் சின்னம். ஒரு புதிய தத்துவம் பூப்பூவாய் மலரக் கூடிய சின்னம்...

"உங்களுக்குள் எத்தனையோ சொந்தத் தவறுகள் இருக்கலாம், சச்சரவுகள் இருக்கலாம். ஆனால் நீங்கள் எல்லோரும் உழைப்பாளிகள் என்ற ஒரே வர்க்கம். வாய்க்கார், சாம்பார், அம்பலகாரர், வள்ளுவர் என்றெல்லாம் எந்த வேறுபாடும் உங்களைப் பிரிக்கக் கூடாது. நீங்கள் எல்லோரும், மிராசு ஜமீன்களுக்கு அடிமைப்பட்ட வர்க்கம். உங்களைச் சேர்க்கும் கொடிதான் இது. உங்களை ஒற்றுமையாகப் பிணைக்கும் இக்கொடியை வைத்து ஒவ்வொரு ஊரிலும் சங்கம் கட்டுங்கள்! தோழர்களே! சேருவீர், செங்கொடியின் கீழ்! ஜெய்ஹிந்த்!"

உரை முடித்து இவள் கிளம்பும் சமயம் குளுந்தான் ஓடி வருகிறான்.

"அம்மா, நீங்க வரச் சொன்னீங்க, வந்திட்டேன் மச்சானும், மாமனும் முகம் கொடுத்துப் பேசலீங்க...."

"ஓ... அந்தப் பிரச்சினையா!... இப்ப... பேசினதக் கேட்டீல்ல! உங்க ஊருல, செங்கொடி சங்கம் கட்டு! உன் பொஞ்சாதிய நானே கொண்டு வுட்டுடச் சொல்லுற!..."

தனியாரின் பிரச்சினைகளையும் இந்தச் சங்கம் வேகமாகத் தீர்த்துவைக்கிறது.

எல்லாரும் அக்கொடிக்குக் கீழ் ஒரே குடும்பம். ஆணும் உழைக்கிறான்; பெண்ணும் உழைக்கிறாள். கள் குடிப்பது வேண்டாம்; பெண்சாதியைக் கை நீட்டி அடிப்பது பாவம்... ஒற்றுமையாக இருந்தாலே வஞ்சிப்பவரைப் பார்த்து நியாயம் கேட்டுப் போராடலாம்...

இந்த மொழிகள், மந்திரங்களாக ஒவ்வொரு உழைப்பாளியின் செவிகளிலும் மோதுகின்றன.

பகலெல்லாம் அலைந்துவிட்டு, இரவில்தான் அன்றாட வரவு செலவை இவள் கணக்குப் பார்க்கவேண்டி இருக்கிறது. எதிரே உள்ள அச்சகம் தவிர, கடைவீதியே பொட்டலமாக மடிந்துவிட்ட அந்த நள்ளிரவிலும் இவள் அறைவிளக்கு எரிகிறது.

ரசீது புத்தகங்களை எண்ணி எண்ணிப் பார்த்துக் கட்சிக் கணக்கைச் சரி பார்க்கிறாள். செங்கொடிச் சங்கச் சந்தா, ஆண்டொன்றுக்கு ஜோடிக்கு இரண்டணா. மணி அச்சகத்துக்காரரிடம் மொத்தமாக ரசீதுப் புத்தகங்களுக்கு 'ஆர்டர்' கொடுத்துவிடுவாள். அவ்வப்போது ஐந்நூறு இருநூறு என்று தேவைக்குப் பெற்றுக்கொள்கிறாள். கையில் கிடைக்கும் தொகையில் சிறுகச் சிறுகக் கட்டி விடுகிறாள், செலவோ, கொடி, கூட்டங்களுக்கான துண்டுப்பிரசுரம் அச்சடித்தல், விளக்கு வாடகை, தொண்டர்களை ஆங்காங்கு அனுப்புதல், 'தலைமறைவு' இயக்கத்தை நிர்வகித்தல்... என்று பல நிர்ப்பந்தங்கள்.

அதிகப்படியாக இருபத்து நான்கு ரூபாய் துண்டு விழுகிறது.

எந்த இனம் ... கொடுக்கப்படவில்லை?

கட்சிக்கு நிதி என்று பல பிரசுரங்களை விற்று வந்த பணம் ...

மாநாடுகளில் கூட்டங்களில் அவற்றை வைத்துக் கொண்டு ஓரணா, ஓரணா என்று வசூல் செய்த பணம்...

நமது சரித்திரப் பாரம்பரியம்... மக்கள் வயிற்றில் அடிக்காதே...

சோவியத் ஜனநாயகம் ...

ஒவ்வொன்றும் ஆயிரம் பிரதிகள் வரவழைத்திருந்தாள். அனைத்தும் தீர்ந்து போயிருக்கின்றன... இந்தக் கணக்குகளை மறுபடி கூட்டுகிறாள்.

கடந்த ஒரு வாரமாக, வலிவலம், நாகை, கச்சேரி பொதுக்கூட்டம் என்று அலைந்த அலைச்சலில் உடல் வலிக்கிறது. அசதி, படுத்துக்கொள் என்று கெஞ்சுகிறது. மணி பன்னிரண்டைத் தாண்டிவிட்டது.

விடியற்காலையில் இவள் எழுந்திருக்க வேண்டும்.

கட்சிப் பணக் கணக்கென்பது நெருப்பு.

இவளுக்குச் சொந்தமாக அந்த வீட்டையும் நிலத்தையும் விற்ற தொகை ஆயிரத்துச் சொச்சம் இருக்கிறது. இவளுடைய கொடுக்கல் வாங்கல் எல்லாம் குஞ்சம்மாள் வகையில்தான் நடக்கும். அவள் ஏழைகளுக்கும் கொடுப்பாள். பணம் இருப்பவருக்கும் கொடுப்பாள். சொந்த பந்தங்கள், இவள் எப்படி நினைக்கிறார்கள். இவளுக்கென்ன, பிள்ளையா, குட்டியா? இவள் சேமித்தால் கட்சிக்காரன் அநாமத்தாகக் கொண்டு போவான்... என்ற மனப்பான்மைதான் தெரிகிறது. கட்சிப் பணம் மட்டும் கறாராக நாகை கடை வீதியில் உள்ள அனுமான் வங்கியில் இருக்கிறது.

புகையிலைக் கம்பெனிக் கிழவன் ... இருமுகிறான்.

இவன் அடுக்கிருமல் தொடர்ந்தால் மணி ஒன்றரை என்று கொள்ளலாம்.

இவள் எப்போது உறங்கினாள் என்று தெரியவில்லை.

கதவு தட்டும் ஓசை கேட்கிறது.

“அம்மா ...”

வாரிச் சுருட்டிக்கொண்டு எழுந்திருக்கிறாள்.

“நாந்தாம்மா, சீனிவாசன். வண்டி கொண்டாந்திருக்கிறேன். காலமேயே முகூர்த்தம்...”

மணி கண்களைக் கசக்கிக் கொள்கிறாள்.

“ஓ, நாகலூர் கல்யாணமா? நான் மறந்தே போனேன். கோனேரிராஜபுரம் போகணும்னிருந்தேன்...”

“எப்படியம்மா? நீங்கதானே சங்கம் கட்டின கையோட கல்யாணமும் நடக்கும்னீங்க. அம்மா கையால தாலி குடுத்துக் கட்டுறதுன்னு முடிவாயிடிச்சே!....”

“...சரி... வரேன்...”

சீனிவாசன் இன்னும் அருகில் வருகிறான்.

"அம்மா, இந்த உத்தண்டராமன் வந்து உஷார்னு சொல்லிட்டுப்போயிருக்காப்புல. அம்மாளச் சுத்தி இருக்கிற முள்ளுவளே பிடுங்கிடும்போல இருக்குன்னான்."

"ஏம்ப்பா? கண்டங்கத்திரி பிறந்த இடமே முள்ளுத் தானே? அதை மருந்துக்குப் பறிக்கணும்னா கவனமாத்தான் இருக்கணும்..."

"நீங்க நேரா வந்திருங்க இப்ப, பிளசர்காத்திட்டிருக்கு. நேரா, ஊருக்குப் போயி நீங்க குளிச்சி எல்லாம் செஞ்சிக்குலாம்!"

நாகலூரைச் சுற்றி இவளுடைய உறவுகள் பிறந்த குடும்பம் சார்ந்தவை. அந்நாள்களில் சனாதனத்துக்கு உள்பட்டுப் பூச்சியாக ஊர்ந்த நாள்களில் உறவுக் கூட்டம் இவளை மதித்தது. இப்போது சாதி ஆசாரங்களைத் துறந்துவிட்ட இவளைப் பிடுங்குவதற்குக் கருக்கட்டிக் கொண்டிருப்பது இயல்புதானே? போனவள் எங்கோ கண்காணாமல் தொலையக்கூடாதா! சுற்றிச் சுற்றி அவர்கள் வளைவுச் சேரிகளுக்குள்ளேயே நடமாடினாள்!

மணி அந்தக் கருக்கிட்டில் கதவைப் பூட்டிக் கொண்டு, ஓசைப்படாமல் வந்து நிற்கும் பிளசரில் கிளம்புகிறாள். வண்டி, பாலம் கடந்து செல்வது தெரிகிறது. பிறகு திரும்புகிறது. சுந்தரவளாகத் திருப்பம் என்று புரிந்துகொள்கிறாள். அங்கே கதவு திறக்க, ஓராள் கூட ஏறிக்கொள்கிறான். ஊர் வந்து சேர்ந்ததும் காலைக் கடன் முடித்து, அவர்கள் நிரப்பி வைத்திருக்கும் இதமான வெந்நீரில் உடல் நோவு போகக் குளிக்கிறாள்.

உடன் கொண்டு வந்த வேஷ்டி, சட்டை மாற்றி, ஈரம் துவைத்துப் படலையில் போடுகிறாள்.

அதற்குள், "அம்மா வந்துட்டாங்க! அம்மா வந்தாச்சு!" என்ற மகிழ்ச்சி ஆரவாரங்கள் பரவுகின்றன..

"சும்மா இருங்கடே....." என்று சீனிவாசன் அதட்டுகிறான்.

ஓராள் வந்து குசுகுசுக்கிறான்.

மணி தலை சீவிக்கொள்ளக் கண்ணாடி வருகிறது. சுடச்சுட இட்டிலி, தூக்குச் செம்பில் காபி.... கொண்டு வருகிறார்கள்.

"வேல்கம்பு, பாலா கம்பு, ஆராகத்தி, அரிவாள் ...." என்று கூறுவது செவிகளில் விழுகிறது.

"என்னப்பா, சீனிவாசா? ....."

"உங்களுக்கு ஒண்ணுமில்ல. நீங்க சாப்பிடுங்கம்மா!" மணமேடை என்று பிரமாதமில்லை, சிவப்புக் காகிதத் தோரணம் கட்டப்பெற்ற

நான்குகால் பந்தல். சாணி மெழுகிய இடத்தில் பலகையில் கோலம் போடப்பட்டிருக்கிறது. மணமக்கள் வந்து அம்மாளைப் பணிகிறார்கள்.

மணி இதற்கென்றே கொண்டு வந்திருக்கும், அரிவாள் கதிர் சின்னம் பொருந்திய சிவப்பு வில்லையை இருவர் ஆடைகளிலும் பொருத்துகிறாள்.. குத்துவிளக்கு ஏற்றப்படுகிறது. பிறகு மாலைகள் இரண்டையும் அம்மா எடுத்து ஒன்றைப் பெண் கையில் கொடுத்து மணமகனுக்குப் போடச் சொல்கிறாள். பிறகு மற்றொரு மாலையை மணமகன் கையில் கொடுத்து மணமகளுக்குப் போடச் சொல்கிறாள். நடுவீட்டில் இருவரும் பலகையில் வந்து அமர்கிறார்கள்.

அம்மாதான் புரோகிதர்; அம்மாதான் தலைவர்; அம்மா... அம்மாதான் எல்லாம்.

"குழந்தைகளா! நீங்கள் ஒருவரை ஒருவர் விரும்பிக் கல்யாணம் செய்து கொள்கிறீர்கள். சாம்பார் வாய்க்கார் என்ற பிரிவுகள் இல்லை என்று அழிந்து போக, ஒன்றுபடுகிறீர்கள், காலம் முழுவதும் ஒருவருக்கொருவர், பிரியமாய் நேசமாய் இருப்பீர்கள். வாழ்க்கை என்பது எதிர்ப்படும் கஷ்டங்களைத் தீரமாக எதிர்த்துப் போராடி வெல்வதுதான். அப்படி எந்தவிதமான கஷ்டம் வந்தாலும், நீங்கள் சேர்ந்து, ஒருவருக்கொருவர் ஆதரவாக இருப்பதால், மொத்த சமுதாயமும் அப்படியே ஒன்றுபட்டிருக்க ஏதுவாக இருக்க முடியும். குழந்தைப்பேறு பெற்று, ஐக்கியமாக, இந்தச் சமுதாயத்தை இன்னும் துணிவும் பலமும் மிகுந்து தாக்குவீர்கள், எந்தப் பிளவும் உங்களிடையே வராமல் இருக்கட்டும்...."

தாலிச்சரடில் மஞ்சள் கிழங்கை வில்லையாக்கிக் கோத்திருக்கிறார்கள். அதை அம்மா எடுத்து மணமகன் கையில் கொடுக்க, மணமகள் கழுத்தில் அவன் கட்டுகிறான், கட்சிக்கென்று நன்கொடையாக 5 ரூபாய் வெற்றிலை பாக்குப் பழத்துடன் தட்டில்வைத்து அம்மாவுக்கு அளிக்கப்படுகிறது. பெண்கள் குலவை இட, திருமணம் மகிழ்ச்சியுடன் நிறைவேறுகிறது.

அந்த உற்சாகத்தில் எவனோ, "மணியம்மை வாழ்க!" என்று குரல் கொடுக்கிறான்.

அருகே உத்தண்டராமன் வந்து, வாயைப் பொத்திச் சாடை காட்டுகிறான்.

"அம்மா, வாங்க. இனிமே இங்கே இருக்க வாணாம்!" இவளைக் குறுக்குப் பாதையில் எங்கோ தனியாக அழைத்துச் செல்கிறான். வேல்கம்பு, ஆராமீன் அறுக்கும் கத்தி ... பாலா கம்பு என்று ஓர் -ஆயுதப்படை இவளைச் சூழ்ந்து கவசமாக்கிக் கடத்திச் செல்கிறது.

வேறொரு கிராமம் ... வண்டிப்பாதையை விட்டு வரப்பில் விரைகிறார்கள். அறுவடைக்குக் காத்திருக்கும் கதிர்கள் சாய்ந்திருக்கின்றன.

மணலூர் ... "அம்மா! அம்மா வாங்க!" கால் கழுவ நீர் வருகிறது, குஞ்சு குழந்தையோடு இவளை வரவேற்கும் இனிய முகங்கள். கைகள் நீண்டு நீண்டு அனைவரையும் ஆரத்தழுவ வேண்டும்போல் உணர்ச்சிவசப்படுகிறாள் மணி.

அம்மாவை ஒரு குடிலுக்குள் அழைத்துச் செல்கிறார்கள். மணி விரைந்து இந்த அயர்வு நீங்கத் துண்டால் முகத்தைத் துடைத்துக் கொள்கிறாள். உடனே ஓடிச்சென்று ஒரு பனை ஓலை விசிறிகொண்டு ஒரு பெண் விசிறுகிறாள்.

"அம்மா, உங்களுக்குச் சிரமமில்லாம, பிளசர்ல கூட்டிப் போகணுமின்னு இருந்தோம். பிளசரை மறிச்சி நிறுத்த -ஆளுகள் நிறுத்திருக்காங்க பாதையிலன்னு ராமன் சொன்னான். இப்படிக் கூட்டிட்டு வரவேண்டியதாயிட்டதம்மா..."

"மன்னிச்சிக்குங்கம்மா!" சீனிவாசன் பணிந்து சொல்கிறான்.

நில உடைமை ஆதிக்கங்கள் இவ்வாறு திட்டமிட்டதில் இவளுக்கு வியப்பில்லை.

இவள் உடைமை வர்க்கங்களை அதே வளைவில் நின்று குதறி எறிகிறாள் அல்லவோ!

சனாதனப் போர்வைகளைக் கிழித்து எறிகிறாளே...! ஆனால் இந்தக் குழந்தைகள் காட்டும் அன்பு..! அடிபட்டு மிதிபட்டுப் பஞ்சையானாலும், தளும்பி நிற்கும் மனிதாபிமானம்...!

"அம்மா, ஐயர் வச்சு சமையல் பண்ணி, பொண்ணு மாப்பிளகூடப் பந்தில நீங்களும் சாப்பிடணும்னு ஆசையாக இருந்தோம் ... தப்பா நினைக்காதிங்க தாயி! டிபன் காரியர்ல சாப்பாடு வருது . . ."

தலைவாழை இலையைப் போட்டுச் சுத்தமாகத் துடைத்து, காரியரைக் குப்பாயி திறந்து வைக்கிறாள்.

"ஏம்ப்பா, இவ்வளவு சோறா நான் சாப்பிடப் போறேன்! வாங்கடேய்...!

மணி சோறு குழம்புப் போட்டுப் பிசைந்து, அருகில் குழந்தைகளைக் கூப்பிட்டு உருட்டிக் கொடுத்துவிட்டுச் சாப்பிடுகிறாள். பாயசம், வடை, லட்டு, நொறுங்கிவிட்ட அப்பளம், மோர்...

மணி உண்டபின் அந்தக் குடிலிலேயே இளைப்பாறுகிறாள். பிறகு இருட்டும் நேரத்தில் வண்டியில் ஊர் திரும்புகிறாள்.

திரும்பும்போது நெஞ்சில் முணுக் முணுக்கென்று நோவுகிறது... மாடி ஏறும்போது மூச்சு வாங்குவதுபோல் வலி வந்தவள் பாயை விரித்துப் படுத்துக் கொள்கிறாள், தூங்கிப் போகிறாள்.

இரவு ஒன்பது மணிக்கு மேலிருக்கும். இவளுடைய உறவினரான, ஒன்றுவிட்ட சகோதரன், டாக்டர் வருகிறான்.

"மணி, உடம்பு சரியில்லையா...?"

"... ஒண்ணுமில்லையே? ஆரு சொன்னா? ..."

"நீ கிராமத்துப் பக்கம் எங்கேயோ பள்ளர்குடிக் கல்யாணத்துக்குப் போறதாக் காதில் விழுந்தது. நான் உன்னைப் போகவேண்டாம்னு சொல்ல வரணும்னு நினைச்சேன், ஒரு அவசரக் கேசு, மாட்டிண்டுட்டேன்."

"...ஏன் போகவேண்டாம்னு சொல்ல நினைச்சே? இவ இப்படிக் குடி கெடுக்கிறாளே, ஆள்வச்சு அடிக்கணும்னு ஏற்பாடு பண்ணிருந்தார்களோ . . ."

இவளுக்கு உணர்ச்சி வசப்படுவதால்தானோ என்னவோ படபடப்பு அதிகமாகிறது.

"அதெல்லாம் தெரியாது மணி. எதுக்கு ரசாபாசம்? ஏற்கெனவே பாப்பான் அப்படி இப்படின்னு ஒரு கூட்டம் துரத்திண்டு திரியறது! நீ வெளியூரில் எங்கேயானும் போறப்ப நமக்கு ஒண்ணும் தெரியாது. ஆனா சொந்த இடத்துல சகதியப் பூசிக்கிறாப்பல், ஒரு மட்டு மரியாதை இல்லாம நீயும் விட்டுக் குடுத்துப் பேசற. இல்லையா?"

"ரொம்பச் சரி. என் மானம் மரியாதை பத்தி உனக்கேனும் இவ்வளவு அக்கறை இருப்பது எனக்குச் சந்தோஷமாயிருக்குப்பா."

"மணி, உன் முற்போக்குக் கொள்கை எல்லாம் நல்லது தான். ஆனா, இந்த ஜனங்கள் நீ நினைக்கிறாப்பில இல்ல. நீ என்ன சொன்னாலும் செஞ்சாலும் உன் கட்சிகூட உன்னை வேறயாத்தான் நினைக்கும். சொந்தபந்தங்கள் கிட்ட உனக்கு ஏன் வெறுப்பு? நீ வேஷம் மாறினதாக யாருக்கும் விரோதம் இல்ல. ஆனா, நீ கீழ்ஜனங்கள்கிட்டப் போயி, நீ பிறந்த குடியைத் தூத்தறது சரியில்ல ...."

"நீ ஏன் இதுக்குச் சாதிக்கலர் குடுக்கறே? உன் பார்வை தப்பு ..."

"மணி, உனக்கு இப்பப் புரியாது, நீ நினைக்கிற மாதிரி உன் கட்சியோ ஜனங்களோ இல்ல ..."

"ரொம்பச் சரி, நீ இப்ப வந்திருக்கே. வாயுக்குத்து மாதிரி ஒரு வலி முணுக்முணுக்குனு வரது. எதானும் மருந்து இருந்தாக்குடேன் !"

அவன் கிளினிக்குக்கு சைக்கிளில் சென்று மருந்துப்பெட்டி யுடன் வருகிறான். இவளைப் பரிசோதிக்கிறான்... "மணி, நீ இப்படி, ரொம்ப அலட்டிக்கக் கூடாது. ரெஸ்ட் எடுத்துக்கணும். நான் முன்னே சொன்னதை ஞாபகத்தில் வச்சுக்கோ!"

"அது சரி, நீ மருந்து எதானும் குடுக்கிறதானாக் குடு, மத்ததெல்லாம் எனக்குத் தெரியும்."

சில மாத்திரைகள், டானிக்புட்டி எல்லாம் மறுநாள் காலையில் வருகின்றன.

21

ஆண்டு 1947, ஆகஸ்ட், பதினைந்தாம் நாள், விடியப் போகிறது!

அந்த இரவில் பாரத நாடே விழித்திருக்கிறது.

விஜயபுரத்துக் கடைவீதி உறங்குமா? இந்த ஒரு நாளைக் காண எத்தனை எத்தனைப் போராட்டங்கள், களபலிகள், துப்பாக்கிக் குண்டுகள், சிறைவாசங்கள்!

வெள்ளை அரசாங்கம் தன் குடையைச் சுருட்டிக் கொண்டு கப்பலேறுகிறது!

ஒவ்வொரு கடை வாயிலிலும், வாயிற்படியிலும் இரவு பன்னிரண்டு மணியை எதிர்பார்த்துக் கிளர்ச்சியில் திளைத்துக் கொண்டிருக்கிறார்கள். சிவப்பு, மஞ்சள், பச்சையில் சின்னச் சின்ன பல்புகள் எரியும் தொடர்விளக்குத் தோரணங்கள். கொடியேற்றும் நிகழ்ச்சியை ஒவ்வொரு தெருவிலும் திட்டமிடுகிறார்கள். நள்ளிரவில் பட்டாசைக் கொளுத்தி, மணி தங்கள் அலுவலக இருக்கையிலும் கொடி ஏற்றுகிறாள். ஒரு பக்கம் செங்கொடி; இன்னொரு பக்கம் பெரிய அளவிலான தேசியக்கொடி. ஒரு கிராமஃபோன் பெட்டி, 'மைக்'கில், 'ஆடுவோமே பள்ளுப் பாடுவோமே' என்று பட்டம்மாளின் குரலாய் முழங்குகிறது.

மணி விடியற்காலைக்கு முன்பே இரயில் நிலையக் கிணற்றில் நீராடி, புதிய கதர் வேஷ்டி, சட்டை அணிகிறாள். இனிப்புடன் இட்டிலியும் சட்டினியும் வாங்கி வருகின்றனர், தோழர்கள். அவர்களுடன் காலை உணவருந்திவிட்டு, பல்வேறு விவசாயத் தொழிலாளர் சங்கங்களில் தேசியக் கொடியேற்று விழாவில் கலந்துகொள்ளக் கிளம்புகிறாள்.

இந்தக் கோலாகல மகிழ்ச்சியுனூடே, கரும்புள்ளிகள் இல்லாமல் இல்லை.

கருப்புச் சட்டை அணி ஒன்று மவுன ஊர்வலம் புறப்பட்டிருக்கிறது.

“இது என்னப்பா, திருஷ்டி பரிகாரம்?”

...இந்தச் சுதந்திரம் யாருக்கு? தமிழனுக்குச் சுதந்திரம் இன்னும் வரவில்லை. இது ஆரிய சுதந்திரம் தானேன்னு சொல்றாங்கம்மா!” என்று சுவாமிநாதன் தெரிவிக்கிறான்.

“அட, இதில இதுவேறே இருக்கா! ...”

“அவங்க இன்னிக்குச் சாயங்காலம், ஐநூத்துப் புள்ளயார் கோவில் முன்ன பார்க்கில் துக்க மீட்டிங் போடுறாங்க!”

“.. ஓ! அப்படியா சங்கதி!”

இந்தக் கருஞ்சட்டைப் படையினர் தவிர, இன்னொரு முள்ளும் இச்சுதந்திர நாளை உறுத்திக் கொண்டிருக்கிறது.

...தேசம் துண்டாடப்பட்டிருக்கிறது. ஹிந்துக்களை முஸ்லிம்கள் கொலை பண்ணுகிறார்கள். முஸ்லிம்களை ஓஹிந்துக்கள் கொல்கிறார்கள்! காந்திஜியே இந்தக் கொண்டாட்டங்களில் கலந்துகொள்ளவில்லை!” என்று ஓர் அணி, இது துக்க நாள் என்று அறிவிக்கிறது.

உண்மையே. ஆனால், துவக்க நாள்களில் இருந்து பிரிட்டி ஷாரின் பிரித்தாளும் சூழ்ச்சியைப் பற்றி உணர்ந்து ஒற்றுமை ஒற்றுமை என்று இவர்கள் குரல் கொடுக்காமலில்லையே ! அவன் சூழ்ச்சியில் வென்றுவிட்டான். ஆனால் அதற்காக, இந்தச் சுதந்திரம் பொய் என்று துக்கம் கொண்டாடுவது மடத்தனம் இல்லையா?

நண்பர்களும் புடைசூழ, மணலூரில், தேவூரில், கொடி யேற்று வைபவம் காணச் செல்கிறாள். எல்லாச் சங்கங்களிலும், தலைக்கு ஓரணா வசூல் செய்து, கொடியேற்றி, குழந்தை களுக்கு இனிப்பு வழங்க ஏற்பாடு செய்து இருக்கிறார்கள்.

“தோழர்களே, நமக்கு இது நன்னாள், அன்னியர் பிடியில் இருந்து அகன்றது முதல் அரசியல் விடுதலை. இந்தியாவின் எல்லா முன்னேற்றங்களுக்கும் எது முதல் முட்டுக்கட்டை என்று நினைத்துப் போராடினோமோ, அந்த முட்டுக்கட்டை அகன்றுவிட்டது...

“காங்கிரஸ்காரர், கம்யூனிஸ்ட்காரர், ஹிந்துக்கள், முஸ்லிம்கள், கிறிஸ்தவர்கள் ஆகிய எல்லாரும் இந்தியர். இந்தியாவுக்கு விடுதலை வந்துவிட்டது...

"ஆடுவோமே, பள்ளுப் பாடுவோமே! பறையருக்கும் இங்கு தயர், புலையருக்கும் விடுதலை..! இது ஆனந்த சுதந்திரமாக நாம் பாடுபடுவோம், தோழரே!"

நடையில் அலுப்புத் தெரியாமல் சுற்றுகிறாள்.

மாலையில் ஐநூற்றுப் பிள்ளையார் கோயில் பக்கம் வந்து சேருகிறாள்.

பிள்ளையார் கோயில், எதிரே சாலையைக் கடந்தால் அல்லிக்குளம். குளத்தை அடுத்த மைதானத்தில்தான் கருஞ் சட்டைக்காரர்களின் கூட்டம் 6.30 மணிக்கு என்று அறிவித்திருக்கிறார்கள், ஆங்காங்கு ஓரிரு கருஞ்சட்டைகள் காணப்படுகின்றனர். இந்த இளவல்களுக்கு உண்மையில் இந்தத் துக்கத்தைக் கொண்டாட உள்ளூர விருப்பம் இருக்காது. ஊர் முழுவதும் கோலாகலமாக ஆடிப் பாடுகையில் இவர்கள் தங்கள் தலைவரின் ஆணைக்குக் கட்டுப்பட்டுத் துயர நாளாகக் கருதி முடக்க வேண்டி இருப்பது துர்பாக்கியம்தான். மேலும், கொண்டாட்டத்துக்குத்தான் கூட்டம், கோஷம் எல்லாம் தேவை. துக்கத்துக்கு என்ன கூட்டம்? கண்டனக் கூட்டம் என்றாலும் அதில் ஓர் அர்த்தமுண்டு.

தமிழனுக்கு இதில் பங்கில்லை என்று தேசிய நீரோட்டத்தில் இருந்து தனிமைப்படுத்திக்கொள்ளுதல் சரியோ? மணி இடுப்பில் கை வைத்துக்கொண்டு அல்லிக் குளத்தைச் சுற்றியுள்ள வீடுகளைப் பார்க்கிறாள். குளத்தின் இடப்புறம் - வீதியில், ஒரு மாடி வீடு இருக்கிறது, மறுபுறம்தான் கூட்டம் நடக்கும் திடல்.

மணி விடுவிடென்று அந்த வீட்டுக்குள் செல்கிறாள்.

"ஜே ஹிந்த்...!"

"வாங்கம்மா... வாங்க !" என்று வீட்டுக்காரர் இவளை மகிழ்ந்து வரவேற்கிறார்.

"உங்ககிட்ட ஒரு விண்ணப்பம். மாடியைக் கொஞ்சம் உபயோகத்துக்குத் தரமுடியுமா? சுதந்திர நாள் கூட்டம் போடணும்..."

"ஆகா! தாராளமாக உபயோகிக்கலாம். இதுக்குக் கேக்கணுமா?..."

அவ்வளவுதான். தொண்டர்கள், கிடுகிடுவென்று மொட்டைமாடியைக் கூட்ட மைதானமாக்குகிறார்கள். மேசை ஒன்று; நாற்காலி; விரி சமக்காளம்; பெரிய புனல் போன்ற ஒலிபெருக்கிக் குழாய்.... !

அங்கே துக்கக் கூட்டம் துவங்கச் சில நிமிஷங்களுக்கு முன் இங்கே குரல் ஒலிக்கிறது.

"அன்பார்ந்த, தோழர்களே! சகோதரர்களே! சகோதரிங்களே!" என்ற விளிப்புக்குரலை அல்லிக்குளத்துச் சிற்றலைகள் சிலிர்த்து வரவேற்கின்றன. காற்றிலே பரப்புகின்றன. விநாயகர் கோயிலின் முன் சுதந்திர நாள். வெள்ளிக்கிழமை அலங்கார வழிபாடு காணக் குழுமிய பக்தர் குழாம், குரல் வரும் திசை எது என்று ஆகாயத்தைப் பார்க்கின்றனர்.

சிறிது நேரத்தில், அந்த வீட்டின் முன், வாயிலில் மாடி, திண்ணை என்று கூட்டம் நிரம்பிவிடுகிறது.

"மணி அம்மா..! நம்ம மணி அம்மாய்யா!"

"கம்யூனிஸ்ட் கூட்டமா இது?..."

"அட இல்லைய்யா, இது சுதந்தர நாள் கூட்டம். இதுல காங்கிரஸ் கம்யூனிஸ்டெல்லாம் கிடையாது!"

கருப்புச் சட்டைத் துக்கங்கள், இந்தக் கோஷங்களிலும், முழக்கங்களிலும் கரைந்துபோன இடம் தெரியவில்லை.

"இது துக்க நாளா? தோழர்களே! நம்மைப் பிடித்த பிசாசு போயிற்று. சுதந்தர ஆர்வம் கொண்டு நமது பூசாரிகள் அடித்த வேப்பிலையில், ஐயோ போறேன், போறேன்னு போயிருக்கிறது. இது துக்க நாளா? இப்ப தமிழனுக்குச் சந்தோஷமில்லை யென்றால், அந்த அன்னிய ஆதிக்கத்தில் தமிழன் சந்தோஷமாக இருந்தானென்று அர்த்தமா? தோழர்களே! நமக்குள் வேற்றுமைகளை அழித்த நிலையில், ஒட்டுமொத்தமாக, வயிற்றுக் குழந்தை வெளிவந்த சுதந்தரம் இது ! இனிமேல் இதற்குக் கண் திறந்து, மூச்சுத் துவாரம் செம்மையாக்கி, சுத்தமாக்கி, போஷித்து வளர்க்க வேண்டும்... நாம் இப்போதுதான் கண்ணும் கருத்துமாக ஒற்றுமையாக இருக்க வேண்டும்!"

கூட்டங்கள், கோஷங்கள் முடிந்து அறைக்குத் திரும்புகையில் உடல் சோர்ந்தாலும் உள்ளம் சோரவில்லை ரோஜா இதழ்களின் கசகசப்பு... நூல் மட்டுமே தெரியும் மாலைகள். கல்யாணம் முடிந்த ஆசுவாசம் ...

ஆக, சுதந்திரம் வந்துவிட்டது!

ஆனால், சிவப்பும் மஞ்சளும் பச்சையுமாகக் குளிர்ச்சியாகத் தெரிந்த வண்ணங்கள் ஒரே அலசலில் குழம்பிச் சாயங்கள் அழிகின்றன. வடக்கே நாடு துண்டாடப்பட்டதனால் ஏற்பட்ட சமயக் கலவரங்கள்; வன்முறைகளின் கோர தாண்டவங்கள்; நாடு முழுதும் எதிர்பார்ப்புகள் பொய்யாகிப்போன நிதர்சனங்கள் ஒன்றா, இரண்டா? மக்களின் அன்றாட வாழ்வுக்கான உணவுப் பொருள்கள் விலை

ஏறுவதுடன், கிடைக்காமலும் போகின்றன. அத்துடன், தமிழகத்தில், புதிய ஆட்சியாளர், தம்மை மிராசு வர்க்கத்தின் பிரதிநிதிகளாகவே மெய்ப்பித்துக் கொள்ளும் போக்கு மணி எதிர்பார்த்தபடியே நிகழும் நிகழ்ச்சிகளில் விளங்குகின்றன. ஆனால், இவள் போராடப் பிறந்தவள். வாழ்க்கையே இவளுக்கு எதிரான அறைகூவல்தானே!

செங்கொடிச் சங்கங்களை நசுக்க, காங்கிரஸ் விவசாய சங்கம் நிறுவுகிறது. ஜஸ்டிஸ் கட்சி, அதன் வகையில் தன் ஆதிக்கத்தைச் செலுத்தி, பாட்டாளிகளின் ஒற்றுமையைத் துண்டாடுகிறது.

மயிலாங்குடிப் பண்ணையில் தகராறு. குறுவை நெல் ஒரு நெருக்கடிச் சாகுபடி. முன்பெல்லாம், குறுவைச் சாகுபடி முக்காலும் கிடையாது. இப்போது அரசு உணவு உற்பத்தி ஊக்கம் என்று, குறுவை அதிகமாகப் பயிரிடுவது வழக்கமாகி இருக்கிறது. அதை அறுத்துப் போரடித்து மூட்டையாக்கி வீடு கொண்டுவரும் நாள்களில் வானில் கருமேகம் சூழ்ந்து கொட்டுவேன் என்று பயமுறுத்தும்.

இம்முறை மயிலாங்குடிப் பண்ணையில் மணி கூறியபடி ஆள்கள் கூலிக் குறைப்பை ஏற்க மறுக்கிறார்கள். பலன், அடிதடி, போலீசு, பொய் வழக்கு ... சுப்பையா என்ற ஆளைப் பொய்வழக்குப் போட்டுக் கொண்டு போய்விட்டார்கள்.

மணிக்கு முதல் நாளிரவுதான் தப்பலாம்புலியூரில் செய்தி வருகிறது. இவள் அதிகாலையில் விரைகிறாள். இருள் பிரிவு நேரத்தில் வரப்பில் விறைத்துக்கொண்டிருந்த இவள் கழுத்தில் குடைவளையம் கவ்வுகிறது. “பொட்டச்சி, அம்பிடடுக்கிட்டா! ...”

தப்திப்பென்று அடிகள்,

மணிக்கு நின்று நிதானிக்கச் சிறிது நேரம் ஆகிறது. கையில் ஒரு கம்பு கொண்டுவரவில்லை. குடைக்குள் ஒரு கத்தி வைத்து எப்போதும் இடுக்கிக் கொண்டிருப்பாளே, அதுவும் இல்லை. ஏதோ ‘அஹிம்சா மூர்த்தி’களிடம் பேச்சு வார்த்தை நடத்த வருவது போலல்லவா வந்தாள்!

அவள் முரண்டி இருந்தால், ஒருகால் கொலையே செய்திருப்பார்கள். இது அவளை அவமானப்படுத்த வேண்டும் என்று செய்யும் செயல். அவர்களாக இவளை இழுத்துச் செல்வதற்கு உடன்பட்டுச் செல்கிறாள்.

“அம்மா, தனியாப் போகாதீங்க” என்று அவள் மைந்தர்கள் அலறுவார்களே!

சுதந்திர இந்தியாவில் இவளுக்குக் கிடைக்கும் முதல் மரியாதையா இது?

இவள் மனம் புழுங்கியவளாகப் பண்ணை எல்லையை மிதிக்கையில் பண்ணை அதிபனான தடியன் ... கோட்டை வாயில் போன்ற கதவைத் திறக்கிறான்.

"ஆம்புளப் பொட்டச்சி! அம்புட்டுக்கிட்டியா! நீ என்னான்னு நினைச்சிட்டு ஆளுகளைத் தூண்டிவிடுற? காலம் காலமா சாணிப் புழுக்களைப்போலச் சிலும்பாம பண்ண வேலை செஞ்சிட்டிருந்தானுவ, நீ வந்து தூண்டிக்குடுத்து ஆட்டம் காட்டுற!... எந்த... வந்து உனக்கு இப்ப மால போடுறான்னு பாக்குறேன்! எங்களுக்கு எதிரா, அந்தப் பசங்களை வச்சிட்டு நீ கொடிகட்டுற! ஆ, ஊன்னா, கலெக்டர் ஜட்ஜியக் கையில போட்டுட்டு ஆர்டர் வாங்கிற? ... இந்தா வச்சிக்க! எந்தப் பயலும் இப்ப வரமாட்டா."

கால் செருப்பைக் கழற்றி இவள் மீது வீசி எறிகிறான் அந்தப் பதர். அட பழிகாரா! எவன் வருவான்னா சொல்ற? என் மக்கள் திரண்டு வந்தால் நீ ஒரு மூச்சிக்குத் தப்பமாட்டே அலறுவாய்! தடி! ராஸ்கல்! அவங்க போடும் சோறு, அது கொடுக்கும் வீச்சுதான் உன் திமிர்...! மனதோடு பொருமிக் கொள்கிறாளே ஒழிய, வாய் திறக்கவில்லை.

இவளைப் பின் கட்டில் வண்டிச்சாமான்கள் உள்ள அறைக்குள் இழுத்து விடுகிறான் காரியக்காரன், பூட்டிக் கொண்டு போகிறார்கள்.

அநியாய ஆதிக்கம், நியாயங்களை நசுக்க வன்முறையைக் கையாளுகிறது.

அந்தக் காலத்தில், கள் குத்தகையை எடுத்து ருக்மிணி சத்யாக்கிரகம் செய்கையில் இரவோடு இரவே, அந்த ஆதிக்கம், தொண்டர்கள் மீது மலங்களைக் கரைத்துக் கொட்டினார்களாம். ருக்மிணி கதை கதையாய்ச் சொன்னாள்...

ருக்மிணி இவளைவிட இளைய பெண். ஏழு வயசில் கல்யாணம் ... சீர் செய்நேர்த்தி போதவில்லை என்று விட்டுப் போனானாம்...

ஏதேதோ நினைவில் வருகின்றன. ருக்மிணி அந்தக் கலவரத்தில் அவர்களை மன்னிப்புக் கேட்க வைத்ததாகச் சொன்னாள். ஆனால், இந்த வர்க்கம், அப்படிக்கு இறங்குமா?

திடீரென்று கசமுசவென்று குரல்கள் கேட்கின்றன.

ஆள்கள் திமுதிமுவென்று வரும் ஓசைகள்..!

இவள் நெஞ்சம் விம்முகிறது.

அவர்களுக்கு இவள் கற்பித்திருக்கும் ஒற்றுமை - ஒருமைப் பாட்டிற்கு, ஒரு சிறிதும் பயனில்லாமல் போகவில்லை.

குரல்கள் மோதுகின்றன, கேட்டை உடைக்கும் சப்தங்களும் வருகின்றன. அருகிலேயே குரல்கள் .... செங்கொடி வாழ்க ... அம்மா எங்கே?

"எங்கம்மா எங்கே! அம்மா எங்கே, சொல்! பழி வாங்குவோம்! எலேய், உசிருக்குப் பயமிருந்தால் அம்மாளை விடு! அடிடா! உடை...!"

இவள் அறைக் கதவு திறக்கப்படுகிறது,

யாா்..?

இவன் கீழவெண்மணிப் பண்ணை...

"அம்மா.... வாங்க, எதோ தப்புத்தண்டா நடந்திடிச்சி மன்னாப்பு...."

இவன் எங்கே இங்கே வந்தான்?

இவன் ... ஒரு பெண் விடலை... ஒரு குமரிப்பெண்ணை விட்டுவைக்காத கயவன் அல்லவா?

இப்போது இவளைக் கையெடுத்துக் கும்பிடுகிறான்.

"அம்மா, எங்க உசிரைக் காப்பாத்தணும் ..."

"ஏன், உங்க உசிருக்கு இப்ப என்ன வந்தது? அதான் சண்டைக்கடாபோல அடியான் வளர்த்து வச்சிருக்கிறீங்க?"

"அம்மா, நீங்க இப்ப மனசு வைக்கணும் ..."

சற்று முன் செருப்பை விட்டெறிந்தவன் இப்போது காலில் விழுகிறான். வெளியே கூச்சல் பலக்கிறது. கதவை உடைத்து விட்டார்கள். ஓட்டின் மீது, முற்றங்களில் திமுதிமுவென்று புகுந்துவிட்டார்கள்.

அம்மம்மா! இவள் பிள்ளைகள் - பெண்கள், மடி நிறையக் கற்கள், கம்பு, தடி, பாலாக் கம்பு, மண்வெட்டி... "டே, நாகப்பா, சீனுவாசா, ராமா, கோவாலு, என்னப்பா இதெல்லாம்?"

"அம்மா ... அம்மா, உங்கள என்ன பண்ணாங்க? எங்க வவுத்திலே மண்ணள்ளிக்கொட்டும் அக்கிரமத்துக்கு மேலே.... இவனுவளக் கொன்னு தொலைச்சிட்டு நாங்க ஜெயிலுக்குப் போறோம் ..."

மணிக்குக் கண்கள் கசிகின்றன

"எனக்கு உங்க நெஞ்சுகளே துணையா இருக்கறப்ப இவங்களால ஒண்ணும் செஞ்சிட முடியாது"

"..அவங்களப் போகச் சொல்லுங்கம்மா ... மன்னாப்பு."

"உன்னைச் சும்மா வுடணுமா? தூ!" என்று ஒருவன் வெற்றிலைச் சாற்றை உமிழ்கிறான்.

"எங்க உயிர்நாடி. நீங்க இந்தக் கும்பலை நம்பாதீங்கம்மா? இவனுவள நொறுக்கிட்டு ஜெயிலுக்குப் போறோம் ..."

"ஷ், வாண்டாம்பா, நான் உங்களுக்கு நல்லது சொல்வேன்.

அப்படிச் செய்வது வீரமில்லை. நாம் சத்தியப் பாதையில் நின்னு இப்ப உரிமை கேட்கிறோம். நீங்கள் எல்லோரும் அமைதியாக இருங்கள். நான் இப்ப உங்கள் விவகாரத்தைத் தீர்க்கிறேன்.... "

விவகாரம் தீர்ப்பது என்று வரும்போது, மணி இம்மியும் அசையவில்லை.

22

"**ச**த்தியத்தின் ஜோதியை ஏந்திக்கொண்டு நம்மை விட்டுப் பிரிந்து போனார்" என்று கடை வீதி ரேடியோ அழுகிறது. கூட்டம் கொத்துக் கொத்தாகச் சேர்கிறது. மணி அப்போதுதான் பட்டுக்கோட்டையில் இருந்து பஸ்ஸில் வந்து இறங்கியிருக்கிறாள். தியாகப்பிரும்ம உத்ஸவ ஆராதனை கொண்டாடும் ரேடியோவில்...

"என்னப்பா?..."

"காந்தி செத்துப்போயிட்டாரம்மா! உண்ணாவிரதம் இருந்ததைத்தான் முடிச்சிட்டாரே? எப்படிச் செத்துப் போனாருன்னு தெரியல?" என்று ஒருவன் செய்தி சொல்கிறான்.

இவள் ரேடியோ பக்கம் செல்கிறாள்.

"ஓராள் குண்டுபோட்டுக் கொன்னிட்டான். நம்ஸ்தேன்னு சொல்லி வணக்கமா வந்து, கிட்ட வந்ததும் சுட்டுட்டான். 'ஹே ராமா'னு விழுந்திட்டாரு, கொன்னவனைப் பிடிச்சிட்டாங்களாம்!"

மணிக்கு மாடி ஏறத் தோன்றவில்லை. உண்மையிலேயே இருள்... முனிசிபாலிட்டிச் சங்கு, யுத்த காலத்தை நினைவு படுத்திக்கொண்டு அழுகிறது. காங்கிரஸ் தொண்டர்கள் மெகபோனை வைத்துக்கொண்டு "பொதுமக்களே, நமது தேசப் பிதா, நமக்குச் சுதந்திரம் வாங்கித் தந்த மகாத்மா காந்தி, ஒரு பாதகனால் சுட்டுக் கொல்லப்பட்டார். மக்கள் அனைவரும் காலையில் நீராடி,

உண்ணாவிரதம் இருக்கும்படி கேட்டுக் கொள்கிறோம் ...” என்று இரவெல்லாம் சொல்லிக் கொண்டிருக்கிறார்கள்.

தொடர்ந்து இந்தத் துயர அலையில், பஜனைகளும், பக்திப் பாடல்களின் ஒலிகளும், வானொலிப் பெட்டி தரும் இறுதி ஊர்வல விவரங்களுமாகப் பொழுது கழிகிறது.

ஆட்சியாளர் அனைவரும், அஸ்தி கலசம் என்று நாடு முழுவதும் பங்கிட்டுக் கொண்டுவந்து, ஊர்வலமாக எடுத்துச் சென்று புனித நீர்நிலைகளில் கரைக்கும் சம்பவத்தை ஒரு தேசிய நிகழ்ச்சியாகச் செய்கின்றனர். சத்தியம் காத்த காந்தியின் மரணத்துக்காக உலகமே கரைகையில், இந்நாட்டின் ஆளும் கட்சியாகப் பரிணமித்த காங்கிரஸ் தலைவர்கள் அனைவரும், அந்த மகாத்மாவைப் பெற்ற பெருமையை ஏற்று, தங்களை அந்த மகாத்மா விட்டுச்சென்ற கொள்கைகளைக் காப்பவர்களாகவே பிரகடனம் செய்துகொள்கின்றனர். ஆனால், ஒப்பந்தப் பத்திரங்களை வீசி எறிந்துவிட்டு உரிமை கோரிய உழவர் பெருமக்களை ஈவிரக்கமின்றிப் பொய் வழக்குகள் போட்டு சட்டத்தின் கண்ணிகளில் அவர்களை மாட்டி, நில உடைமை வர்க்கம் கொடுமைகள் இழைக்கையில் ‘சத்திய வாரிசா’ன அரசு அதிகாரிகளும் அவர்களுக்கே ஆதரவாக இருக்கின்றனர்.

“அம்மா, மணலூரில ஒரே ரகளையம்மா! பாவி, ராசுமவன அடிச்சே கொன்னிட்டான். போலீசு வந்து வீட்டில் புகுந்து சட்டிபானகூட இல்லாம உடச்சிட்டாங்க. நமக்கு சொதந்தரம் வராம் இருந்தப்பகூடப் போலீசுக்காரன் இப்படி அடாவடி பண்ணலம்மா!” என்று ஓலமிடுகிறார்கள்.

இவள் நாகப்பட்டினத்துக்கு விரைகிறாள்.

கலெக்டரைப் பார்க்க முடிகிறதா? மனுக்களையும் மகஜர்களையும் எழுதி வைத்துக்கொண்டு காத்திருக்கும் கும்பல்... கதர்ச் சட்டைகளின் ஆதிக்கங்கள் புரிகிறது. முன்பு ஆங்கிலேய நாகரிக சூட்டும் கோட்டும் டையும் அணிந்த கனவான்கள், இன்று குளோஸ் கோட் போன்ற நீண்ட அங்கியும் வெள்ளைச்சாராயும் அணிந்திருக்கிறார்கள். இது தேசீயம். காத்துக்கிடந்து கலெக்டரைப் பார்க்க ஒரு நாளாகிறது. ஒரு தமிழ்வாதி சொல்கிறான், கலெக்டர் என்ற பெயர் இனிமேல் “தண்டல் நாயகம்” என்று மாற்றப்படுமாம்.

மணிக்கு வேடிக்கையாக இருக்கிறது.

கலெக்டர் அறை இவளுக்குப் பழையதுதான். “என்னம்மா!”

“ஸார், சுதந்தர சர்க்கார் வந்த பிறகும் இப்படித் துயரமான நடவடிக்கைகள் நடக்கும் என்று நாங்கள் நினைக்கவில்லை.

சத்தியத்தின் பெயரால் ஆட்சியைப் பற்றியவர்கள்.... சத்தியமே வேண்டாம் என்று சொல்லுமளவுக்கு, போலீஸ், ஒன்றுமறியாத ஜனங்களை நசுக்கிவிடலாமா? கிஸான் சங்கம் - சர்க்கார் - பண்ணை மூன்றுபேரும் சேர்ந்து செய்த ஒப்பந்தம் ஓரிடத்திலும் மதிக்கப்படவில்லை. 'மூன்று படியா? மொத்தக் கண்டு முதலில் பங்கா, கிடையாது. உன்னால் ஆனதைப் பார்' என்று சொல்கிறார்கள். சுதந்தர இந்தியாவின் நியாயம் இதுதானா?"

இவளுக்கு முகம் சிவக்க, குரலில் சூடு பறக்கிறது, "அம்மா ... கொஞ்சம் அமைதியாகப் பேசுங்கள். நீங்கள் எந்த ஊர் பற்றிப் பேசுகிறீர்கள்...."

"நான் மணலூரில் இருந்து வரேன். சில நாள்களுக்கு முன்தான் குறுவை சாகுபடி சமயம் மயிலாங்குடியில் பெரிய கலவரத்தோடு ஒப்பந்தம் செய்துகொண்டோம். ஆனால், உடனே மறுபடியும் அதே கதை. இந்தியாவின் பரம ஏழைகளுடன் தம்மை இணைத்துக்கொண்டார் காந்திஜி. அவர் மரணம் சத்தியத்தின் மரணமாகிவிட்டதா?"

அவர் சற்றே திணறித்தான் போகிறார். "அம்மா, நீங்கள் இப்ப என்ன செய்யவேண்டும் என்று சொல்கிறீர்கள் ?"

"நீங்கள் மணலூருக்கு வரவேண்டும். நமக்குச் சுதந்தரம் வந்துவிட்டது. நல்ல நியாயம் கிடைக்கும் என்று ஏழைகள் எதிர்பார்த்தது பொய்யென்று ஆகக் கூடாது. நீங்கள் வந்து இரு தரப்பையும் விசாரித்து நியாயம் வழங்க வேணும்!"

"கிளார்க் ! குறிச்சுக்கோப்பா ..."

சிறிது யோசனை செய்துவிட்டு, "பிப்ரவரி 24 வரேம்மா, காலையில்" என்று கூறுகிறார்.

மணி வெற்றிப் பெருமிதத்துடன் நடக்கிறாள்.

கலெக்டரின் விஜயம் சுற்றுவட்டப் பல பண்ணை அதிபதிகளையும் பரபரப்புக்குள்ளாக்குகிறது.

அவர்கள் அனைவரும் வருகின்றனர். ஆங்காங்கு உள்ள விவசாய சங்கத் தலைவர்களும் வருகிறார்கள். அசைக்க முடியாத நம்பிக்கையுடன் மணி நிற்கிறாள். இந்தப் பகுதியில், எத்தனை முயன்றாலும் இந்த உழைப்பாளி மக்களின் ஒற்றுமையையும் நேர்மையும் குலைக்க முடியாது...

'சென்ற ஆண்டில் இதே தஞ்சையில், முப்பதாயிரம் ஏக்கராவையும் வாரதாரர்களுக்குக் குத்தகைக்கு விடாமல் வெளி

ஆள்களை வைத்துச் சாகுபடி செய்வதென்று முடிவு செய்தார்கள். அப்போதும் இதே காங்கிரசின் இடைக்கால அரசு ஆளுகை செய்தது, ஆனால் விவசாயிகள் - அஞ்சிவிட வில்லை. களத்தில் இறங்கி வெளி ஆள்களை வேலை செய்ய விடாமல் தடுத்தபோது, தஞ்சையில் நிலப்பிரபுத்துவம் தகர்கிறது என்று ஆதிக்கம் அலறியது.

அதெல்லாம் பழைய கதை, இப்போது?

சரியாகப் பதினோரு மணிக்கு, மணலூர் கம்பிச் சாலையில் ஜீப் வண்டி வருகிறது. போர் முடிந்த பிறகு, இந்த வண்டிகள், அரசு அலுவலக அதிகாரிகளைச் சுமக்கின்றன.

இந்த அதிகாரி, தமிழ் நன்றாகவே பேசுகிறார். எல்லா தரப்பு வாதங்களையும் கேட்பது மட்டுமின்றி எழுத்து மூலமாகவே வாங்கிக்கொள்கிறார்.

பண்ணையாளுக்கு மூன்று படி நெல்லும் அரை ரூபாய்க் காசும் கொடுக்க வேண்டும். ஆண் - பெண் கூலியில் வித்தியாசம் இருக்கக் கூடாது, எருக்கூடை சுமப்பது தனியான வேலை. அது வயல் சம்பந்தமான வேலையோடு சேர்ந்ததல்ல. நாற்று நடுவது என்றால், அது மட்டும்தான். அதேபோல் ஆண், வைக்கோல் போர் போடுவது தனியான வேலை. இதுபோன்ற உபரியான வேலைகளுக்குத் தனியான கூலி உண்டு. பிரசவம், நோய் போன்ற காலங்களில் ஓர் அடிப்படைக் கூலியைச் செலவுக்காகப் பண்ணை கொடுக்க வேண்டும். குடியிருப்பு இடங்களைக் காலி செய்யச் சொல்லி, அநியாயமாக வழக்குச் சுமந்துகொண்டு சென்று காவலில் வைத்திருக்கும் ஆள்களை விடுதலை செய்ய வேண்டும்.

பண்ணைகளுக்குப் பேச விஷயம் இல்லை.

ஆனால், மூன்று படியும் அரை ரூபாயும் அதிகம் என்று வாதாடுகின்றன. கலெக்டர் நடுநிலையில் நின்று, இரண்டு படியும் அரை ரூபாயும் என்று தீர்க்கிறார். பின்னர், இவர்கள் முன்வைத்த அனைத்து ஷரத்துகளையும் ஒப்புக்கொள்ளச் செய்து, ஒப்பந்தம் எழுதப் பணிக்கிறார். ஒப்பந்தம் தயாரானதும் எல்லோரிடமும் கையொப்பம் வாங்கி, ஒவ்வொருவரிடமும் ஒரு பிரதியைக் கொடுக்கிறார்.

காக்கழனியில் வந்து கலெக்டருக்கு வடை பாயாசத்துடன் சாப்பாடு போடுகின்றனர். அவரும், அவருடைய சிப்பந்திகளும் சாப்பிட்டுவிட்டு, மாலையோடு ஜீப் வண்டியிலேறிச் செல்கிறார்கள்.

அவர்களை மணி, வழியனுப்பிவிட்டுத் திரும்புகையில், திண்ணையில் மணலூரின் இளைய மைனர், பட்டாமணியம்

- உட்கார்ந்து இருக்கிறான். இவன் தந்தை காலமாகிவிட்டார். இவன் சில்க் ஜிப்பா, குதப்பும் வெற்றிலை, வாசனை என்று அடாவடித்தனத்தின் மொத்த உருவமாகத் திகழ்கிறான். சுவரில் தெறிக்க, வெற்றிலைச் சாற்றை உமிழ்கிறான். இது மணிக்குத்தான்.

"... கலெக்டரைக் கூப்பிட்டு ஒப்பந்தம் பண்ணிட்டே! ஒரு காசு குடுக்க முடியாது... இந்தப்... பசங்களுக்கு. கலெக்டர் வந்தா மட்டும் நடந்திடுமோ? ஹேஹ்ஹேன்னானாம்! கலெக்டருக்குமேல், மெட்றாஸ் ஐகோர்ட்டுக்குப் போய் உங்களை ஒண்ணுமில்லாம் அடிக்க முடியும்..?"

*... வாயைக் கொட்டாதேப்பா! அதுக்குமேல் எனக்கும் எங்கே போகணும்னு தெரியும்! சத்தியம் பேசும் இங்கே !"

"சத்தியம் பேசும்!"

"ஆமாம். பேசுறதைப் பார்க்கிறேன். உங்களை அழுத்தி எழுந்திருக்க முடியாம பண்ணாட்டா நா... நா..."

"வீணாச் சவால் விடாதே! நானும் பார்க்கிறேன்!"

மணியின் ஆத்திரப் படபடப்பு அடங்க வெகு நேரமாகிறது. அண்ணா வருகிறார்,

"கிடக்கிறான் மணி, இவனோட என்ன, தெரிஞ்ச குணம் தானே? நீ உள்ளே வா!"

அப்போதைக்கு அது, அற்பமாகத்தான் தோன்றுகிறது.

ஆனால், திருப்பம் இவள் எதிர்பாராமல் ஏற்படுகிறது.

மணி அன்று ரயில் நிலையத்தில் காலைக்கடன்களை முடித்துக்கொண்டு தன் இருப்பிடம் வரும்போதுதான் அவரைப் பார்க்கிறாள். குடுமி வைத்துக்கொண்டு நாமம் போட்ட முகம். நடுத்தர வயசு இருக்கும். பருமனில்லாத, உயர வாகு. மூலைக்கச்ச வேஷ்டி. முழுக்கைச் சட்டை. உள்ளூர்வாசியாகப் பார்த்த முகமாகத் தோன்றவில்லை. என்றாலும் பரிச்சயமானதொரு பார்வை, இவள் நினைவின் மடிப்புகளைத் துழாவுகிறது.

"நீங்க .... மணியம்மாதானே ?"

"ஆமாம் ...." என்ற பாவனையில் தலையசைத்துவிட்டுப் படியேறி இவள் மாடிக் கதவைத் திறக்கிறாள். "உள்ளே வந்து பேசலாமே? என்ன சமாசாரம்?"

"வந்து உக்காந்து பேசுறதுக்கில்ல, உங்ககிட்ட ஒரு விஷயம் சொல்லிட்டுப் போகவந்தேன்."

குரல், மிக நெருக்கமாக, நட்புறவின் இணக்கம் தோய்ந்த தாக இருக்கிறது. -

"சொல்லலாமே !"

"உங்களுக்கு என்னைத் தெரிந்திருக்க நியாயமில்லை. ஆனா, எனக்கு உங்களை நல்லாத் தெரியும்... நீங்க ஜாக்கிரதையா இருக்கிறது நல்லது... இத்தனை நாளைப் போல இல்ல...!" -

இதைக் கூறிவிட்டு அவளுடைய பதிலுக்குக் காத்திராமலே அவர் விடுவிடுவென்று இறங்கிச் செல்கிறார்.

- மணி முன்புறத்துச் சன்னலருகில் நின்று கீழே பார்க்கிறாள். இன்னும் கடைகள் திறந்து முழுக் கலகலப்பும் வரவில்லை . துடைப்பமும் கையுமாகச் சாக்கடை பெருக்கும் வீராயி வருகிறாள். ஒரு காக்கை வரிச்சட்டத்தில் வந்து குத்துகிறது -

மின்னல் கீற்றுகளாக எத்தனையோ முகங்கள்; சம்பவங்கள்... இந்த ஜாக்கிரதை என்ற சொல் இவளுக்குப் புதிதில்லை. ஆனால் இப்படித் தீவிரமாகவே தோன்றியதில்லை. இவளைச் சுற்றிக் காலை வாரிவிடும் வஞ்சகங்கள் எப்போதுமே வலை விரித்துக் கொண்டிருக்கின்றன. ஆனால், இந்த ஜாக்கிரதைக்கு... இப்போது புதிய பரிமாணம் இருப்பதுபோல் தோன்றுகிறது.

பலருக்கும் வாரண்டுகள் பிறப்பித்து அஞ்ஞாதவாசத்தில் தள்ளி இருக்கிறது அரசு. நாற்பதுகளின் தொடக்கங்களிலேயே தலைவர்களைச் சிறைப்பிடித்துப் பிறகு விடுதலை செய்தாலும், அவரவர் ஊர் எல்லைகளைவிட்டுத் தாண்டலாகாது என்ற ஆணை பிறப்பித்திருக்கிறது. சொந்த மண்ணில் அன்னியமாக நடமாடுபவர்களும், பெண்களைப் போல் முக்காடும் சேலையும் போட்டுக் கொள்பவர்களும்கூட வியப்புக்குரியவர்களாகத் தோன்றாமல் இயக்கம் தீவிரமாகிக்கொண்டிருக்கிறது. ஆனால், இப்போது, இவள் .... இவளுக்குக் கண்ணியா? இவளால் இனியொரு வேஷம் புனைய முடியுமா? பைராகி, ஊதுவத்திக்காரர் என்று பொருந்துமா? ... இவளுக்கு ஒளிவு மறைவு சமாசாரமே பொருந்தா. எல்லாம் நேருக்கு நேர் போராட்டம்தான். எனவே இவளைக் கைது செய்ய உத்தரவு பிறப்பிக்கப்பட்டிருக்கலாம்... இந்த ஆள் தகவல் உளவாளி,- ஸி.ஐ.டி.யோ? இவளை எச்சரித்திருப்பதாகக் கொள்ளலாமா?

மணி மறுபடி நினைவுபடுத்திக்கொள்கிறாள்.

சில மாதங்களுக்கு முன்வரை போராட்டம் தீவிரமாக இருந்தபோது, வரித் துறை, ரெவின்யூ மந்திரி இங்கு நிலவரங்கள் அறிய சுற்றுப் பயணம் வந்தார். அவருக்கு விவரங்கள் கூறச் சென்ற

குழுவில் இவளும் இருந்தாள். திருத்துறைப்பூண்டி, மன்னார்குடி, கும்பகோணம், சீர்காழி எல்லா இடங்களுக்கும் சென்றாள். எங்கு சென்றாலும், ஒரு பெண் ஆண் வேஷத்தில் வருவதனால் ஏற்படும் சலசலப்பில் கிசுகிசுப்பில் ஏளனப் பார்வைகளும், கிண்டல், குத்தல்களும் இவளுக்குப் பரிச்சயமானவை.

இப்போது... இயக்கம் சம்பந்தமான பல பதிவேடுகள், குறிப்புகள் எல்லாம் இருக்கின்றன. அவை பத்திரமாக்கப்பட வேண்டும்.

காக்கழனி மருகனை வரச்சொல்லிச் செய்தி அனுப்பு கிறாள். அன்று மாலையே மன்னார்குடிக்குப் பயணமாகிறான்.

23

"அம்மா, என்ன, இந்த நேரத்துல?... நடந்தா வந்தீங்க?"

"ஆமாம். முக்கியமான சமாசாரம்...."

பைக்குள் மறைத்துக்கொண்டு வந்தொரு குறிப்புப் புத்தகத்தை அந்த அம்மையிடம் கொடுக்கிறாள்.

நள்ளிரவை நெருங்கும் நேரம், தலைக்கு விலை வைக்கப் பட்டுத் தலைமறைவாக இருக்கும் ஒரு தோழரின் அன்னை அவர். இந்த இரவுப் பரிமாறல்கள் பழக்கம் என்றாலும், மணியை மிகுந்த கனிவுடனும், மரியாதையுடனும் நோக்குகிறார்.

"நீங்க எப்படிப் பத்திரமாக் காப்பாத்துவீங்களோ, சேர்த்துட்டேன். இருட்டோடு கும்பகோணம் போகணும்மா?"

மணிக்கு இந்த ஒரே நாளில் தொண்டை கட்டி, ரணமாக வலிக்கிறது.

அந்த அன்னை கொதிக்க வைத்த பாலை ஆற்றி, இவளிடம் கொண்டுவந்து கொடுக்கிறார்.

அருந்திவிட்டு அங்கேயே சிறிது நேரம் உறங்குகிறாள். பிறகு இருளோடு கிளம்பிவிடுகிறாள். பகல் முழுவதும், ஆங்காங்கு விவசாய சங்கக்காரர்களைச் சந்தித்த பின் மாலை மங்கி, இருள் பரவிய பிறகே இவளால் கும்பகோணம் செல்ல முடிகிறது. வண்டிப் பயணம்; பஸ்; நடை, ஓய்ச்சலில்லாத இயக்கம். பாணாதுறை வடக்கு வீதியில் சாமிநாதபிள்ளை வீடு...

அந்தக் காலத்தில், போலீஸ்காரராக இருந்து தேசியக் கைதியைத் தப்பவிட்டதற்காக வேலை நீக்கம் செய்யப் பெற்றவர். இவர் இல்லம் பல தலைமறைவுத் தோழர்களுக்கு நிழல் தரும் இல்லம்.

இவளைக் கண்டதும் சாமிநாதன் மனைவி முகமலர்ந்து வரவேற்கிறாள்.

"வாங்கம்மா! இப்பத்தா பேசிட்டிருந்தாங்க. மயிலாங்குடி சமாசாரம் பத்தி."

அடுப்பில் ஏதோ தீயும் வாசனை,

உள்ளே ஓடுகிறாள்.

"காந்தி, அம்மாளுக்குத் தண்ணி இறைச்சுக் குடு, கால் கழுவ..." என்று கூறும் குரல் கேட்கிறது.

சிறுமி வருகிறாள். வந்து பார்த்துவிட்டு உள்ளே ஓடிச் செல்கிறாள்.

"அம்மா, வாசல்ல யாருமில்லயே? நடையில் ஒரு தாத்தா நின்னிட்டிருக்காரு போல...."

"மக்கு, அவங்கதாண்டி.!" என்று அதட்டிக்கொண்டு அவளே வருகிறாள்.

"ஏம்மா, உள்ளார வாங்க..."

மணி நடை ஓரம் செருப்பைக் கழற்றி வைக்கிறாள். பையுடன் உள்ளே சென்று பையை ஓரமாகச் சாத்திவிட்டுக் கொல்லைப்புறம் செல்கையில் சிறுமி செம்பில் நீர் முகர்ந்து கொடுக்கிறாள். "தாத்தான்னு நினைக்கியாம்மா? நான் பாட்டி" என்று சிரித்துக்கொள்கிறாள். முகம், கை கால் கழுவிச் சுத்தம் செய்துகொள்கிறாள்.

"வெந்நீர் வச்சித் தாரேனேம்மா? குளிக்கணுமா? ரொம்ப தூரம் நடந்து வந்தாப்பில இருக்கு..?"

"வேணாம். குடிக்க மட்டும் வெந்நீர் குடுங்க போதும்..."

உள்ளிருந்து தாளித மணம் வருகிறது.

சிறிது தேங்காயெண்ணெய் வாங்கித் தலையில் புரட்டிக் கொள்கிறாள். குச்சிகுச்சியாக, கனமாக இருக்கிறது. ஓர் அரிப்பு. உழவர் குல மக்கள் வயற்காட்டுக் களியைத் தலைக்குத் தேய்த்து, முழுகுவார்கள். ஏதேனும் தலையில் தேய்த்து முழுக வேண்டும். சளியில்லாமல் தலை கனமாகத் தெரிகிறது. தொண்டைக் கட்டு; கால் வலி; அசதி...

இந்தச் சகோதரியின் பரிவில் எல்லா நோவும் கரைந்து போகின்றன. காலையில், மன்னார்குடியில் மூக்கன் வாங்கி வந்து தந்த இரண்டு இட்லிதான் அன்று அவள் கொண்ட உணவு.

இலையில் சுடச்சுட அவல் உப்புமா தாளித்து வைத்துச் சர்க்கரையும் வைக்கிறாள்....

இந்த அன்பில் நெஞ்சு கனிந்து உருகுகிறது.

"...இதெல்லாம் பத்திரமாக இருக்கட்டும்...." என்று பையை அங்கு சேர்ப்பிக்கிறாள்.

"உப்புமா ஆறிப் போகுது, சாப்பிடுங்கம்மா..."

"நேத்து முந்தா நா.... ராவு வந்திருந்தாப்பல. அதுக்கு நாலு நா முன்ன மணலிக்காரரு வந்தாருங்க. அடயாளம் தெரியல. இந்த அவலுதா தாளிச்சி வச்சே... என்னமோ... சொல்லிக்கிறாங்க..." -

", அம்மா சுயராச்சியம் வந்திருக்கு, ஆனாலும் நீங்கதா தேசத்தை இப்ப காப்பாத்தறாப்புல இருக்கு..."

நெஞ்சில் அவல் சிக்கிக்கொண்டாற்போல் புரையேறு கிறது. கண்களில் நீர் பெருகுகிறது.

மணிக்கு இதுவரையிலும், போலீசு, சிறை என்ற அச்சம் தோன்றியதேயில்லை. இலையை மடக்கிக்கொண்டு சென்று கொல்லையில் எறிந்துவிட்டுக் கை கழுவிக்கொண்டு வருகிறாள்.

உக்கிராண அறை காலியாக இருக்கிறது. உண்மையான தேசத் தியாகிகள் ... படுத்தால் உறக்கம் பிடிக்கவில்லை .

கூடத்தில் சாமிநாதன் வந்துவிட்ட குரல் கேட்கிறது. "மணி அம்மா.... வந்திருக்காங்க... ஏதோ தஸ்தாவேஜி குடுத்து வெச்சிருக்காங்க"

"அதா, வாசல்லே நாமக்காரன் நிக்கிறானேன்னு பார்த்தேன். ஏதானும் சாப்பிட்டாங்களா?"

"அவுல்தா... தாளிச்சுக் குடுத்தேன்...."

வெகுநேரம் உறக்கம் வரவில்லை. ஏதேதோ நினைப்புகள். இனம் புரியாததொரு பரபரப்பு. புரண்டு புரண்டு படுக்கிறாள். காந்தியின் தாய் வந்து எழுப்பும்போதுதான் தூங்கியிருக்கிறோம் என்ற உணர்வு வருகிறது, ஆனால் கண்கள் எரிகின்றன. தலை பாரம் குறையவில்லை.

"மணி ஆயிட்டுது. போட் மெயிலுக்குப் போகணும்னீங்களே ?..."

விறுவிறென்று சுமை குறைந்த பையை மாட்டிக்கொண்டு கிளம்பிவிடுகிறாள். திருவாரூரில் இவள் அறைக்குத் திரும்புகை யில் காக்கழனி மருகன் வந்து காத்திருக்கிறான்.

"அத்தை? வரச் சொன்னீகளாமா?"

“ஆமாம்பா, என்னமோ சந்தேகமா இருக்கு. ஏதானும் நடக்குமோ என்னமோ தெரியலே.. ஒரு ஏற்பாடு பண்ணிக்கணும் இல்லையா? எனக்கும் வயசாகிறது. நான் திரும்பி வரப்ப எப்படி இருப்பேனோ? குஞ்சம்மாகிட்ட சில பத்திரங் கள் இருக்கு. எனக்குன்னு கடைசிக் காலத்தில் ஒரு நிழல் வேணும்னு இப்ப தோணுறது. ஒஞ்சு போயி கட்சிக்குப் பாரமா இருக்கக் கூடாது. நீ சிமிளில போய்ச் சொல்லு. அந்தப் பத்திரம் காலாவதியாறத்துக்கு முன்ன வாங்கி, வசூல் பண்ணினா ஒரு ரெண்டு ரெண்டரை தேறும் ... எனக்கு ஒரு நிழல்... இருக்கட்டும்...”

கும்மட்டியைப் பற்றவைத்து, சோறு வடித்து, மிளகைத் தட்டிப்போட்டு ரசம் வைக்கிறாள். குளிக்கவில்லை.

ரசத்தைக் கரைத்துப் பருகுகையில், நாலைந்து கிராமத் தோழர்கள் வருகிறார்கள்.

“ அம்மா ..?”

“என்னப்பா, எங்க வந்தீங்க?”

“நேத்தே வந்தோம். காணமின்னவே, கதி கலங்கிப் போனேம்மா? பணலூர் ஒப்பந்தம் ஆச்சுன்னாங்க.... பட்டா மணியம் கருவிட்டிருக்கிறானாம்!.....”

“அதெல்லாம் ஒண்ணும் செய்ய முடியாது...”

பேச முடியவில்லை. இவள் இதுநாள்வரை இப்படி உணர்ச்சிவசப்பட்டதில்லையே!

“ அம்மா சூடா காபி வாங்கியாரட்டுமா?”

“வேண்டாம்பா, தொண்டைக்கட்டு, படுத்துத் தூங்கினா சரியாயிடும்...”

“கவனமா இருங்கம்மா .... இதா முனிசாமி இங்கதா இருக்கிறான் .... ஒரு குரல் கூப்பிடுங்க போதும் ... இப்பிடியே படுத்துக்கிடக்கட்டும் ராவுக்கு.”

“... வேணாம்பா, அரசமரத்தப் புடிச்ச பேயி புள்ளையையும் பிடிச்சிதான்னு ஆவப்போகுது ? நீங்க பத்திரமா இருந்துக்குங்க! ...”

புத்தகங்கள், பிரசுரங்களை அடுக்கி வைக்கிறாள். “இதெல்லாம் வாணா கொண்டிட்டுப்போயி.... நம்ம.... தொப்பளாம் புலியூர் தோழர் வீட்டில் வச்சிடுறீங்களா? படங்கள் நம்ம சங்க இயக்கம் சம்பந்தமானது.”

அவற்றையும் கட்டி அனுப்பிவிடுகிறாள்.

ரசத்தைச் சூடு செய்து சூடாகக் கரைத்துப் பருகிவிட்டுப் படுக்கிறாள்.

கதவு தட்டப்படும் சத்தம் கேட்டது. கதவைத் திறக்கும் முன் விளக்கைப் போடுகிறாள். வெளிச்சம் மங்கி இருக்கிறது ...

நள்ளிரவு என்பதை ஓசை அடங்கிய தெருவே விள்ளுகிறது. ஒரு காக்கிச் சட்டை போலீசு ... மற்ற இருவர் 'மஃப்டி'

"அம்மா .... உங்களை ... இதோ வாரண்ட் !...."

இவள் எதிர்பார்த்திருந்தாள். ஆனால் இவ்வளவு விரைவிலா?

பரபரப்பு அடங்கிப் போகிறது. நிதானமாகச் செயல்படுகிறாள், எப்போதும்போல் தன் பெரிய பையை எடுத்துக்கொள்கிறாள். அதில் தன் கதர் வேட்டி, சட்டை, உள்ளாடைகள், பற்பொடி, சோப்புக் கட்டி, தேங்காயெண்ணெய்க் குப்பி எல்லாவற்றையும் வைக்கிறாள். தனது போர்வை, ஜமுக்காளம் தலையணைகளைச் சுற்றிக்கொள்கிறாள். சிறைவாசம் பற்றித் தோழர்கள் கூறிய விவரங்கள் கேட்டிருக்கிறாள். மதுரை ஜானகி, சிறைவாசத்தில், சோறும் ஊட்டமும் இன்றியே ஆஸ்த்துமா நோய்க்கு இரையாகி இளமையை அகாலத்தில் பறிகொடுத்திருக்கிறாள்.

ஆனால் ..

இவளை, இந்த வாரண்ட், தடுப்புக் காவல் சட்டம் என்று தெரிவிக்கிறது.

எப்படியானாலும் இது புதிய அனுபவம். சிறைக்குச் சென்றவர்களை மீண்டும் வீட்டில் சேர்த்துக் கொள்வதனால் பிராயச்சித்தம் செய்ய வேண்டும். செய்தால் போதும், தேசியம் சனாதனம் - என்று சங்கராச்சாரியார் தீர்ப்பை ஒப்புக்கொண்ட காலம் நினைவில் வருகிறது. நாங்கள் சுதந்திரம் பெற்று ஆட்சிக்கு வந்தால், ஏழை எளியாருக்குச் சொர்க்கம் காட்டுவோம். வீதியில் தேனும் பாலும் ஓடும் என்று சொன்ன காங்கிரஸ்காரர்களின் கைதியாகப் போகிறாள் மணி. மாட்சிமை தங்கிய மன்னர் பெருமானின் அடிச்சுவட்டில் நின்று முதலில் உரிமைக் குரலை நெருக்கும் சட்டமாகத் தடுப்புக் காவல் சட்டம் இவளை வளைத்திருக்கிறது.

யாருக்கு, எதைத் தடுக்கும் காவல் இது?

எண்ணங்கள் பொலபொலக்க, கைப்பையுடன் இவள் இறங்குகிறாள். ஒரு மஃப்டி இவள் படுக்கைச் சுருளை எடுத்து வருகிறான். -

கடை வீதி; அச்சகம் - சுதந்தரக் கொடியேந்திப் பல முறைகள் இவள் ஊர்வலம் சென்ற இடங்கள், எல்லாம் உறங்குகின்றன. தெரு விளக்குகள் மஞ்சளாக அழுது வடிகின்றன! கூண்டு போன்ற

போலீசு வண்டி ஏற உயரமாக இருக்கிறது. மற்றவர் உதவியுடன் ஏற்றப்படுகிறாள். அது ஒரு சனிக்கிழமை இரவு. வண்டி இவளைக் கடலூர் சிறைக்குக் கொண்டு செல்கிறது.

24

கடலூரில் இவளுக்கு ஒரு சிரமமும் இல்லை. குளிப்பதற்கும் வேறு சொந்தத் தேவைகளுக்கும் வசதிகள் இருக்கின்றன. 'காவல்' என்ற ஒரு கட்டுத்தான். தனது பழைய வேட்டி சட்டை உள்ளாடைகளைத் துவைத்து உலர்த்துகிறாள். பின்னர் புதிய உடை உடுத்தி, இட்டிலியும் காபியும் அருந்தி உட்கார்ந்திருக்கிறாள்.

உள்ளே.. ஒரு போலீஸ் இன்ஸ்பெக்டர் வருகின்றார்.

"என்னம்மா? எல்லாம் சவுகரியமா இருக்கா?...."

இவளுக்கு, திக்கென்று நெஞ்சில் உணர்வு முட்டுகிறது.

இவர்.. இவர் யார்..? நாமம், முகம், உயரம்... மூலைக் கச்சம்...

கண்கள் மின்ன, ம்.. என்று அவள் மேலும் பேச வாயெடுக்குமுன் அவர் ஒற்றை விரலை உதட்டில் வைத்துச் சைகை செய்கிறார்.

வியப்பில் அவள் மவுனமாகிறாள்.

... இப்படியும் மனிதர்கள் இருக்கிறார்கள்.

காவல் ஆணைக்குத் தப்பும் தலைமறைவு இரகசியங்கள். பசி, பட்டினி, உயிரைப் பணயம் வைக்கும் பயணம் எல்லாம் இவர்களுக்கு மட்டும்தானா? அந்நாளில் பிரிட்டிஷ் ஆட்சிக்குப் பணிந்து சொந்தச் சகோதரனை அடித்துக் கொன்ற காவல் துறையாளை நோக்கி "ஏ போலீஸ் நாயே! வேலையை விடு!" என்று கூவினார்கள். சட்டம் படித்தவர்களை 'நீதிமன்றங்களைப் புறக்கணியுங்கள்' என்றார்கள். ஆட்சி ஸ்தம்பித்து, அன்னியன் செய்வதறியாமல் ஓடிப்போவான் என்று நம்பினார்கள். ஆனால் இன்று ஆட்சி நம்முடையது. இந்த நம்முடைய ஆட்சியில் சகோதரனைச் சகோதரன் அடிக்கிறான். அந்தக் காங்கிரஸ்காரனைவிட இவன் மனிதத் தன்மையிலிருந்து பிரியும் கொடூரத்தை அனுபவிக்கிறான். எனவே, இங்கு ஆட்சி, அன்னியர், சொந்தக்காரர் என்பதற்கெல்லாம் ஒரே பொருள்... வலியவன் தன் அதிகாரபலத்தினால், இன்னொரு சாராரை வருத்தி வாழ, மேலும் ஓர் ஆட்சி என்பதுதான். இவர்கள் மனித உரிமைகளை மதிப்பவர்கள் என்றிருந்தால், மணி சிறைக்கு வரவேண்டாம்.

இவளைக் கண்ணியமாகவே நடத்துகிறார்கள். வழக்கு விசாரணை எதுவுமில்லை. யாருக்கேனும் செய்தி அனுப்ப வேண்டுமா என்று கேட்டுப் பரிவு காட்டுகிறார்கள். பின்னர், வேலூர் மத்திய சிறைக்குக் கொண்டு செல்லப்படுகிறாள்.

புகழ்பெற்ற வேலூர் சிறை. சிறை என்பது? திருடர்களுக்கும் கொலையாளிகளுக்குமே என்றிருந்த கரும் பெயரில் இன்று, நாட்டுக்காக உரிமைக் குரல் கொடுத்துத் தாமாகவே வந்து புகக்கூடிய ஒரு கௌரவ இடம் என்ற புதிய பரிமாணமும் இசைந்திருக்கிறது.

பெரிய மதில் சுவர் ... வட்ட வடிவமான பெண்கள் சிறை. இவளுக்குத் தனி அறை - குளியலறை, கட்டில், மேசை நாற்காலி வசதிகள் அனைத்தும் இருக்கின்றன. சிறையின் பெண் அதிகாரியும், ஏனைய சிப்பந்திகளும் இவளைக் கண்டதும் வியந்து முகத்தில் கை வைக்கின்றனர்.

"... இவங்க ... பொம்பிள ... ஆம்பிளயாட்டமா இருக்காங்க?"

'இவங்க பெரிய தலைவர் போல, காங்கிரஸ்காரங்களைத் தான் விட்டாச்சே? கம்யூனிஸ்டோ ? .....'

இவளுக்கென்று ஏவல் பணி செய்ய ஓர் ஆர்டர்லி பெண் இருக்கிறாள். இவர்களைப் போன்று தடுப்புக் காவல் சட்டக் கைதியாக அடுத்த அறையில் மதுரைத் தோழி ஜானகி இருக்கிறாள். உடல்நிலை, ஆஸ்துமாவினால் மிக மோசமாக இருக்கிறது.

இவர்களுக்குச் சமையல் செய்து போட உதவியாளர் இருக்கின்றனர். சூபரின்டெண்ட் அம்மா, நடுத்தர வயசுக்காரி.

மணி வழக்கம் போல் அதிகாலையில் எழுந்து உடற்பயிற்சிகள் செய்கிறாள். நீராடி, துணி துவைத்து உலர்த்துகிறாள். காலையில் காபி ரொட்டி நண்பகலுக்கு அரிசி பருப்பு, காய்வகைகள், தயிர் நெய் என்று எல்லாச் சாமான்களும் வருகின்றன. இவள் அடுப்படியில் இருந்து தனக்குத் தேவையான உணவைச் சமைக்கச் சொல்லலாம். மூன்று மணிக்குத் தேநீர், பிஸ்கோத்து, மாலை ஏழு மணிக்குச் சாப்பாடு. இரவு பருகுவதற்குப் பால் ... அரச போகம்!

இந்த அரச போகத்துக்கா மணி சிறைக்கு வந்திருக்கிறாள்? வட்டவடிவமான சிறையைச் சுற்றிப் பார்க்கப் போகிறாள். வரிசையான கொட்டடி போன்ற அறைகள். அனைவரும் திருட்டு, கொலை, சாராயக் குற்றவாளிகள். தகவல் பலகையில், மொத்தம் ஐந்நூற்று இருபத்து மூன்று கைதிகள் என்று கணக்கு எழுதப்பட்டிருக்கிறது. இதில், வகை வகையாக, கொலைக் குற்றவாளிகள், முப்பத்து

எட்டு திருட்டுக் குற்றவாளிகள், சாராயக் குற்றவாளிகள் என்று பிரிவுப்படுத்தி விவரம் காண்கிறாள்.

குற்றவாளிக் கைதிகளை மணி மிகுந்த பரிவுடன் நோக்குகிறாள். இவர்களில் பெரும்பான்மையோர், சாராயம் விற்பதில் உடந்தையாக இருந்த காரணத்தினால் சிறைக்கு வந்திருக்கிறார்கள். மதுவிலக்கு உண்மையில் பெண்களுக்குத்தான் வரப்பிரசாதம் என்று சொல்லலாம். அதை மீறி அவர்கள் ஏன் தொழில் செய்கிறார்கள்? குற்றவாளியாகிறார்கள்?

இந்தக் குற்றவாளிகளுக்கு மாலை ஐந்து மணிக்கே இரவுக்கான உணவு கொடுக்கப்பட்டுவிடுகிறது. இதற்கு மேல்தான் மணி தாராளமாகச் சிறைக்குள் நடமாடலாம், அவர்களைச் சந்தித்துப் பேசலாம் என்று கண்டுகொள்கிறாள்.

மதுரைத் தோழியைத் தவிர்த்து, தெலிங்கானாவில் இருந்து வந்த சகோதரிகள், இளையவர்கள் இருவர் அங்கே அடுத்த அறைகளில் இருக்கின்றனர்.

மொழி வேற்றுமை மட்டுமின்றி, அரசியல் சார்ந்த கருத்துகளிலும் அவர்கள் வேறுபாடு கொண்டிருக்கிறார்கள். நூலகத்தில் இருந்து தினமணி, சுதேசமித்திரன் பத்திரிகைகள் வருகின்றன. ஆனால் சில பத்திகள் கறுப்பு மையினால் மெழுகப்பட்டிருக்கின்றன.

இவள் வந்த பிறகு, கட்சி தடை செய்யப்பட்டிருக்கிறது. வெளியே போலீசு அடக்குமுறை அப்பாவி மக்கள் மீது கட்டவிழ்த்துவிடப்பட்டிருக்கிறது. தெலிங்கானாவில் இருநூறு, முந்நூறு கிராமங்களே பொது உடைமைக் கட்சியின் ஆதிக்கத்தில் வந்திருப்பதை மணி அறிவாள். அங்கே மக்கள் எந்த அளவில் குரூரங்களை அனுபவிக்கிறார்களோ? அந்தச் செய்திகள் விவரிக்கப்படவில்லை.

மாறாக, கம்யூனிஸ்ட்கள் என்பவர்கள், எறிகுண்டு எறிந்து, கத்தியால் குத்தியும், தண்டவாளம் பெயர்த்தும் நிரபராதி மக்களைக் கொலை செய்பவர்கள் என்ற கருத்தைப் பொதுமக்களுக்கு நன்கு உணர்த்தும்படி செய்திகள் இருக்கின்றன. மணி புரட்சி தொடர்பான வன்முறைகளில் கருத்து வேறுபாடு உடையவள். சமுதாய ரீதியாக அடி மட்டம் வரையிலும், சமூக மாற்றங்களுக்குப் பக்குவமான மனப்பாங்கைத் தோற்றுவிக்காமல், 'ஆயுதப் புரட்சி' என்று கிளப்புவதில் பயனில்லை என்று கருதுகிறாள். இதனாலேயே ஆந்திரப் பெண்ணும் இவளும் ஒத்துப்போக முடியவில்லை.

ஒரு நிமிஷம் நின்று நிலைக்காமல் ஓடிக்கொண்டிருந்த அவளுக்கு நாள் முழுதும் அடைபட்டுக் கிடப்பது உண்மையில் பெரிய தண்டனைதான். மணி ஐந்து மணி எப்போது வரும் என்றிருக்கிறது.

அன்று இவள் உலாவுகையில், ஓர் இளம் வயசுப் பெண் இவளையே பார்த்து நிற்கிறாள்.

மணி பரிவுடன் அருகில் சென்று, "ஏம்மா ..? உன் பேரென்ன?" என்று வினவுகிறாள்.

மருட்சியுடன் இவளையே பார்க்கிறாள். முகத்தில் குழந்தைத்தனமே மாறாத இளமை. தலையை மொட்டை போட்டிருக்கிறார்கள்.

இவள் என்ன பெயர் என்றுதானே கேட்டான்?

"ஏழு வருசம்" என்று பதில் வருகிறது.

"ஏம்மா, பெயரைத்தானே கேட்டேன்?.., ஏழு வருசம் தண்டனை அனுபவிக்க நீ என்ன குத்தம்மா பண்ணினே? ..."

'குத்தம்... குத்தம் ..!'

நெருப்புக் கொப்புளம் வெடிப்பதுபோல் அவள் கண்களில் கொலை வெறி .... "டேய்.... பயலே? நீ இங்ஙன வந்து, குத்தம் என்னன்னா கேக்குறே ?"

ஒரு கணமாய்ப் பாய்ந்து மணியின் கழுத்தை நெரிக்க முயல்கிறாள்.

"ஐயோ... ஏழுவருசக்காரி, கொல... கொல...." என்ற சுத்தலும் பரபரப்பும், மணியை அவள் நெருக்கலில் இருந்து விடுபடச் செய்கின்றன. ஜெயிலர் அம்மா ஓடோடி வருகிறாள்.

"அம்மா, இந்த 'கான்விக்ட்'கள் பயங்கரமானவங்க... அவங்க பக்கம் போகாதீங்கம்மா... ஐயோ, ஏதானும் ஆயிருச்சின்னா, எங்க பாடு மோசமாயிடும்மா...!"

மணி கழுத்தைத் தடவிக்கொள்கிறாள்.

பால்மணம் மாறாத அக்குழந்தை முகத்தில் ... எப்படிக் கொலை வெறி திரண்டு வந்தது? இருபது வயசுக்கூட இருக்காது ...

ஓ, இந்தப் பெண்கள் ஏன் கொலை செய்கிறார்கள்? திருடு கிறார்கள்? சாராயம் விற்கிறார்கள்?

மணியினால் இரவு தூங்க முடியவில்லை. இந்தக் குற்றவாளிச் சூழல், வஞ்சிக்கப்பட்டவர்களின் உலகை அநியாய - தண்டனை

என்னும் நரகவாதனைக்குட்பட்டவர்களின் உலகை, மனிதத்துவம் நசித்துவிட்ட ஓர் உலகை அணுவணுவாகக் காட்டிக்கொண்டிருக்கிறது. பருப்பு, நெய், தயிர், வெண்டைக்காய், வெங்காயம் என்று இவளுடைய உணவுப்பொருட்கள் வரும்போதும், பணி செய்பவர் வந்து, 'என்ன சமைக்கணும் அம்மா' என்று கேட்கும்போதும், இவளால் சிந்திக்கவே முடியவில்லை.

"இங்கே இதுபோல், அந்தக் கான்விக்ட் பெண்களுக்கு ரேஷன் கொடுப்பார்களா...?"

ஜானகி, பதினெட்டு வயசில், அந்தச் சிறைத் தண்டனையை அனுபவித்தவள். "ரெண்டரை அவுன்சு கஞ்சி, குழம்பு. புழு நெளியும், வாயில வைக்க வழங்காது. அவங்க குடுக்கற ரேஷனெல்லாம் எண்ணெய், காய், பருப்பு எல்லாம் ஆபீசிலேயே பங்கீடாகி யார் யாருக்கோ போயிடும் ...." என்று இளைப்பும் இருமலுமாக அவள் தெரிவிக்கிறாள்

பிள்ளைக் கொட்டடி என்று ஒன்று இருக்கிறது. கைதிப் பெண்கள் மூன்று வயசுக்குட்பட்ட குழந்தைகளுடன் வருவார்களேயானால், குழந்தைகளுக்கென்று தனியாக அமைக்கப் பெற்ற இடம் அது. எந்தக் குற்றவாளித் தாயும், குழந்தையுடன் விடுதலை பெற்றுப் போனதாக வரலாறே கிடையாது என்று சொல்கிறார்கள்.

ஏனென்றால் நருகருவென்ற சோளக் கஞ்சியைப் பிள்ளைகளுக்கு ஊற்றுவார்களாம். அது கழிச்சலில் கொண்டுவிடும், நீர்ப்பசை வற்றி, யமனுலகுக்குப் பயணம் சென்றுவிடும்.

"இங்கே வரும்போது எடை மெஷினில் நிற்கவைத்துக் குறிக்கிறார்கள். போகும்போதும் அதைச் செய்து ஒரே எடைன்னு சொல்வது எப்படி?"

"ஓ, அது ஒரு தந்திரம். அந்தப் பெண்பிள்ளைகளுக்குக் குடிக்கிற தண்ணீல ஏதோ கலப்பாங்களாம். உடம்பு நீர் கொண்டுக்கும். எடை குறையாது. ஆனா, மாச விலக்கு.. சொல்ல முடியாம கஷ்டமாயிடும். நா அனுபவிச்சிருக்கேம்மா..."

படுபாவிகளா என்று கத்தத் தோன்றுகிறது.

"இந்த மாதிரி அக்கிரமங்கள் ஒழிய, ஏகாதிபத்திய மிச்சங்கள் தொலைய, ஆயுதப் போராட்டம்தான் தீர்வு."

இது தெலுங்குச் சகோதரியின் அழுத்தமான முடிவு

"கல்வியும் விழிப்புணர்வும் சுத்தமாக இல்லாத கோடானு கோடிகளை வைத்துக்கொண்டு, ஒரு பாரபட்ச சமுதாய அமைப்பு நம்மை வஞ்சிக்கிறது என்கிற உணர்வு ஒவ்வொருவருக்கும் இல்லாத

நிலையில், ஆயுதம் தூக்குவது குழப்பத்திலும் அராஜகத்திலும் கொண்டுவிடும். கட்டுப்பாடு, கண்ணியம், மனிதாபிமான உணர்வு எதுவும் மிஞ்சாது !"

"இல்லை. சீனத்தில் சாத்தியமாகலியா ..?"

மணியினால் ஒப்ப முடியவில்லை. அவள் ஒவ்வொரு கிராமத்தின் அனைவரையும் தொட்டு உணர்ந்திருக்கிறாள். எனவே யாரிடமும் பேசப் பிடிக்கவில்லை.

தனிமை; தனிமை; தனிமை ...

இரவில் உறக்கம் தொலைகிறது. பரபரப்பும் படபடப்பும் மிஞ்சுகின்றன. சிறை மருத்துவர் பார்க்கிறார்,

இரத்த அழுத்தம் என்று மருந்து கொடுக்கிறார்.

ஒரு நாள், பார்வையாளர் அறையில் இவளைப் பார்க்க, அத்திம்பேர் வந்திருப்பதாகத் தெரிந்ததும், பேராவலுடன் செல்கிறாள்.

சிறையின் தனிமையில், உறவின் அண்மை சொல்லொணா ஆறுதலைத் தருகிறது. எல்லோரைப் பற்றியும் விசாரிக்கிறாள்.

"மீனா எப்படி இருக்கிறான்? அவள் குழந்தை சௌக்கியமா? மதுரையில் எல்லாரும் சௌக்கியமா? வத்சலா குழந்தைகள் எப்படி இருக்கிறார்கள்? பட்டுக்கோட்டையில் மோகன் குடும்பம், திருவாரூரில் குஞ்சு ...." என்று, இலக்கம் சம்பந்தமாக எதுவும் கேட்க முடியாத நிலையில் விசாரிக்கிறாள். ஓய்வு நேரத்தில் பின்னின லேஸ் சுருளைக் குழந்தை கவுனுக்குத் தைக்கக் கொடுக்கிறாள்.

அவர், இப்போது அவளிடம், உடைமைகளுக்கு உரியவராக, சான்றாகக் கையொப்பம் வாங்கிச் செல்ல வந்திருக்கிறார்.

"தெற்குத் தெரு வீட்டை வாங்கி உனக்காக வச்சுடறேன், மணி, அதுபத்திக் கவலைப்படாதே ...." என்று சொல்கிறார்.

"நம்ப மரத்தில் பழுத்த மாம்பழம்... கொண்டு வந்திருக்கேன் அவா கொடுப்பா வேற உனக்கு என்ன வேணுமோ காகிதம் எழுது ..."

இந்தப் பரிவுகள் மேலும் மேலும் கசியச் செய்கின்றன.

"குழந்தையைக் கூட்டி வந்திருக்கக் கூடாதா? அடுத்த தடவை வரப்ப, அவர்களையும் கூட்டிட்டு வாருங்கோ, அத்திம்பேர்!....."

"சரிம்மா, உடம்பைப் பார்த்துக்கோ!"

அவர் விடை பெற்றுக்கொண்டு செல்கிறார்.

மணி அன்றிரவு கண்களையே மூட முடியாத கிளர்ச்சியில் புரண்டு படுக்கிறாள். இந்தச் சிறையில் மனித உறவின் நேயத்துக்கே

வழியில்லை. ஆற்றில் இருந்து எடுத்துப் போட்ட மீனாய் ஒரு துடிப்பு. இவள் நேசம்கொண்டு உறவாடிய சேரிக் குடும்பங்கள், உத்தண்டராமன், கோபாலு, வீரையன் .... மூக்காயி... வெந்நீர் வைத்துத் தரும், தோசை வாங்கிக்கொண்டு ஓடிவரும், அம்மா, அம்மா என்று ஆயிரம் முறைகள் ஒரு நாளில் பாசக் குரல்கள் அவள் இதயத்தில் படியும். அவர்களை எல்லாம் இந்தப் போலீஸ் என்ன செய்கிறார்களோ?

இந்தச் சூரியாவதி சொல்வதுபோல் ஆயுதப் போராட்டம் சாத்தியமோ? அத்தனை தலைவர்களும் இதே வேலூர் சிறையில் ஆண்கள் பகுதியில் இருப்பதாக அவளுக்குப் படுகிறது.

தங்கமணி - மோகன் - தந்தை, தாய், இருவரும் காங்கிரஸ் மந்திரி சபையில் இருப்பவர்கள்...

உணர்ச்சியோ எதுவோ நெஞ்சைப் பந்தாக அடைக்கிறது. மூச்சு விட முடியவில்லை.

அம்.. மா... அம்.. மா!

இந்தச் சிறையில் இவள் அநாதையாக இறந்துவிடுவாளோ? நெஞ்சை நீவிக்கொள்கிறாள்.

அசையாமல் கிடக்கிறாள்.

25

மேலே விசிறி சுழல்கிறது.

ஒரே வெண்மை; தூய்மை; ஆஸ்பத்திரிச் சூழலுக்கே உரிய கிருமிநாசினி வாசனை.

மணி முதல் வகுப்பு கைதி. முதல் வகுப்பின் மெத்தைப் படுக்கையில் பயணம் செய்து அவள் சென்னை ஜெனரல் ஆஸ்பத்திரிக்கு வந்திருக்கிறாள். வாயில் வராந்தாவில் அவள் படுக்கைக்கு ஒட்டினாற்போல் நிற்கும் காவலாளி இவள் சுதந்திரமற்றவள் என்பதை வெளியாருக்குப் புலப்படுத்திக் கொண்டிருக்கிறான். அந்தப் பெரிய அறைக்குள் ஆறு படுக்கைகள் இருக்கின்றன. அவளுக்கு எதிரே ஓர் இளம்பெண் படுத்திருக்கிறாள், சிறுநீரகக் கோளாறாம். கணவன், தாய், தகப்பனார் என்று மாற்றி மாற்றி வந்து பார்க்கிறார்கள். ஏழு மாசக் கைக்குழந்தை வேறு இருக்கிறது. வலப்பக்கம் ஒரு நடுத்தர வயசுக்காரி. காலில் ஏதோ நரம்புக்கோளாறு... மகளும், கணவனும் வருகிறார்கள். கோடியில் ஒரு வயதான அம்மாள். மகளும் மருமகனும் வருகிறார்கள்.

இவளுக்கென்று யார் இருக்கிறார்கள்?

வந்து இரண்டு நாள்களாகின்றன. ஆரஞ்சு ரசம், பால் கஞ்சி, ஆர்லிக்ஸ் என்று திரவ உணவுதான் கொடுக்கிறார்கள். காலையில் ஆயா ஒரு காபி, கண்ணாடித் தம்ளரில் கொண்டு வந்து கொடுக்கிறாள். குடையாக ஆடை படிந்து காபியே வாய்க்குப் பிடிக்கவில்லை. ஒரு மிளகு ரசம் சோறு கரைத்துக் கொடுப்பவர்... யார்..?

ஓ... எதிர்காலம் என்ற ஒன்றை இப்படிப் பலவீனமான படுக்கைக்காரியாக அவள் நினைத்ததே இல்லையே? மணலூரில் அன்று நடுத்தெருவில் இவள் நிறுத்தப்பட்டபோதுகூட, ஒரே இரவில் அதே தெருவில் குடியேறத் துணிவுகொண்டிருந்தாளே? எத்தனை அதிகாரவர்க்கப் போராட்டங்கள்? பட்டாமணியத்தின் வகைகள், அச்சுறுத்தல்கள்..? அவள் உயிரைப் பற்றியும் எதைப் பற்றியும் கவலைப்பட்டதில்லை,

இப்போது...

மணி பதினொன்று. டாக்டரும் வருகிறார்.

வெண்ணுடைத் தாதி வந்து போர்வையைச் சரி செய்கிறாள்.

“கேஸ் ஷீட்டை’ எடுத்துக் கொடுக்கிறாள்.

டாக்டர் ‘ஸ்டெத்’ வைத்துப் பார்க்கிறார்.

“இப்ப நெஞ்சு வலி இருக்காம்மா..?”

“பரவாயில்லை .”

“சாப்பிட்டீர்களா...?

அப்போதுதான் மணி அருகில் இன்ஸ்பெக்டர் நிற்பதைப் பார்க்கிறாள், “ஃப்ளுயிட்ஸ் நிறையச் சாப்பிடலாம். ரசம் சோறு, கஞ்சி சாப்பிடலாம்...” சொல்லிவிட்டு அவர் நகருகிறார்.

இன்ஸ்பெக்டர் அருகில் வருகிறார்.

“அம்மா, உங்களுக்கு வீட்டுக்குச் சொல்லி அனுப்ப வேண்டுமா? இங்கே சொந்தக்காரர்கள் யாரேனும் இருந்தால் சொல்லுங்க... தெரிவிக்கிறோம்...”

மணி நினைத்துப் பார்க்கிறாள்

இவள் தாய்வழி உறவில்.... ஒரு பிள்ளை இருக்கிறான். சீனிவாசன். பிறகு ருக்மிணி ... ருக்மிணி இங்குதான் பக்கத்தில் வால்டாக்ஸ் ரோடில் இருக்கிறாள். அவள்... வெளியில் தானிருப்பாள்.

இன்ஸ்பெக்டரிடம் ருக்மிணியின் விலாசம் கொடுக்கிறாள். சீனிவாசனின் விலாசமும் நினைவூட்டிக்கொண்டு கொடுக்கிறாள்,

அடுத்த நாளே ருக்மிணி, ரசம் சோறு கரைத்துத் தூக்கில் எடுத்துக்கொண்டு விசாரித்தவாறு வந்துவிடுகிறாள். மெல்லிய குரலில் “காம்ரேட்..?” என்று காதோடு அழைக்கிறாள். கண்ணீர் மல்குகிறது. -

நெய்த்தாளிதமும், கறிவேப்பிலையுமாக இவளுக்குப் பிடித்த மிளகு ரசம் ... மிளகு ரசம் சோறு கரைத்த உணவு அமுதமாக இருக்கிறது.

“ருக்மிணி...?” அவள் கைகளை எடுத்துக் கண்களில் வைத்துக் கொள்கிறாள்.

வாயிலில் நிற்கும் காவலாளிக்கு இவளும் கட்சிக்காரி என்று தெரிந்திருக்குமோ? என்ன பேசுகிறார்கள் என்று கண்காணிக்கமாட்டானா?

“...ருக்மிணி... எத்தனை அடக்கினாலும்... பொங்கி வருகிறதே..?”

“இருக்கட்டும் காம்ரேட்... வேண்டாம்.... அமைதியாக இருங்கள்...”

முகத்தைத் துண்டால் துடைத்து, நெஞ்சை நீவி இதம் செய்கிறாள்.

“நான் சில புத்தகங்கள் கொண்டு வந்திருக்கிறேன் காம்ரெட்...” என்று பையில் இருந்து சில நூல்களை எடுத்துத் தலையணைக்கடியில் வைக்கிறாள்.

ஓ.... இவள் புத்தக விற்பனையில் பரிசு பெற்றவளாயிற்றே..?

மாலை வரையிலும் அருகில் அமர்ந்திருக்கிறாள்; மீண்டும் ஹார்லிக்ஸ் கரைத்துக் கொடுத்துவிட்டு விடைபெற்றுச் செல்கிறாள். சற்றே ஆறுதலாக இருக்கிறது.

மணி தேவையில்லாமல் வளவள என்று பேசுபவள் இல்லை. பிறரின் கருத்துகளை, அவை தன்னைப்பற்றிய விமரிசங்களாக இருந்தாலும் இப்போதெல்லாம் உள்வாங்கிச் சிந்தனை செய்கிறாள். ஆனால் வேண்டுமென்று சகதியை வீசுவதற்காக இறைக்கப்படும் சொற்களை இவள் என்றுமே பொருட்டாக்கியதில்லை. மாறாக இவளுடைய இயக்கத்தை இதுவரையில் எவராலும் கட்டுப்படுத்தி இருக்க முடியவில்லை. சிறையிலேனும் உலவச் சென்றாள். தன் சொந்த வேலைகளிலும் துணி துவைப்பதுபோன்ற வேலைகளிலும், சமையல் வேலைகளிலும்கூட ஈடுபட்டாள். ருக்மிணி வந்தாலும் எதையும் பேச முடிவதில்லை. அவளுக்கே தடையுத்தரவு என்று வருமோ..? அயல் படுக்கைக்காரர்கள், அவர்கள் உறவினர்கள்கூட

இவளை ஒரு மனிதப் பிறவியாகப் பார்க்கவில்லை. "ஆணைப்போல் கிராப்பு வைத்துக்கொண்டு வேட்டி உடுத்தும் கைதி. இவள் என்ன கைதியோ, என்ன இழவோ..?" என்று ஓர் இகழ்வுக்குரிய பார்வையைத்தான் பதிக்கிறார்கள். "ருக்மிணி, நான் இந்தச் சோர்விலேயே போய்விடுவேனோ என்று பயமா இருக்கும்மா.. ஆனா... நான் சாகக்கூடாது. நான் விடுதலையாகி இந்த அநியாயங்களை எதிர்க்கும் போராட்டத்தை மீண்டும் நடத்துவேனா...?" -

"ஹம்... காம்ரேட்... என்ன நீங்கள்? உங்களுக்கு ஒன்றுமில்லை. நிச்சயமாக எல்லாம் நடக்கும். எங்களுக்கு நீங்கள் மலையாக ஆதரவு... சாப்பிடுங்கள்... நீங்களே தளர்ந்தால் நாங்கள் என்ன செய்வோம்..?"

ருக்மிணி மறுநாள் வரவில்லை.

- ஆனால் சீனிவாசனை இன்ஸ்பெக்டர் கூட்டி வருகிறார். "சீனிவாசா?"

"அத்தை, எனக்கு இவா வந்து சொன்னா. சாதம் கரைச்சிண்டு வந்தேன்...."

சீனிவாசனிடம் அதிகம் பேசுவதற்கில்லை என்றாலும், அவனை ஜனசக்தி அலுவலகத்துக்கு அனுப்புகிறாள். புத்தகங்கள், செய்திகள் பெற முடிகிறது.

உடல்நலம் தேறிவிட்டாலும் சென்னை ஆஸ்பத்திரி வாசம் முடிந்து வேலூர் சிறைக்கு மீண்டும் திரும்பி மூன்று மாதங்கள் ஆகின்றன

வேலூரில் இவள் மீண்டும் வந்து பார்க்கையில் ஜானகி இல்லை. வெளியே ஒரே கொந்தளிப்பு. ரயில்வே தொழிலாளர்கள் வேலை நிறுத்தம்; துப்பாக்கிச் சூடுகள். தஞ்சை மாவட்ட விவசாய இயக்கத்தைச் சிதைக்க அரசு பஞ்சமாபாதகங்களையும் மேற்கொள்வதாகத் தகவல் கிடைக்கிறது. சிறைகளில் நிரம்பி வழியப் போராளிகள் கொண்டுவரப்படுகிறார்கள். இவளுக்கு சூப்பரிண்டெண்ட், ஜெயிலர் எல்லோருமே ஆதரவாக இருக்கின்றனர்.

இவள் அன்று உலாவச் செல்கையில், ஆஸ்பத்திரிக் கட்டடத்தை நெருங்கியவாறு நிற்கிறாள். போர்வைகளுக்குள் முடங்கிய கைதிகளைப் பார்த்தவாறு நிற்கிறாள்.

தயங்கித் தயங்கி இவள் நிற்கையில், வேப்பமரத்தின் பட்டையை நகத்தால் உரித்துக்கொண்டு ஒரு 'கான்விக்ட்' பெண் இவளை அருகில் வரச் சாடை காட்டுகிறாள். !

"என்ன ?"

".....கம்மூனிஷ்ட்... நீயா ?"

" ஏன்..?"

"புதுசா.... ஒரு பொம்பிளை கம்மூனிஷ்ட். அடி அடி. ன்னு அடிச்சி மண்ட ஓடஞ்சி இருக்காங்க, கீழ்ப்பசள. ராமநாதபுரம்னு சொன்னாங்க...."

"ஆ..."

கீழ்ப்பசளைச் சிவப்பியா?

இந்தப் பெண், போலீசுக்காரன் செங்கொடியைப் பறித்து எறிந்தபோது, அவன் கைத்துப்பாக்கியைப் பறித்து அந்தக் கட்டையால் அவனை அடித்தவள் அல்லவோ? இராமநாதபுரத்து வீர மறக்குல மங்கை. அவள் இங்கே வந்து மண்டை உடைபட்டுக் கிடக்கிறாளா?

மணி தாமதிப்பாளா?

'சிவப்பி அம்மா? சிவப்பி அம்மா!' என்று கூப்பிட்டுக் கொண்டு ஆஸ்பத்திரி வார்டுக்குள் நுழைந்துவிடுகிறாள்.

புயலின் வேகம் இவளுக்கு, அந்தக் குழந்தை முகம் மலருகிறது. இப்போதுதான் இவளைப் பார்க்கிறாள் மணி. பதினேழு, பதினெட்டுப் பிராயம் இருக்குமா? முகத்தில் உதடு ஒரு பக்கம் வீங்கித் தொங்க, மண்டைக் கட்டுடன் படுத்து இருக்கிறாள். கைகளில் கட்டு.

"செங்கொடி காத்த சிவப்பி அம்மா? என்ன ஆச்சு?"

"அடிச்சிட்டாங்க. நேத்து ஜனவரி ஒண்ணுக்கு எனக்கு இது. கம்யூனிஸ்ட்கள்னு, கொலைத் தண்டனைக் கைதிகளை ஏவி ஏலத்தில் அடிக்கச் சொன்னாங்க வார்டன் . . ."

பேச முடியவில்லை.

மணி அவள் கையைப் பரிவுடன் பற்றுகிறாள்.

"... கம்மூனிஷ்ட், நீ... போலீசை அடிச்சியாமே? இப்ப என்னாடி செய்வே... அடியுங்கடீ... ன்னு..."

"சிவப்பிம்மா, உங்கள அடிச்சவங்க யாருன்னு எனக்கு அடையாளம் காட்டுகிறீங்களா?

"...அம்மா.... அவங்களும் ஆயுள் கைதிங்க. கொல செஞ்சிப்போட்டு இங்ஙன வந்தவுங்க...'

"ம்...கம்யூனிஸ்ட்னா அடின்னு இவங்க அகராதில இருக்காப்போல் இருக்கு. உங்களுக்குச் சாப்பாடெல்லாம் சரியாக் குடுக்குறாங்களாம்மா..?"

“இதக்கு முன்னாடி மதுரயில சோறே குடுக்காம போட்டாங்க. அதுனால இங்ஙன வாரப்ப, நல்ல சோறு குடுக்கணும்னு எழுதிப் போடுங்கன்னே. அதுக்கு இவ சரியான கம்யூனிஷ்ட், கவனிச்சிக்குங்கன்னு எழுதிட்டாங்க போல இருக்கு.”

“...அப்படியா? சிவப்பிம்மா, நாங் கவனிக்கிறேன்.... நீங்க வருத்தப்பட வேண்டாம்...”

மணி நேராகச் சிறையின் டிபுடி சூபரின்டென்ட் அம்மாளிடம் வருகிறாள். அந்த அம்மாள் பரிவும் மரியாதையும் காட்டுகிறாள்.

“ஏம்மா? நம்ம சுயராச்சிய சர்க்காரில் இப்படிப் பெண்பிள்ளைக்குப் பெண்பிள்ளை அடிச்சுக் கொல்லணுமா? இது சரியா? இது தேவையா?.. ஒரு தனிமனித நலன் கருதி, பசி தீர்த்துக்க, திருடறதும் சாராயம் விற்கிறதும் குத்தம்னு சொல்ல முடியாது. சமுதாயத்துக்காகவே எதிர்ப்பைக் காட்டும் ஒரு பெண்ணை அடிச்சு மண்டையை உடைக்கிறதுக்குத்தான் ஜெயிலாம்மா?... அந்தப் பெண் ஒரு கட்டுப்பாட்டினால் திரும்பி அடிக்கல, கொள்கைக்காக உசிரைப் புல்லாக மதிச்சு வந்திருக்கிறாள்.....”

சூப்ரின்டெண்ட் அம்மாள் மென்னகை புரிகிறாள்.

“இனிமேல் இதுபோல் நடந்தால், நானே சும்மா இருக்க மாட்டேன்!”

மறுநாளே அவளை அடித்த இரு ஆயுள் கைதிகளையும் இன்னாரென்று தெரிந்துகொள்கிறாள்.

அவர்களை நெருங்குகிறாள்.

“ஏம்மா? நீங்கதா சிவப்பிய அடிச்சீங்களா?” அவர்கள் ஒப்புக்கொண்டு மவுனமாக நிற்கின்றனர்.

“உங்களுக்குப் புள்ள குட்டி இருக்கா?”

“இருக்கு. இவ புள்ளதா ஒண்ணு கொட்டில் கழிச்சல் வந்து செத்துப்போச்சு.”

“என்ன குத்தம் பண்ணின ?”

“குடிச்சிட்டுக் கழுத்த நெரிக்க வந்தான் பாவி. அருவாளால வெட்டிப் போட்டேட. ஏழு வருஷம் போட்டாங்க. இன்னும் மூணு வருஷம் இருக்கு.”

“உன் புள்ளங்க யாரிட்ட இருக்கு?”

“முதத்தாரத்தா மவளத் தம்பிக்குக் கெட்டிருக்கு. அவகிட்ட இருக்கு. ஓராண், ஒரு பெண்ணு.”

"ஏம்மா, நீ... எப்படி ?"

"புருசனே இமிசை இன்னொரு மிருகத்துக்குக் கூட்டிவுடத் தள்ளினா ... அவன செவுத்துல மோதிக் கொன்னிட்டே. இங்க செத்தது பொம்பளப்புள்ள, வீட்ல பத்து வயசில ஓராண், எங்க சித்தாத்தாகிட்ட இருக்கு..."

-"ஏம்மா, நீங்களெல்லாம் திமிருபுடிச்சி வேணுன்னு ஒரு உசுரக் கொல்லல. அந்த அளவுக்குக் கொதிச்சு, உங்களைக் காப்பாத்திக்க, அப்படி ஒரு செயலைச் செய்தீங்க. இங்கே வந்து, ஆயுள் கைதின்னு, ஈனமான தண்டனையை அனுபவிக் கிறீங்க, எதுக்கு? திரும்பப் போயி, நல்லபடியா புள்ளகுட்டியோடு வாழணும்னுதானே?...."

"ஆமாம்மா. ஒவ்வொரு நிமுசமும் ஒவ்வொரு நாளயும் எண்ணிட்டிருக்கிறம் . . ."

"இப்ப, தெரிஞ்சிக்குங்க. அந்தப் பொண்ணு உசுருக்குத் துணிந்து வந்திருக்கிறாள். போலீசுக்காரன் துப்பாக்கியையே புடுங்கி அடிச்சா. ஏன்? மொத்த சமுதாயத்துக்கும் நியாயம் கேட்கும் ஓரமைப்புக்கு, உண்மையா இருக்கிறா. அது அவளுக்கு அவ உசுரைவிடப் பெரிசு. அவ இப்ப நீங்க அடிக்கிறபோது பேசாம இருக்கான்னு நினைச்சிடாதீங்க! இனிமே அடிக்கத் துணிஞ்சா, நீங்க எதைச் செஞ்சிட்டு இந்தத் தண்டனை அனுபவிக்கிறீங்களோ அதைச் செய்யலாம். அதனால், தண்டனை பெற்று வந்திருக்கிற ஒருத்தரை, நீங்களே அடிக்கிறது கேவலம்."

"அம்மா, மேட்ரன் அடிக்கச் சொல்றாங்க. அடிக்கலன்னா எங்கள அடிப்பா."

"அடிக்கிறது எந்தச் சட்டத்திலும் கிடையாது. எல்லாரும் இதை எதிர்க்கணும். உங்க பிள்ளைகளை அநாதையாக்கி விடணும்னா நீங்க அடியுங்க?..." இந்த அறிவூட்டலுக்குப் பயன் இல்லாமலில்லை.

சில நாள்கள் சென்ற பின், ஒருநாள் பகலில், சிறையில் ஒரு கலவரம். ஜெயிலர், சூபரின்டெண்ட், டாக்டர் எல்லோரும் ஓடுகிறார்கள். சிவப்பியின் இடத்துக்கு,

என்ன..?

சிவப்பியை மேட்ரன் அம்மா மீண்டும் அடிக்கக் குற்றவாளிகளை ஏவினாள். அவர்கள் லத்திகளைக் கீழே வைத்துவிட்டு ஓடி ஒளிந்தார்கள். அப்போது மேட்ரன் அம்மா, கோபம் கொண்டு தானே அந்த லத்தியை எடுத்து அடிக்க ஓங்கியபோது, சிவப்பி பாய்ந்து அவன் கையைப் பற்றி இழுத்துப் பலமாகக் கடித்ததில் வாய் நிறைய இரத்தம் ....

அந்த இரத்தத்தைச் சுவரில் உமிழ்ந்து தேய்த்துவிட்டாள்.

“பாத்துக்குங்க? என்னை அடிக்க வறவங்களுக்கு எச்சரிக்கை ?”

“அந்தப் பொம்பிளை காளி போல நிக்கிறாளுங்க?” என்று ஜெயிலர் ஆச்சரியப்படுகிறாள்.

“ஓ.... இந்த இயக்கம்... வரலாறு படைக்கும் பெண்களால் பெருமைப்படுகிறது..?”

மணி தனக்குள் பூரித்துப் போகிறாள்.

26

மணி வேலூருக்கு வந்து ஓராண்டுக்கு மேல் ஓடிவிடுகிறது. சிறைவாசம் என்பதை அதை அனுபவித்தவர்களால்தான் உணர்ந்துகொள்ள முடியும். அத்திம்பேர் விசுவநாதன் முதன் முதலாக அவர்கள் வீட்டில் சிறைவாசம் அனுபவித்து வந்த புதிதில், அங்கு எவ்வாறு தம் வைதீக ஆசாரங்களைக் காப்பாற்றிக் கொண்டார் என்பதையே பெருமையாகப் பேசிக்கொண்டிருந்தார். அங்கு சிதைக்கப்பட்ட சிதிலங்களாய் நடமாடிய ‘மனித வடிவங்களை’ அவர் காணவில்லை... ‘நான்...நான் தேசீயவாதி. யாரும் செய்யாத ஒரு செயலைச் செய்து வந்திருக்கிறேன்’ என்றுதான் நினைத்திருப்பார்..

மணியிடம் அந்த ‘நான்’ இல்லை. அந்த உணர்வு, பெண்ணாய்ப் பிறந்து அவள் ஆளுமை தலைகாட்டும் முன்பே சிதைக்கப்பட்டுவிடுகிறது. திருமணத்தில் அது இருந்த இடம் வேர் தெரியாமல் அழிக்கப்பட்டுவிடுகிறது. கைம்மை நிலையில் அவள் உடல் சார்ந்த உணர்வும்கூடக் குரூரங்களுக்கு உள்ளாகிறது. இத்தனை அடிகளையும் மீறிக்கொண்டு மணியின் உள்ளத்து ஆளுமை எத்தகைய பரிமாணத்தை எய்தியிருக்கிறது? அவளே நினைத்துப் பார்க்கிறாள்.

அண்மையில் சிறையில் கிடைத்த நூல்களிடையே ‘ஃபீனிக்ஸ்’ என்ற கற்பனைப் பறவையைப் பற்றிப் படித்தாள். காந்திஜிகூட, தாம் தென்னாப்பிரிக்காவில் ‘மாதிரி - ஆசிரமம்‘ ஒன்று அமைக்கையில் அதற்கு ‘ஃபீனிக்ஸ் பண்ணை’ என்று பெயரிட்டார். அந்தப் பறவை சாகாதாம். செத்தாலும் அதன் அழிவின் எச்சங்களில் இருந்தே மீண்டும் மீண்டும் உருப் பெறுமாம்.

மணியை இந்தக் கற்பனை பெரிதும் கவர்ந்திருக்கிறது. மணி, தானே உருமாறி, உருமாறி, ஃபீனிக்ஸ் பறவையாகி எழுந்து... மேலே... மேலே.....

இரவில் புதிய கைதி வரும் அரவம் கேட்கிறது.

உறக்கம் கலைந்து எழுந்து உட்காருகிறாள். விடிந்த பின்னரே, அந்தக் கைதியை - ஜானகி இருந்த அறையில் புதிதாக வந்திருக்கும் பெண்ணைப் பார்க்கிறாள்.

"யாரம்மா?...."

மெல்லிய உருவம், இளமையின் தலை வாயிலில் நிற்கும் வயசு.

"அம்மா.... நான் ஷாஜாதி..."

ஒரு கறுப்புப் பாவாடை, தாவணி, சட்டை, நீண்ட சடை, வாராமல் பின்னாமல் சிடுக்குக் கூண்டாக...

கன்னங்கள் தேய கண்கள் கருவளையம் ஆக மெலிந்து, "நீ... நீதான் ஷாஜாதியா? ... ஓ... ஷாஜாதி! ரயில்வே நிர்வாகத்தையே கதி கலங்கச் செய்த தொழிற்சங்கப் பெண் ஷாஜாதியா நீ?...."

அவள் நலிந்த இதழ்களில் புன்னகை எட்டிப் பார்க்கிறது.

"ஆமாம் ஷாஜாதி, ரத்னா, ராஜி ... எல்லாம் நான்தான்." மணி எழுச்சியுடன் அவளைத் தழுவிக்கொள்கிறாள்.

"உண்ணாவிரதம் இருந்தேனம்மா.... ரொம்ப இம்சைப் படுத்திட்டாங்க"

"உண்ணாவிரதத்தை முடிச்சியா?"

"இல்ல, அம்மா, அண்ணன் எல்லாம் வந்தாங்க. கெஞ்சினாங்க. அழுதாங்க, வாயில இட்டிலிய வச்சாங்க. ஆனா நான் விடல..."

"சபாஷ்... ரொம்பப் பெருமையா இருக்கும்மா?"

"பின்ன கைது பண்ணி கடலூர் ஜெயில்ல வச்சாங்க. அங்க ஒரு வசதியும் இல்லே..."

மணி அந்த மெலிந்த உடலில் சோர்ந்த விழிகளிலும் கூட மின்னிய ஒளியைக் கண்டு வியந்து நிற்கின்றாள்.

இந்தப் பெண் எந்தப் பின்னணியில் இருந்து இத்தனை ஆளுமை பெற்றாள்? முகத்தைக் காட்டுவதுகூடப் பாவம் என்று கனத்த முகத்திரைக்குள் பெண்களை மறைத்துக் குருடாக்கும் ஒரு சமய சம்பிரதாயப் பின்னணியில் இருந்து வந்தவள்.

இவள் கண்களில் மின்னும் ஒளி தேசீயமா? இல்லை தேசியம் கடந்த சர்வதேசீயம்; அதையும் கடந்த மனிதாபிமானம் சார்ந்த ஒரு கொள்கை கொண்ட அமைப்பு தந்த ஆற்றல்.

“நீ உடம்பு ரொம்ப மெலிந்திருக்கேம்மா, உன் உடம்பைத் தேற்றுவது இனிமேல் என் பொறுப்பு. காலையில் எதானும் சாப்பிட்டாயா?”

“ஒரே வயிற்று நோவம்மா, எதுவும் பிடிக்கல்ல..?”

“பிடிக்க வைக்கிறேன் பாரு!”

மணியிடம் ஒளிந்திருந்த அந்தப் பேணும் ஆற்றல் எழுச்சி கொள்கிறது. சமையற்கட்டில் சென்று, சோறும் பருப்பும் பக்குவமாகப் பொங்கிக் குழைத்து காயும் போட்டு மசித்து புளிக்காத மோர் ஊற்றிக் கரைத்துக்கொடுக்கிறாள். தலையை எண்ணெய் தொட்டுச் சீவிச் சிக்கெடுத்து, வெந்நீர் பதமாக வைத்துக் குளிக்கச் செய்கிறாள்.

மெல்ல, மெல்ல உடல் தேறி ஆரோக்கியம் கூடுகிறது.

இவளுக்கு உற்றதொரு இளந்தோழியாகச் செல்வக் குமரியாக ஒன்றிப்போகிறாள். இந்தச் சிறைவாசத்தை இனிய அனுபவமாக்குகிறாள்.

ஒரு நாளின் பெரும்பொழுதும் இணைந்தே இருக்கிறார்கள்; செயல்படுகிறார்கள்.

“பெண்ணே தூங்கினாயா?... ஓ நீயும் அதற்குள் குளித்து துணி துவைத்து... எல்லாமாயிற்றா?...”

“அம்மா உங்கள் சுறுசுறுப்பு எனக்கு வரவேண்டாமா?”

இருவரும் சிறையின் பெரிய சமையற்கூடத்தைப் பார்க்கச் செல்கிறார்கள்.

பல அரிவாள்மனைகள் இயங்கி டக்குடக்கென்று மரம் போன்ற கீரைத்துண்டுகளையும், பூசணி, பரங்கித் துண்டுகளையும் வெட்டுகின்றன. சோறு பெரிய பெரியப் பானைகளில் வடிக்கப்பட்டு உருண்டு கிடக்கின்றது. புளியும், பருப்பும் என்ற நாவுக்கு உணர்வூட்டும் குழம்பு கறி வகைகள் கிடையாது. வடித்த கஞ்சியில் மிளகாய்த்தூளை அள்ளிப்போட்டு அந்தக் காய்த்துண்டங்கள் போட்ட குழம்பு...

“அம்மா இந்தப் பெண் கைதிங்க ஏன் மரப்பட்டைகளை விரலால உரிச்சிக்கிட்டிருக்காங்க?... தெரியுமா?...”

“நான் கேட்டேன் ஷாஜாதி, இவங்களுக்கு வெத்தில புகையில போட்டுப் பழக்கம். அது கெடையாது. மரப்பட்டய உரிச்சி மென்னு துப்புறாங்க...”

சிறையில் இவர்களுக்கு எல்லாம் கிடைக்கிறது. பன்னிரண்டு ரூபாய்போல் செலவுக்குப் பணமும் உண்டு. ஆனால் இந்தச் சுகங்கள், அலைகடலில் மிதக்கும் இலையின் சுகத்தை ஒத்ததாகப்படுகிறது.

ஷாஜாதியை வழக்கு விசாரணைக்காக, வெளியே கடலூருக்குக் கூட்டிச் செல்கிறார்கள். அந்தக் கெட்டிக்காரி, மீண்டு வருகையில், இயக்கம் பற்றிய செய்திகளை, முக்கிய அறிக்கைகளை, பாவாடை மடிப்புக்குள் வைத்து தைத்து உள்ளே கொண்டு வருகிறாள்.

“அம்மா, இயக்கம் ஸ்தம்பித்துவிட்டது. நாம் சிறையில் இருந்து வெளியே செல்கையில், கம்யூனிஸ்ட்கள் என்று சொல்ல ஆட்களே இருக்க மாட்டார்கள்!....”

இவள் மனம் துயரத்தில் ஆழ்ந்து போகிறது.

ஒவ்வொரு துளியாகச் சேர்த்த நன்னீர்.... அதுவும் ஓட்டைக் கலத்தில்... ஒருபுறம் அடைத்தால் மறுபுறம் பொத்துக்கொள்ளும் கலத்தில் சேர்த்த நீர்... மக்களின் அரிய உணர்வை மையமாக்கிவைத்துக் கட்டிய இயக்கம், வெளியே இருக்கும் கட்சி... உதிரிகளாக நிற்பவர்கள், நாள்தோறும் அடிபட்டும், துன்பப்பட்டும் சாகிறார்கள். அவர்கள், சிறைக்குள் உயர் வகுப்பில் சொகுசாக வாழும் தலைவர்களை நோக்கி, ‘உண்ணா விரதம் இருங்கள்! போராடுங்கள்! நாங்கள் சாகிறோம்... நீங்கள் போராட வேண்டும்! உயிரைத் திரணமாக மதியுங்கள்’ என்று கருத்துரைக்கிறார்கள். ஆனால்... இங்கே தலைமை என்ன முடிவு எடுக்கிறது? எல்லாருமே செத்துவிட்டால், இந்த இயக்கத்தில் - பொது உடைமைக்காரர் என்று மிஞ்ச யாருமே இருக்கமாட்டார்கள் - அப்படியாகிவிடுமோ?

ஆனால், மணி ஷாஜாதியுடன் சிறைக்குள் வேறு விதமாக ஒரு போராட்டத்தை மேற்கொள்கிறாள்.

பிள்ளைக் கொட்டடியை ஒரு நாள் சென்று பார்க்கிறார்கள். ஓ, இந்தப் பிஞ்சுகள் என்ன பாவத்தைச் செய்தன? தாயும் தகப்பனும் திருடியோ, சாராயம் விற்றோ, செய்த பாவங்களின் கரி நிழலில் இந்தப் பிஞ்சுகள் கருகி வெம்பி விடுகின்றன,

ஈரும் பேனும் உடலில் உணரும் நிலை மொட்டையடித்த தலைப்புண்கள்... கண்கள் புளிச்சையும், பொங்கிய வீக்கமு மாகப் பார்வையை மறைக்கின்றன. கூழ்பற்றாத நெஞ்சுக்கூடுகள், சூணா வயிறுகள் - மலமூத்திரக் காடாகத் தரை; அழுகை, ஓலங்கள், மணி, சேரிக் குழந்தைகளைச் சீராட்டிப் பாராட்டியவள் அல்லவா? கற்பித்தவள் அல்லவா?

இப்போது அத்தனை குழந்தைகளையும், வெந்நீர் வைத்து எண்ணெய் பிரட்டி, பேனும் சிக்கும் எடுத்து, குளிப்பாட்டி, மருந்து போட்டு, பாலும் சோறும், கஞ்சியும் ருசியாகக் கொடுத்து, வேறு சட்டை போட்டு.... அவற்றின் சிரிப்பொலியைக் காண வேண்டுமே?

இருவரும் ஊக்கமாக, தங்களுக்குக் கிடைக்கும் அன்றாட உணவுப் பொருள்களைச் சேகரிக்கிறார்கள். காசைப் பத்திரமாகச் சேமிக்கிறார்கள். ஞாயிற்றுக்கிழமைகளில் சிறைக்கூட அலுவலர் ஏதோ கடனே என்று காலத்தைக் கழித்துவிட்டுப் போய்விடுகிறார். மணியும் ஷாஜாதியும், ஜெயிலரின் உதவியுடன், அந்தக் குழந்தைகளை இங்கே கொண்டுவரச் செய்து, தாயாரையும் வரவழைத்து. சுடுநீர் போட்டு, எண்ணெய் தடவிக் குளிப்பாட்டுகிறார்கள், நல்ல பருப்புச் சோறும் பாலும் கொடுக்கிறார்கள். புதிய துணி போடச் செய்கிறார்கள். அதேபோல் மாதம் ஒருமுறை, இந்தக் கைதிப் பெண்களுக்கு, காரம், புளிப்பு, உப்புப் போட்டுக் குழம்பு வைத்துச் சோறு செய்து கொடுத்து, வெற்றிலை பாக்கும் வாங்கிக் கொடுக்கிறார்கள்.

இரு மனிதாபிமான உள்ளங்கள் இணைந்தால் என்ன செய்ய முடியாது?

பெண்கள் இவளை, அன்னை என்றே கொண்டாடுகிறார்கள்.

அப்போதுதான் சிறைக்குள், கூட்டுதலும் துப்புரவு செய்தலும், கைதிகளுக்கு ஆடை மாற்றிக் கொடுப்பதுமாக ஒரு பரபரப்பு உண்டாகிறது.

"என்னம்மா? என்ன பரபரப்பு, இன்னிக்கு யார் வராங்க?" என்று ஜெயிலரை மணி கேட்கிறாள்.

"மந்திரி வராங்க . . ."

"எப்ப ..?"

"நாளக்கி, அவங்க இங்க இருந்தவங்க ...."

"யாரு..? ஜெயில் மந்திரி ..?"

மணி யோசனை செய்கிறாள்.

"ஓ, மாதவமேனன் ... குட்டியம்மாளு ... அவர் மனைவி தெரியுமே?"

"ஷாஜாதி, நாம் ஒண்ணு செய்வோம்."

இருவரும் சேர்ந்து திட்டமிடுகிறார்கள்.

மந்திரியும் அவர் குழுவும் சிறை காவல்துறையின் பெரிய அதிகாரிகளும், பார்வையிட வாயில் கடந்து வருகையில், இவர்கள் அவர்கள் முன் நின்று வழிமறிக்கிறார்கள். இவர்களுடன் எலும்பும் தோலுமான குழந்தைகளின் ஒரு படை ...

"...என்ன... ம்மா?"

"ஆனரபிள் மினிஸ்டர், ஸார்! இந்தக் குழந்தைகளைப் பார்த்தீர்களா? இவர்கள் பெற்றோர் செய்த பாவத்துக்கு இந்தக் கபடமற்ற குழந்தைகளும் இப்படித் தண்டனை அனுபவிக்க வேண்டுமா? நூற்றுக்குத் தொண்ணூறும் தாய்மார் தண்டனை முடிந்து செல்லுமுன் இங்கேயே சாகின்றன. எதிர்கால இந்தியாவுக்கு இந்த நிலைமையினால் வளம் காண முடியுமா? சொல்லுங்கள் ?"

மந்திரி இவளை - துணிவை வியப்புடன் பார்க்கிறார்.

இவள் கோலம் கேரளத்துக்காரியோ என்றும் ஐயமுறச் செய்கிறது.

"குழந்தைகள் எந்தப் பாவமும் செய்யவில்லை. அவர்களை நன்கு பராமரிக்கப் போதுமான ஏற்பாடுகள் செய்ய வேண்டும். பால், பழம், முட்டை என்ற சத்துள்ள உணவுப் பொருள்கள் குழந்தைகளுக்குக் குறைவில்லாமல் வழங்கப்பெற வேண்டும்."

இவள் கோரிக்கை அடங்கிய மனுவையும் அவரிடம் கொடுக்கிறாள். பலனில்லாமல் போகவில்லை.

மணி சிறைத்தண்டனை முடிந்து வெளியேறுமுன், குழந்தைகளுக்குச் சத்துள்ள உணவுப் பொருள்கள் வழங்கப்படுகின்றன.

27

தைப் பொங்கல் கழிந்ததற்கடையாளமாகக் கிராமத்துக் கோயில் மதில் சுவர்கள் வீட்டுத் திண்ணைகளெல்லாம் பளிச்சென்று வெள்ளையும் காவியுமாகத் துலங்குகின்றன. கால்வாய்களின் நீர் ஓடும் ஓசையும், தலைசாய்ந்து அறுவடையை எதிர்பார்த்துக் காத்திருக்கும் வயல்களும், ஏறும் வெயிலும்கூட மணிக்கு மிக இனிமையாக இருக்கின்றன. வரப்பில் செருப்பைக் கழற்றி விட்டுக் கால் பதிய நடக்க வேண்டும்போல் இருக்கிறது ..... விடுதலை....!

அடியக்கமங்கலத்தில் ரயிலைவிட்டிறங்கி அவள் நடந்து வருகையில் யாரும் அவளை வரவேற்று முகமன் கூறவில்லை. தெரிந்த முகங்களையே காண்பதற்கில்லை. தொலைவில் மனிதப் புள்ளிகள் தெரிந்தாலும், ஓடோடி வரவில்லை. காப்பும், கொலுசும் அணிந்து காய்த்துப்போன தடம், அவற்றைக் கழற்றிய பின் வெகு நாட்களானாலும் தடம் மறைந்துவிடுவதில்லை. அப்படி கம்யூனிஸ்ட் என்ற பெயருக்கே ஓர் அச்சுறுத்தலை ஒட்டி இருக்கிறது அரசாங்கம். இவள் கம்யூனிஸ்ட் ...!

தேவூர்ப் பக்கம் வருகிறாள், வீரையா ...?

அறுவடைக்காலமாதலால் ஆணும் பெண்ணுமாக வேலைக்குச் சென்றிருக்க வேண்டும் ... பலரும் தென்படுகின்றனர். ஆனால் ஒதுங்கிச் செல்கின்றனர்.

“ஏம்பா .... எல்லாம் .... எப்படி இருக்கீங்க ..?”

“நீங்க இங்க நிக்கவேண்டாம்மா” என்று சொல்லும் பாவனையில் தலையை ஆட்டுகிறான் வீரையன்.

ஒவ்வொரு முகமும் கிலி பிடித்துப் போயிருக்கிறது.

அரணை உடைத்து உள்ளே ‘அழிவு விளையாட்டை’ நடத்தியிருக்கும் அரசு காவலர்கள், அழியாதபடி சூடு போட்டிருக்கிறார்கள்.

கால்வாய்க்கரையில் பல்குச்சியுடன் வடிவு நிற்கிறான்.

“அம்மா . .!” என்று வியப்பு மலரக் கூவுபவன் அவன்தான். “வடிவு ! நல்லா இருக்கிறீங்களா?”

மணிக்குத் தொண்டை அடைக்கிறது. “இருக்கேம்மா” என்று சொல்பவன், கண்ணீர் முட்டத் துண்டால் துடைத்துக் கொள்கிறான்.

“எல்லாரும் எப்படிப்பா இப்படிக் கிலி புடிச்சிப் போயிட்டீங்க?”

“பின்ன எப்படீம்மா இருப்பாங்க .... அந்தக் கொடுமயச் சொல்லி முடியாதம்மா? இந்தத் தெரு முழுதும் போலீசு பூந்து கண்ணுமண்ணு தெரியாம அடிச்சாங்க. சரளக்கல்லக் கொட்டி அதுல்ல முட்டிக்கால் போடச் சொல்லி ... நடந்துவரச் சொல்லி அடிச்சாங்கம்மா?”

சேரித் தெருவில் பக்கிரி .... இவள் பார்த்து நலம் செய்த சிறுவன். இன்றும் முழங்கால் ரணத்தில் ஈ மொய்க்கத் திண்ணையில் உட்கார்ந்திருக்கிறான்.

“அம்மா! நாங்கல்லாம் தாயில்லாப் புள்ளங்களாப் போனோம்! நாதியத்தவங்களாப் போனோம் . . .”

“நீங்க எப்பம்மா வெளியே வந்தீங்க?”

“இப்பத்தான் வந்திட்டே இருக்கிறேன், கன்றைப் பிரிஞ்சாப்பல நானும்தான் தவிச்சிப்போனேன். சங்கமெல்லாம் ...”

“சங்கமா? ... பேசாதீங்க .... நீங்க உள்ளாற வாங்க ....!” குறுகிய பள்ளர் தெருவுக்கும் வருகிறார்கள். சரிந்த பனை ஓலைக் கூரைகள் - படலைகள்... புண்களும் சீழ்களுமாகக் குழந்தைகள்; சில நோஞ்சான் ஆடுகள், நாய்கள் ....

திண்ணையில் கிழவி கண்பார்வை இல்லாமல் ஒடுங்கிக் கிடக்கிறாள்.

"பொன்னாயி.... பொன்னாயி இல்ல...?

"ஆமா..? ஆரு வந்திருக்கிறது ..?

"மணியம்மா ..., நம்பம்மா .... கொரல் தெரியல?"

பொன்னாயி எப்படி இப்படியானால் இரண்டாண்டுக் காலத்தில்?

அந்நாளில் மயிலாங்குடிப் பண்ணையில் இவள் சிறைப் பட்டபோது மடியில் கல்லைப் பொறுக்கிக் கட்டிக்கொண்டு வந்து வீசி எறிந்தவள்.

கண்ணொளியும், வெற்றிலைக் குதப்பு வாயுமாய், பாதி நரைத்த கூந்தலை முடிந்த கையுடன் நிற்கும் அந்தப் பொன்னாயியா?

"அம்மா வாங்க..!" என்று வாய் நிறைய அன்பு குலவ அழைக்கும் பொன்னாயி! இவள் புருசன் எங்கே? மகனுக்குக் கல்யாணம் செய்தாள்... பாறைப்போல் இறுகிவிட்ட உணர்ச்சிகள் வெடிக்கின்றன.

"அம்மா என்னெப் பெத்த தாயே! உங்களையும் அந்தப் பாவிங்க செயில்ல அடச்சாங்களா? அவங்கள இந்தத் தெய்வம் ஒரு கழிச்சல்ல வாரிட்டுப் போகலியே? அம்மா..! அம்மா..!" என்றவள் பாடத் தொடங்கினாள். நடவு நடும்போது இவள் பாடும் குரல் அந்தப் பசுஞ்சூழலில் எத்துணை இனிமையாக இருக்கும்? மண்ணுலகில் விண்ணுலகம் படைக்கும் இந்தப் பெண்கள்...

ரோதை உருண்டுவர - அம்மாவோ
ரத்தம் தெறிச்சுவர
பாதையெல்லாம் செங்குழம்பு -அம்மாவோ
பதிஞ்ச அடி செம்பருத்தி
பஞ்சை முறிஞ்சுவிழ -அம்மாவோ
பாலும் செவப்பாச்சி
எச்சுமியாள் நெல் கொலஞ்சா , -அம்மாவோ
எரியுதம்மா ஈரக்கொலை ....

தளர்ந்துவிட்ட ரவிக்கையல்லாத துணிச் சுருணை உடல் குலுங்கக் குலுங்க அழுகிறாள்.

மணி அவள் அருகில் உட்கார்ந்து தேற்றுகிறாள்.

"பொன்னு ... பொன்னம்மா, அழுவாதம்மா?...."

அவள் கண்ணீரைத் துடைத்து ஆற்றுகிறாள். ஒரு சிறு கும்பலே அதற்குள் அங்கு கூடுகிறது. பதினெட்டு வயசுப்பிள்ளை ராக்கன், அவன் முதுகிலும் விலாக்களிலும் கால்களிலும் சாட்டையடியின் தழும்புகள் இன்னும் செந்நிறம் மாறாமல் இருக்கின்றன.

"இத பாருங்கம்மா, பூடிசு காலால மெதிச்சாங்க...."

தாயைக் கண்டதும் ஆற்றாமை எல்லாம் மீறி வருகின்றது.

"சொல்லுரா, அந்தத் தலவன் அவன் எங்கே? இவன் எங்கேன்னு வாயிலேயே அடிச்சாங்க. லாரில போட்டுட்டு திருவாரூர் போறவரைக்கும் அடிச்சிட்டே போனாங்க . . . இந்தப் பொண்ணு ஓடிப்போயி, பின்னால் பானைக்கு மறவா ஒளிஞ்சிட்டா ... இழுத்திட்டு வந்து புருஷன் மின்னாடி வச்சிட்டுக் குலச்சான். அது மக்யா நாளு அரளி விதையை அரச்சிக் குடிச்சிடிச்சி. இதா அஞ்சு வயசுப் புள்ள..."

மணி கல்லாய்ச் சமைந்து போகிறாள்.

ஓ... இதுவா இவர்கள் கனவு கண்ட காந்திராச்சியம் - ராமராச்சியம். இந்த ஏழைகள் என்ன தவறு செய்தார்கள்? அஹிம்சையைக் கொள்கை என்று சொல்லிக்கொள்கிறவர்கள் ராச்சியம், நீதியா இது? அப்போது அங்கே ஒருவன் வருகிறான்.

"ஏ, என்ன கூட்டம் இங்க? போங்க அல்லாம்!"

மணி சிலிர்த்து, நிமிர்ந்து, "யாரப்பா? நீ யாரு இவங்கள விரட்ட?" என்று கேட்கிறாள்.

"யாரோ நீ யாரு? எதுக்கு இங்க வந்து உக்காந்துக்கிட்டு ஆளுங்களைக் கலைக்கிற? இப்ப இது சுதந்திர சருக்காரு. இங்க எல்லாரும் காங்கிரசு, உன் கம்மூனிஷ்டு வேலை எல்லாம் இங்க காட்டாம எந்திரிச்சிப் போ!"

மந்தைபோல் கூடியவர்கள் அனைவரும் அவனைப் பின்பற்றிப் பிரிந்து போகிறார்கள். அவன் பழனி பண்ணையின் நடுவாள் என்று புரிகிறது. மணிக்கு என்ன செய்வதென்று புரியவில்லை. விடுதலையின் இன்பக் கிளர்ச்சியெல்லாம் வெயிலில் பட்ட பனி நீராகப் போகின்றன. இந்த முடிவுக்கா இவள் விடுதலை பெற்று வந்திருக்கிறாள்? இவள் வாழ்க்கைப் பாதை இப்படி வந்து முடிந்துபோகவா இத்துணைப் போராட்டங்களில் ஈடுபட்டிருந்தாள்? அந்தச் சிறு கிராமச் சேரியே மூங்கையாகிப் போய்விட்டாற்போல் இருக்கிறது. குரலெடுத்துச் சந்தை சொல்லி அழுதவளும் மூங்கையாகிப் போகிறாள்.

மணி எழுந்து நிற்கிறாள்.

"நான் ஓயமாட்டேன்... நான் ஓயப் பிறக்கவில்லை.

போராடப் பிறந்தேன், மீண்டும் இந்த ஆதிக்கங்களை எதிர்த்துப் போராடுவேன். தோழர்களே, மீண்டும் செங்கொடிச் சங்கங்கள் தோன்றும்! போராடுவோம்!"

ஒரு பிரதிக்ஞையுடன் மணி நடக்கிறாள். நடுப்பகல் கடந்த சூடு பிடித்த வெயில். நீர்ப்பசை வறட்டும் வெயில். காக்கழனிக்கு நடக்கிறாள்.

“மணியா? வா வா...!” - -

“எப்ப விடுதலை ஆனே?”

“விடுதலையே ஆயிருக்க வேண்டாமோன்னு தோணறது மன்னி, சுடுகாடா ஆக்கிட்டானுகளே ?”

“நீ திருவாலூர் வந்துட்டு வரியா? இப்பதான் சித்தமுன்ன பக்கிரி, மணியம்மா வந்துட்டாங்க போல, குப்பாண்டி பாத்தானாம்னு சொன்னான்....”

இவளுக்குத் திடீரென்று ஆத்திரம் பொங்கி வருகிறது.

“எத்தனை கடிதாசி உங்களுக்கு, அத்திம்பேருக்கு எல்லாம் விசாரிச்சு எழுதினேன்?... அநுமான் பாங்கி முழுகிப் போச்சாமே? அதில் கட்சிப்பணம் இருந்துதப்பா, ஒரு அய்ந்நூத்துச் சொச்சம்... நான் யார் யாருக்கெல்லாமோ எழுதி விசாரிக்கச் சொன்னேனே? ஒரு பதில்... ஒரு விசாரணை..? எங்கிட்ட வந்து பத்திரம் மோடோவர் பண்ணிக்க வந்ததோட சரி, நான் இப்ப கட்சிக்குப் பதில் சொல்லணுமேப்பா?...”

“ஆமா நீதான் அத்திம்பேருக்கு அத்தாட்சி குடுத்திட்டே, நான் எல்லாம் பாத்துக்கறேன்னு சொன்னார்....”

மன்னி பால் கறந்து காபி கொண்டு வருகிறாள்.

“அவ இன்னும் குளிச்சி சாப்பிட்டதாகத் தெரியலியே?... இருக்கட்டும் ...” என்று காபியை ஆற்றி மணி குடிக்கிறாள்.

“கட்சி தடையுத்தரவு எடுக்கறதாக் கேள்விப்பட்டேன், முதமுதல்ல, நீதான் அரெஸ்டாகிப்போனே, அதுனால முதல்ல வந்துடுவேன்னு நானே இன்னிக்குக் காலம்தான் சொல்லின்டிருந்தேன். மணி, நீ உடம்பு ரொம்பத் தளந்து போயிட்டே..”

அக்கம்பக்கம் பார்த்துக் குரலை இறக்குகிறார்.

“இந்தக் காட்டு தர்பாரிலே, கட்சி இருக்கிற இடம் தேடிப் பிடிக்கணும், என்னதான்னாலும், அவங்க பெரும்பான்மை, நீ இனிமே அரசியல்ல இருக்க முடியும்னு தோணலே....”

“ஏன்? இங்கே வந்து இத்தனை அழிச்சாட்டியங்களையும் பார்த்தபிறகு, நான் செத்துப் போனாலும் அந்தச் சாம்பல்லேந்து கிளம்புவேன்? இது .... சத்தியம். இந்தப் பஞ்சை பனாதிகளை

அன்னிக்கு ஆண்டைகள், பிரிட்டிஷ் ராச்சியத்தில் அடிச்சது பெரிசல்ல .... இன்னிக்கு நம்ப சுதந்திர சர்க்காரின் போலீஸ் அட்டூழியம் பண்ணியிருக்கு ... நான் ஓயமாட்டேன், அண்ணா !" -

அவர் இவளுடைய ஆவேசம் கண்டு மவுனமாகிறார்.

மணி உள்ளே சென்று, அழுக்குப் போகத் தேய்த்துக் குளித்துத் துணி துவைத்து உலர்த்துகிறாள்.

மன்னி இலைபோட்டுப் பரிமாறுகிறாள்..

விளக்கு வைத்தாகிவிட்டது. அண்ணா அவள் முன் வந்து உட்காருகிறார்.

"நீ கடன் பத்திரத்தை வசூல் பண்ணி வீடு வாங்கச் சொன்னயாமே?"

"ஆமாம், அப்ப சொன்னேன். இப்ப என் முடிவுவேறு. உயிர் மூச்சு உள்ள வரை கட்சியில்தான் இருப்பேன். இதுவே எனக்கு முதல், முடிவு எல்லாமாக இருக்கும், அண்ணா! காந்தி முன்னே சொன்னாராம். அஹிம்சைங்கறது, மனிதனின் நாகரிகப் பண்பாட்டின் வளர்ச்சி. அதற்காக மனிதர் தலைமுறை தலைமுறைகூடக் காத்திருக்கலாம்னு சொன்னாராம். அந்த அஹிம்சையின் பேரைச் சொல்லி இன்னிக்கு ஆட்சியைப் பிடித்த சர்க்கார்தான், தருமத்தின் குரலைக் கழுத்தைப் பிடிச்சு நெரிச்சிருக்கு! நான் இதுக்குப் போராட எத்தனை ஜன்மம் வேணாலும் எடுப்பேன், இந்த ஜன்மாவில் நடக்கலேன்னா!"

"ஏம்மா மணி, நீயும் ஏத்தாப்பலதான் பேசற?"

மணி சோற்றைப் பிசைந்து கொண்டு மன்னியை நிமிர்ந்து பார்க்கிறாள்.

"தெற்குத் தெருவில வீடு வாங்கி இருக்கிறார்கள்... மீனா பேரில..!"

இவளுக்குத் தொண்டையில் சோற்றுப்பருக்கை சிக்கிக் கொள்கிறது. மூக்கிலும் கண்களிலும் நீர் வர இருமுகிறாள்.

"ஷாஜாதி நினைச்சுக்கிறாள்" என்று சொல்லிக்கொண்டு தண்ணீரை மடமடவென்று குடிக்கிறாள்.

"யாரு?..."

"அவ கட்சியில் ஒரு மணியான பெண். இன்னும் இருபது வயசுகூட ஆகலே. எனக்குப் பெத்த பெண் மாதிரின்னா, சொத்துக்கு உரிமைன்னு நினைக்க வேண்டாம். மனுஷ அபிமான உறவுக்கு ஒட்டிக்கொள்ளும் கட்சி வாரிசு !"

அடுத்த நாள் இவள் திருவாரூர் செல்கிறாள். அச்சகத்துக்காரர்தாம் வரவேற்று நலம் விசாரிக்கிறார்.

"எப்பம்மா விடுதலையானீங்க? கொஞ்சமுன்னே ஆறுமுக சாமியப் பார்த்தேன், ஒரு கல்யாணப் பத்திரிகை அச்சுக் குடுக்க வந்தார். உங்களைப் பத்திப் பேசினோம் ..."

இவளுடைய அறைச்சாவி போலீஸ் - காவல் நிலையத்தில் அல்லவா இருக்கிறது! அனந்தண்ணா வீட்டுக்குப் போகிறாள்.

மறுநாள் காலையில்தான் சாவி கிடைக்கிறது.

அறையைத் திறக்கிறாள். சுவரில் இருந்த மார்க்ஸ் படம் கீழே விழுந்து உடைந்திருக்கிறது. ஜனசக்திப் பிரதிகள் இறைந்து கிடக்கின்றன, இரண்டரை ஆண்டுப் புழுதியைக் கூட்டி வார முற்படுகையில், செய்தி கேள்விப்பட்டு, துப்புரவுப் பெண் மூக்காயி, ராக்கையன், இருவரும் வந்துவிடுகிறார்கள்.

பின்னே சீலாயி, குப்பன் ....

"குடும்மா, நான் கூட்டி அள்ளுறேன்?

"எப்படிம்மா இருக்கீங்க?"

"இருக்கிறம்மா, அடியும் மிதியுமா. எம்புருசன எட்டு நாளா அதா கமலாலயக்கரை போலீசு டேசன்ல வச்சு அடிச்சு மிதிச்சி நரவல வாயிலபோட்டு இமிச பண்ணாங்க. சீக்காப் பூடிச்சி, இப்ப எந்நேரமும் குடிச்சுட்டுக் கெடக்கு..."

"நான் பெருக்குறேன், சீலாயி, நீ ரயில்வே பைப்படில போயி நாலு கொடம் தண்ணி கொண்டா!"

தேய்த்துக் கழுவுகிறார்கள். துடைத்துவிட்டு எல்லோரும் உட்காருகிறார்கள், புகையிலை வெட்டும் தொழிலாளி, முடி திருத்துபவர் ஆகியோரும் வந்துவிடுகின்றனர்.

"அம்மா, உங்களையும் அடிச்சாங்களா ?" எல்லோரும் கேட்கும் கேள்வி இது.

"என்னை அடிக்கல, ராஜபோகமா நடத்தினாங்க, ஆனால் உங்களைப்படுத்தின இம்சை எனக்கு நெஞ்சில் ஆழமாப் பதிஞ்சிருக்கு. நாம், இனிமே ரொம்ப கவனமா, ரொம்பத் தீவிரமா வேலை செய்யணும். எல்லாச் சங்கங்களும் மறுபடி எழுந்து நிமிரணும். அன்னிக்கு வெள்ளக்காரன் ஆண்டான். இன்னிக்கு நம்ம மனிசங்களே நசுக்கிறாங்க. இதை விடக் கூடாது !"

இரவு பத்து மணி வரையிலும் இவர்கள் பேசுகிறார்கள்.

28

பட்டுக்கோட்டையில் மூத்த சகோதரி மகன், வைத்தியத் தொழில் செய்கிறான். வீடு நிறையக் கலகலப்பான குழந்தைகளும் உறவுகளுமான குடும்பம். இங்கேயேதான் மீனாவின் வீடும் இருக்கிறது. நீலகிரியில் இருந்து வந்திருக்கிறாள்.

இவள் படியேறியதுமே, ஓடிவந்து வரவேற்கிறாள். "சித்தி ... எப்ப வேலூரிலிருந்து வந்தேள் ? அப்பா சொல்லிண்டே இருந்தார் . . ."

அன்பு மகளாக நெருங்கியவள். வெந்தயம் போட்ட தோசை மணக்கிறது. காபிஃபில்டரில் டிகாக்ஷன் இறங்கும் போதே ஒரே மணம்.

"நீங்க விஜயபுரத்தில் ஆஃபீசிலதான் இருக்கேளா சித்தி? நீங்க வந்தா இருக்கணும்னுதான் தெற்குத் தெரு வீட்டை ரெண்டாயிரத்துச் சொச்சம் குடுத்து வாங்கியிருக்கா. வீட்டை இப்ப பூட்டி வச்சிருக்கா. நீங்க பார்க்க வேண்டாமா?"

"உன் அப்பா எங்கே?"

"நேத்துத்தான் கும்மாணம் போனார். உங்களுக்குத்தான் தெரியுமே? புசுக்குன்னா ஸ்ரீமடத்துக்குப் போவா, சுவாமிகள் கூப்பிட்டனுப்பினாப்பல ... உக்காந்துக்குங்கோ சித்தி!"

மணி ஊஞ்சலில் உட்காருகிறாள். தட்டில் இலை வைத்து நெய்யொழுகும் சொஜ்ஜியைக் கொண்டு வருகிறாள் மீனா.

"என்ன இன்னிக்கு ?"

"நீங்க வரப்போறேன்னு இக்ஷிணி சொல்லித்து ... ஊட்டிக் குளிர் எனக்கு ஒத்துக்கல. இங்கதான் இருக்கேன். இன்னிக்கு என்னமோ தோணித்து. வெண்ணெய் காய்ச்சின நெய் இருந்தது. ரவை என்னமோ ரேஷன்ல குடுத்தான்னு மின்ன, ஊரிலேர்ந்து கொண்டுவந்தது இருந்தது. சித்தி வறுத்த ரவை தண்ணீர் சர்க்கரை நெய் எல்லாத்தையும் ஒண்ணாக் கலந்து அடுப்பில வச்சுக் கிளறிண்டே இருந்தா, கட்டிதட்டாம் பிரமாதமா வரது ...." என்று மீனா விடாமல் பேசுகிறாள். -

"மீனா, கட்டி தட்டாது. ஆனா முன்னமே சர்க்கரையைச் சேத்துட்டா அது வேகாது. சீரணமும் ஆகாது. வெந்தப்புறம் சர்க்கரை போடலாம். மனுஷா கண்ணை மூடுறதுக்கு முன்ன, அவர்கிட்ட என்ன இருக்குன்னு பாத்துவச்சிக்கறதுபோல அது?"

பேத்திப் பெண் அருகில் வந்து நிற்கிறாள்.

“ஏம்மா குழந்தே! உனக்கு லேஸ் போட்டு அனுப்பினேன். கடிதாசி போட்டேன். ஏன் பதிலே போடல நீ?”

“ஜெயிலுக்கெல்லாம் கடிதாசி போட்டா ஒழுங்காப் போய்ச் சேராதுன்னு அப்பா சொன்னார். ஆனா, தினமும் நினைச்சிண்டே இருந்தோம். ஏ கிளாஸ்தான். கஷ்டமில்லை. எல்லாம் மீனுக்கே இருக்கட்டும். எனக்கென்ன இனிமேல்னு சொன்னேளாம். அப்பா சொன்னார் .....”

இவளுக்குச் சர்க்கரையின் சூட்சுமம் புரிந்துவிட்டது.

“அம்மா! தாத்தா . .! தாத்தா வந்துட்டார்!”

“அப்பா, மணிச் சேத்தியார் வந்திருக்கார்..!”

“அத்திம்பேர்...”

“எப்ப வந்தே மணி! இப்பத்தான் கும்மாணத்தில பஸ் ஏர்றப்ப கேள்விப்பட்டேன் .... ஆமா, ஆத்தைப் போய்ப் பார்த்தியோ? ஒரு வெள்ளை அடிச்சுட்டு, ஓமம் பண்ணி நல்லது செஞ்சுண்டு போயிடலாம். இந்தக் கட்சி கிட்சி எல்லாம் இன்னமே உனக்கு என்னத்துக்கு?”

மணி அமைதியாகப் பேசுகிறாள்.

“நான் எந்த வீட்டுக்கும் போகப்போறதில்ல. எனக்குக் கடைசி வரையிலும் ஒரே இடம்னு தீர்மானமாயிட்டுதே!”

ஆம், கொஞ்சநஞ்சமிருந்த பத்தபாச உறவுகள் அனைத்தும் விடுபட்டுப் போகின்றன. சிறையில் இருந்து மற்ற தலைவர்கள் வெளியே விடுதலையாகி வருமுன், இவள் ஒரு பெருஞ்சக்தியாக மக்களைத் திரட்டுகிறாள். கட்சி அமைப்புக்கு காட்ட மருந்து நிதி, பழைய ஆணவ மிராசுகள், பகிரங்கமாகவே போலீசு ஆதரவுடன் பண்ணைக்காரர்களை நசுக்குகிறார்கள். குத்தகை ஒப்பந்தங்கள் காற்றில் பறக்கவிடப்பட்டிருக்கின்றன.

மணி மறுபடியும் உண்டியல் தூக்கிக்கொண்டு பழைய நண்பர்கள், ஆதரவாளர்கள் என்று நிதி திரட்டுகிறாள். மழை கொட்டும் ஒரு நாளில் பெருங்கடம்பனூர் போய்ச் சேருகிறாள். இவள் விடுதலையாகி வந்தபின் ஒருமுறை சென்றபோது குஞ்சம்மா ஊரில் இல்லை. படியேறிச் செல்லும் மணி, திகைத்து நிற்கிறாள். ஊஞ்சற் பலகையின் பக்கம்... குஞ்சம்மாளா? இவள் குஞ்சம்மாளா? அத்தனைக்கத்தனை உயரம் நிமிர்ந்து, விரித்த கூந்தல் சடைபோல் தொங்க நிற்பாளே?

குஞ்சம்மா, உன்னைப் பார்த்தால் மாரியம்மா, காளியம்மா, துர்க்கை நினைவு வருகிறது என்பாளே? இவளுக்கு என்ன ஆயிற்று? சிவபூசைப் பெட்டியை யாரோ சொன்னார் என்று நீ தூக்கிப் போட்டே? ஏன் அருகதை இல்லை? நானே சந்நியாசின்னா? 'ரமணரிடம் போய் உபதேசம் கேட்டேன், ஏன் ஸ்தீரி சந்யாசியாக இருக்கக் கூடாதா மணி?' என்றெல்லாம் வாதம் பண்ணுவாளே! இவளுக்கு என்ன ஆயிற்று? 'நீ இப்படிப் பேசுவதனால் தான் நான் உன்னிடம் வந்து பழக முடிகிறது குஞ்சம்மா!' என்று சொல்வாளே? இவளுக்கு என்ன ஆயிற்று? மொட்டைத் தலையும் முக்காடுமாக .... ஐயோ.... என்று பரிதவிக்கிறது மனம்.

"என்ன மணி இப்படிப் பார்க்கறே? என் வீட்டுல வியாசபூசை பண்ண வேணும். காவி என்னமோ அன்னிக்கே கட்டிண்டேன். துறவு காஷாயம்னா, முழுசாக இருக்கணு மில்லையா? இதையும் முழுசா... முழுமுழுக்கத் தொலைச்சிட்டேன். மணி, நீ சொல்லல? நான் மறுஜன்மமா, ஆண்னு நினைச்சிண்டு உலாவினாலும் இந்த நெத்திப் பச்சைக்கோடு உறுத்தறது. அதை என்ன செய்யிறதுன்னு தெரிலென்னு? எல்லாரும் ஆண்னு நினைச்சு, பெண்கள் பக்கத்திலேயே ஒட்டவிடல, ஆண்கள் மத்தியிலும் இக்கட்டா இருக்குண்ணு நீயே சொல்லி இருக்கல? அப்படித்தான் இதுவும். சந்யாசின்னு சொல்லிட்டு சடையும் தானுமா பிரும்ம ரக்ஷஸ்மாதிரி என்ன வேஷம்? ஒரு குழந்தை அப்படியே கேட்டுது. இப்படியானப்புறம் வியாசபூஜை கிரமமா நடத்தினேன் ..."

மணி எச்சிலைக் கூட்டி விழுங்கிக்கொள்கிறாள். வியாசர், வியாசர் யார்? அவர் துறவியா? அவருக்கும் காவிக்கும், மொட்டைத் தலைக்கும் என்ன சம்பந்தம்?

ஏதோ அக்கினிக் குண்டம் உள்ளே வெடித்த மாதிரி எரிச்சல் கிளர்ந்து வருகிறது. நெற்றிப்பச்சைக் கோட்டைப் பெயர்த்து எறிய வேண்டும் என்று, சிறை டாக்டரிடம் கூடக் கேட்டாள். அதெல்லாம் இங்கே சாத்தியமில்லை என்றார் அவர். வெளிப்புறச் சின்னங்கள்தாம் என்றாலும், அவை ஆளுமையைச் சிதைக்கப் பிணிக்கின்றன . . .

குஞ்சம்மாளின் வீழ்ச்சி இவளைப் பெரிதும் பாதித்து விடுகிறது. எதை எதையோ அவளிடம் பேசவேண்டும் என்று வந்தவள் நாவெழாமல் நிற்கிறாள், "மணி, நீ என்ன நினைக்கிறாய்னு புரிகிறது.. உன் பணம் இப்பவும் என்னிடம் கொஞ்சம் இருக்கு. உனக்கு எப்பத் தேவைன்னு சொல்லு . .."

அவள் பரிவாகத்தான் இருக்கிறாள். பேருதவியாக இருக்கிறாள். என்றாலும் இந்தச் சனாதனத்துக்குக் குஞ்சம்மா குனிந்து விட்டாளே?

இவள் மறுபடியும் பத்திரிகைக்குப் பணம் கட்டி, பிரசுரங்கள் வரவழைத்து, தொண்டர்களைத் தேடிச் சென்று உற்சாகமூட்டுகிறாள்.

மறுபடியும் வயல்கள் வரப்புகள் ஏறி இறங்கி, மனிதத் தொகுதிகளை ஐக்கியப்படுத்தும் விவசாயச் சங்கம், துப்புர வாளர் சங்கம் என்று ஊக்குவிக்கிறாள். கதிர் அரிவாள் சின்னம், கிராமப்புறங்களில் மீண்டும் தலை தூக்குகிறது.

இதே ஆண்டின் இறுதியில், சுதந்திர இந்தியாவின் முதல் பொதுத் தேர்தல் அறிவிக்கப்படுகிறது.

வயது வந்தோர் அனைவருக்கும் வாக்குரிமை!

முன்புபோல் பட்டம் பெற்றோர், நில உடைமையாளர் மட்டுமே வாக்களிக்கலாம் என்ற வரையறை இல்லை. தாழ்த்தப் பட்டோர், ஊமை, செவிடு என்று ஊனமுற்றவரானாலும், எழுத்தறியாதவர்களாக இருந்தாலும், அனைவரும் இந்தியப் பிரஜைகள். அரசைத் தேர்ந்தெடுக்கும் வாக்குரிமை அனைவருக்கும் உண்டு.

நிலப் பிரபுக்களாகக் கொடிகட்டிப் பறக்கும் காங்கிரஸ் பிரமுகர்கள் அனைவருமே தேர்தல் களத்தில் குதிக்கின்றனர். மணி, நாகையில் நடக்கும் கட்சியின் நிர்வாகக் குழுக் கூட்டத்தில் கலந்துகொள்கிறாள். இப்போது, இங்கே அமைக்கப் பெற்றிருக்கும் புதிய நிர்வாகக் குழுவில் உறுப்பினர்கள் அனைவரும் இவளைவிட வயதில் இளையவர்கள். இவளுடைய போராடி வந்த பின்னணி மற்றவர்கள் எவருக்கும் இல்லை. ஏனெனில் ஆண் என்ற ஒரு தகுதியே அவர்களுக்கு அடிப்படை உரிமை. இன்னும் பல தலைவர்கள் சிறையில் இருந்து விடுபடவில்லை. தலைமறைவாக இருப்பவர்களும் வெளிவரவில்லை. நில உடைமையாளர் சார்ந்த அரசு, பல தொண்டர்கள், தலைவர்கள் மீது சதி வழக்குகள் தொடுத்துக் கடுந்தண்டனைக்கு ஆளாக்கி இருக்கிறது. களப்பாள் குப்பு போன்றோரை, அநியாயமாகக் கொன்றும் ரத்தக் கறையேற்றிக் கொண்டிருக்கிறது.

காங்கிரசை எதிர்த்து, ஜனநாயகத் தேர்தலில் போட்டியிட முடிவு செய்த கட்சி, தேர்தல் களத்தில், நிலப் பிரபுக்களை எதிர்த்துப் போராட உறுப்பினர்களைத் தேர்வு செய்வது குறித்த ஆலோசனைக் கூட்டம் அது.

மணி, நாகைத் தொகுதியில் தன்னைத் தேர்ந்தால், போட்டியில் போராடி வெற்றி காணலாம் என்று தன் விருப்பத்தை வெளியிடுகிறாள்.

ஆனால்..? கொல்லென்ற அமைதிப்படுதா வீழ்கிறது.

அவளுடைய குரல் அங்கே எந்த உயிர்ப்பையும் தோற்று விக்கவில்லை.

நாகைத் தொகுதிக்கு ரயில்வே தொழிலாளர் யூனியன் பிரதிநிதி...

ரிஸர்வ் தொகுதிக்கு இன்னொரு தோழர் என்று முடிவு செய்யப்படுகிறது.

“கட்சிப் பணத்தைச் சாப்பிட்டவங்க அபேட்சகராக நிக்கிறதா?” என்ற முணுமுணுப்புகள் இவள் நெஞ்சில் இடியாய் மோதுகின்றன.

இவளுடைய கோரிக்கை நியாயம் என்ற வகையில் மனசாட்சியினால் உறுத்தப்பட்ட ஓர் இளைஞர், “அம்மாளை நன்னிலம் தொகுதிக்கு நிற்க வைக்கலாமே” என்று மெல்லக் குரல் கொடுக்கிறார்.

ஆனால் அதுவும் ‘கட்சிப் பணம்‘ என்ற முட்டலில் -அமுக்கப்படுகிறது, கூட்டத்தை விட்டு வெளியே வருகையில் செயலாளரான இளைஞர், “அம்மா, உங்கள் விருப்பம் நியாயம், ஆனால் உங்களைப் பதவிக்கு அனுப்பிவிட்டால், இந்தக் கட்சியை யாரால் கட்டிக் காக்க முடியும்? உங்கள் அணுகுமுறையும் மக்கள் நேசமும் யாருக்கு இருக்கின்றன? நீங்கள் கட்சியின் பெருஞ்சக்தி. அதனால் தப்பாக நினைக்க வேண்டாம் ...” என்று சமாதானம் கூறும் வகையில் பேசுகிறார்.

மணி உணர்ச்சியை விழுங்கிக் கொள்கிறாள்.

“பரவாயில்லை, நான் என் ஆயுள் உள்ள மட்டும், கட்சிக்கு உழைப்பதே விரதம் என்று கொள்வேன். எனக்குப் பதவி பெரிதில்லை. இதே தொகுதியில் நமது செங்கொடிச் சின்னம் வெற்றி பெறச் செய்வேன் ....” குடையை இடுக்கிக்கொண்டு அவள் தெருவில் இறங்குகிறாள். இத்தனை நாள்களாகக் ‘கதிர் அரிவாள்’ சின்னம், புலி வருகிறது, புலி வருகிறது என்ற ஒரு விளையாட்டுப் பாவனையில்தான் அச்சுறுத்தலாக இருந்திருக்கிறது.

ஆனால் புலி என்பது பாவனை அன்று, உண்மையிலேயே அது ஒரு வெற்றித் தத்துவம் என்ற வகையில் கதிர் அரிவாள் சின்னம் காங்கிரஸ்காரரிடையே ஒரு பீதியைத் தோற்று வித்திருப்பதை மணி உணருகிறாள். இந்தத் தேர்தல் களத்தில் குதித்திருக்கும் நிலப்பிரபுத்துவ ஆதிக்கங்கள் முழு மூச்சாகச் செயல்படுகின்றன. மணியின் உறவுக் கூட்டங்களின் அதிபர் களின் பண்ணையடிமைகளுக்கு அக்கினித் தளை போடுபவர்கள் இருக்கின்றனர்.

“ஏய் பயல்களா? மரியாதையா, எல்லாம் உழவு மாட்டுக்கு ஓட்டுப் போடுங்கள்! அதுதான் உங்களுக்குச் சோறு போடும் கட்சி. இல்லையோ, தொலைச்சிடுவோம் ...!” என்ற மிரட்டல்கள் அன்றாடம் அவர்களை நெருக்குகின்றன.

இன்னும் ஒருபடி மேலே சென்ற சில புண்ணியவான்கள், “ஓட்டுப்போடுகிறோம், அது இதுன்னு இந்த எல்லையைவிட்டு வெளியே போனீங்க? தொலைச்சிடுவோம் - ஜாக்கிரதை!” என்று சொல்லால் சூடு போடுகிறார்கள். ‘போலீசு’ என்ற சொல்லை உச்சரித்தாலே நாடிநரம்புகள் தளர்ந்து ஓய்ந்து போகும் மக்களை, உயிர்ப்பித்து எழுச்சிகொள்ளச் செய்ய வேண்டி இருக்கிறது ...

ஊர் ஊராக நடக்கிறாள்.

“அம்மா.... வாங்க ...!”

“ஏம்பா... நீ வில்வபடுகை இல்ல... கோபால் ...?”

“ஆமாம்மா, போலீசு எங்க எல்லாரையும் புடிச்சி அடிச்சுட்டே, மைல் கணக்காத் தெருத்தினாங்க.., இவுரு.... தலையில் அருவா கத்தி போல் குடுமி வச்சாங்க..!”

மணி கண்ணீர் மல்க நிற்கிறாள். உடம்பு முழுவதும் அந்தச் சின்னம் தரித்து, கட்சி மாநாடுகளில் வேடம் புனைந்து வந்த இளைஞரைப் பார்த்திருக்கிறாள். இவர்கள் இப்படிக் கேலியா செய்தார்கள்?

“தோழர்களே, இந்தச் சின்னம் உங்கள் நெஞ்சில் பதிந்திருக் கட்டும். இது உழவனின் சின்னம்; பண்ணை உழைப்பாளி, பாட்டாளிகளின் சின்னம். - பண்ணை அதிபர் முதலாளிகள் கொஞ்சம் பேர். நீங்கள் பல்லாயிரக்கணக்கில் இருப்பவர்கள், மனித சக்தி உங்களிடம் இருக்கிறது. ஒவ்வொருவரையும் எழுச்சி கொள்ளச் செய்யும் சின்னம். இது வெற்றிச் சின்னமாகட்டும் ...”

“தோழர்களே ! காங்கிரஸ் என்ற அமைப்பின் அஹிம்சைச் சாயம் இங்கே அழிந்துவிட்டது. இது கோர உருவத்தைக் காட்டிவிட்டது. மனித ரத்தம் குடிக்கும் மிருகம் என்று புரிந்திருக்கிறது. தோழர்களே! ஒற்றுமையே நம் பலம் செங்கொடிக்குக் கீழ் நின்று, நாம் இந்த ஒற்றுமை பிரதிக்ஞை எடுத்துக்கொள்வோம். வெற்றி பெற்றே தீருவோம் ...”

மறுபடியும் மணி ஓய்வு ஒழிச்சலின்றி வெறிபிடித்த நிலையில் இயங்குகிறாள். விவசாயத் தொழிலாளர் சங்கங்கள், துப்புரவாளர் சங்கங்கள், புகையிலைத் தொழிலாளர் சங்கங்கள், ரயில்வே தொழிலாளர் சங்கங்கள் எல்லாம் உயிர்ச்சூடுபிடித்து எழுகின்றன. அரிவாள் - கதிர்ச் சின்னச் செங்கொடிகள் கிராமக் குடில்களில், சேரிகளில் கோலோச்சுகின்றன... பண்ணைச் சேரிகளைச் சுற்றிப் போடப் பெற்றிருக்கும் அக்கினி வேலிகளை உடைக்கின்றனர். இரவோடு இரவாகக் குடைக்குள் கத்தியைச் செருகிக் கொண்டு பிணைவாசல், கமலாபுரம் என்று போகிறாள்.

காய்ந்த சருகுகள் மரங்களிலிருந்து உதிருவனபோல், இருளில் மெல்லிய குரல்கள் உயிர்க்கின்றன. பெட்ரோமாக்ஸ் தீவர்த்தி ஒளிகளும் கூட இல்லை.

“நாகப்பா.! உனக்குச் சொல்ல வேண்டாம். காங்கிரஸ் ஆட்சிக்கு வந்தா எப்படி இருக்கும்னு புரிஞ்சிட்டிருப்பீங்க. கோட்டை மீறி எப்படியானும் ஓட்டுப்போட வாய்க்கணும் .... உம் பொறுப்பு..!”

“அதெல்லாம் நான் பாத்துக்கறேம்மா..!”

“ஓட்டுப் போடுறது உங்க உரிமை. அவங்க உங்களைத் தடுப்பது மிகப் பெரிய குற்றம். உங்களை நெல் திருடினான், தேங்கா திருடினான்னு அடிக்கிறாப்போல இல்ல, அதுனால . நீங்க பயப்பட வேண்டாம். பின்னால நான் பாத்துக்கறேன் ...!”

லோட்டாவில் அம்மாளுக்குப் பால் கொண்டு கொடுத்து உபசரித்து, பாதி வழி துணை செல்கிறான் நாகப்பன்.

தேர்தல் ... சுதந்திர இந்தியாவின் முதல் தேர்தலில், தமிழ் நாட்டின் நெற்களஞ்சியம் என்று போற்றப்படும் தஞ்சையில் நிலப்பிரபுத்துவக் கோட்டை பரபரவென்று சரிகிறது. கதிரரிவாள் சின்னம் ..... பாட்டாளி மக்களை நெஞ்சம் நிமிரச் செய்து, வெற்றிச் சின்னமாக மிளிருகிறது.

மணி, ஆனந்தக் கண்ணீர் சொரிகிறாள். இவள் பாடுபட்ட அபேட்சகர், தலைமறைவு நிலையிலிருந்தே வெற்றிமாலை சூடுகிறார்.

29

நாகைக்கு வந்தாலே, மணிக்கு இப்போது, குஞ்சம்மாளை நினைத்து ஒரு தொய்வு ஆட்கொள்கிறது. பெண் ... பெண் ஒரு கருவி; செக்குமாடு. இவள் தொழுவத்தில் கட்டப்பட்டு வேண்டும் என்றபோது அவிழ்த்துக் கொண்டு போகப்படும் பிராணி ... குஞ்சம்மாளை நினைத்த தொய்வுதானா?

ஏனிப்படித் தோன்றுகிறது? வெற்றியைத் தேடிக் கொடுத்திருக்கிறாள். ஆனால், வெற்றி விழாக்களில், இவளுக்கு என்ன பங்கு இருக்கிறது?

...சே, இது பிற்போக்குத்தனமான சோர்வு.

புரட்டாசி மாசத்து வெயில் சுரீலென்று விழுகிறது.

அச்சகத்தில், தோழர் சிங்காரவேலு இருக்கிறார், “வாங்கம்மா, இப்பதான் உங்களைப் பத்திச் சொல்லிட்டிருந்தேன் ! நூறு வயசு..!”

"அப்படியெல்லாம் சபிக்காதீர்கள் தோழர்! செங்கொடி வெற்றி பெறணும்னு நினைச்சேன், வெற்றி கிடைத்ததுமே நம் வேலை முடிஞ்சுபோச்சு."

"என்னம்மா நீங்க இப்படிச் சொல்றீங்க? வேலை எங்கே முடிஞ்சிச்சி? இப்பத்தான் ஆரம்பம். பொதுவுடைமைக் கட்சி, பதவியைப் பிடித்ததும் அப்படியே நிற்க முடியுமா? அது ஒரு மக்கள் இயக்கம். அது தேங்கலாமா? நீங்கள் இன்னிக்கு மக்கள் மத்தியில் ஒரு பெருஞ்சக்தி, ஓயக்கூடாது."

"இல்லை தோழர், விளக்கில் எண்ணெய் இருக்கும் வரையிலும் சூழலைப் பற்றிப் பயம் இல்லை. எண்ணெய் குறைந்துவிட்டால், ஒரு சின்னக் காற்றின் அசைவுகூட சுவாலையை அணைத்துவிடுமோ என்ற நடுக்கம் தோன்றுகிறதே, அது போல்தான்."

"அம்மா, உங்களுக்குத் தெரியாததில்லை, இன்னிக்கு இந்தத் தஞ்சாவூர் ஜில்லாவில், பழிவாங்குறாப்போல், எல்லா மிராசுகளும் அவனவன் கீழுள்ள ஆட்களை, நிலத்தைவிட்டு வெளியேற்றுவதில் கண்ணாக இருக்கு. அரிசி ரேசன், ஆறவுன்சோ, நாலவுன்சோன்னு ஒரு கன்ட்ரோல் முறை இருந்தது. இப்ப அதுவும் போயிட்டுது. திண்டாடுறாங்க. இது வெற்றியாம்மா? சுப்பிரமணியம் கமிட்டி, முடிவு செஞ்சி அறுபது, நாப்பதுன்னு தீத்திருக்கு. எந்த மிராசு குடுப்பான்? நீங்க கிள்ளுக்குடி என்ன, ராஜபுரம் என்ன, வலிவலம் என்னன்னு ஓடி ஓடிச் செங்குடி சங்கங்களைக் கட்டி ஓட்டுப்போட வச்சீங்க, ஓட்டுப் போட்ட குத்தத்துக்காக அவங்க வதைபடு படலம் ஆரம்பமாயிடிச்சி. நீங்க ஓஞ்சுட்டா அப்புறம் என்ன ஆவுறது?"

நெஞ்சு கனத்துப் போகிறது

"சாகும்வரையிலும், என் இறுதி மூச்சுள்ளவரையிலும் இந்த இயக்கம், உழைப்பாளி உரிய பங்கைப் பெற வேண்டும் என்பதற்காகப் போராடும் இயக்கம். இதை விட்டுவிட மாட்டேன்..." என்று சொல்லிக் கொள்கிறாள்.

"அம்மா, சாப்பிட்டீங்களா? இல்லையே? உள்ளே சாப்பாடு வந்திருக்கு!"

மணி ஆறுதலடைகிறாள். முகம் கழுவிக்கொண்டு, உள்ளே செல்கிறாள்.

எலுமிச்சை, தயிர் - கலந்த சாதங்கள்.

"தோழர், எலுமிச்சை பித்தத்துக்கு நல்ல ஆரோக்கியம். இப்ப .... எனக்கு உங்கள் பேச்சே எலுமிச்சையாக இருக்கு. உங்களுக்கு ரொம்ப வந்தனம்!"

சாப்பிட்டு முடிந்தபின் புத்தகங்களைப் பற்றிப் பேசுகிறார்கள். ஜனசக்தி நிதி திரட்டப்படும் நாட்கள்... மக்கள் மத்தியில் புதிய தத்துவங்களைப் பரப்பும் கதைகள் நிறையச் சேரவேண்டும். எப்படி?

"அம்மா, இப்போதுகூட, மாக்ஸிம் கார்க்கியின் கதைகள் - அமரசிருஷ்டி - அவற்றில் சிலவற்றைத் தமிழில் மொழிபெயர்த் திருக்கிறேன். 'பெற்ற தாய் - பிறந்த பொன்னாடு' என்ற தலைப்பில், ஆனால், புத்தகம் போட்டுப் பணம் பண்ண முடியாது. எப்படியோ போடலாம் என்றால், பொருளுதவி இல்லாமல் ஒன்றும் ஆகிறதில்லை ... எங்கே திரும்பினாலும் நெருக்கடி...

"தோழர், இந்தத் தொண்டு நிச்சயம் செய்தாக வேண்டும். நான் எப்படியானும் முயற்சி செய்கிறேன்...."

அவர் குறிப்பிட்டது உண்மைதான். மிராசுதார் அடக்கு முறைகள், அலையலையாக இவர்களை வீழ்த்த நெருக்குகின்றன.

வலிவலம், கீவளூர், கிள்ளுக்குடி என்று இவள் ஓடி ஓடிப்போய்க் களத்தில் நிற்கிறாள்.

ஒப்பந்தக்கூலி கிடையாது; நாற்பதாவது, அறுபதாவது! என்று விரட்டியடிக்க வெளியாட்கள் கொண்டு வரப்படுகின்றனர். "தோழர்களே! வெளியேறாதீர்! ஒன்றுபடுங்கள்! நாம் உயிருள்ளவரை போராடுவோம்! உரிமை கிடைக்கும் வரை ஓயமாட்டோம்!"

துப்பாக்கிச் சூட்டில் இறந்துபோன வீரன் மகனைப் புதைத்துவிட்டு மீண்டும் போராட்டத்தைத் தொடர்கிறார்கள்.

அந்த ஆண்டில், புயல் நாகையைத் தாக்குகிறது. ஏன்? தஞ்சை ஜில்லாவின் பெரும் பண்ணைகளே வெள்ளக் காடாகின்றன. தென்னை, வாழை அடியோடு நாசமடைகின்றன. சாலைப் புளியமரங்கள் ஒன்றுகூட நிற்கவில்லை. குடிசைகள் வெள்ளக் காடாகி, மக்களைச் சின்னாபின்னமாக்கி அலையச் செய்கிறது.

மணி, இந்தச் சூழலில், சீர்திருத்தப் பணியில், உழைப்பாளி களுக்கு நியாய ஊதியம் பெற்றுத் தர முன்நிற்கின்றாள்.

"ஏம்ப்பா? உங்க ஊரில சங்கம் இருக்கா? நியாயக்கூலி இல்லாமலா வேலை செய்யிறீங்க ..?"

*... மின்ன இருந்திச்சி. அம்மா கட்னீங்க. இப்ப அல்லாம் பூடிச்சி... வெள்ளம் வந்திச்சா.? அல்லாம் பண்ணையாளுன்னு இப்ப ஒண்ணும் இல்ல..? எங்க வேணா வேலைக்குப் போயிக்கறாங்க!"

"ஏம்ப்பா, கூட்டி வச்ச வேப்பங்கொட்டயா சங்கம்ங்குறது? எல்லா ஆளுகளும் சேர்ந்து செங்கொடிச் சங்கத்தைக் கட்டுங்கப்பா." அவன் மவுனம் சாதிக்கிறான்

"ஏம்ப்பா...?"

"சங்கம்னா காசுவோணுங்க; சந்தா குடுக்கமாட்டம்ங்கறாங்க..."

"என்னப்பா சந்தா? வருசத்துக்கு சோடிக்கு - ஆணுக்கும் பெண்ணுக்குமா நாலணா. இது குடுக்க முடியாதா?"

"குடுக்கமாட்டம்ங்கறாங்க. அவவ ஓரணான்னா ஓரணாங் குறான்?"

மணி சிறிது யோசனை செய்கிறாள்.

"சரி, வருசத்துக்கு சோடிக்கு ரெண்டணாத் தாங்க, போதும். சங்கத்தைக் கட்டுங்க! நான் வர புதங்கிழமை கொடி கொண்டாந்து ஏத்தி வைக்கிறேன்..! அம்பது பேருக்குக் குறையாம இருக்கணும்!"

இது புதிய விறுவிறுப்பைக் கொண்டுவருகிறது.

மணி அச்சகத்தில் ரசீது புத்தகம் அச்சடித்து, ஊர் ஊராகத் தானே சென்று சங்கங்களை முறையாக நிமிர்த்துகிறாள். வாய்ப்பேச்சு இல்லாமல் கூட்டம், தீர்மானம், கோரிக்கை என்று ஒழுங்கு கற்பிக்கிறாள்.

இந்தக் கிராமச் சுற்றுப் பயணங்களில், புதிய விறுவிறுப்பில், சில அடிப்படை சமாசாரங்கள் இவளுக்குக் குறுக்கே வரவில்லை.

திருவாரூரில், இவள் அலுவலகத்தில் குழு உறுப்பினர் ஒருவர் வந்து உரத்துக் கேட்கிறார்.

"என்னம்மா, நீங்க செய்யிற வேலை? இது கட்சித் துரோகம் இல்லை?"

மணி, ஜனசக்திப் பிரதிகளுக்கு மறுபடி பிரதிநிதியாக இருந்து வரவழைக்கிறாள். கோவிந்தராஜன், பக்கிரி என்று இரு இளைஞர்கள் ரயிலடியில் சென்று வாங்கி அவற்றைச் சந்தாதாரருக்கும் மற்ற வாடிக்கையாளர்களுக்கும் விற்றுவிட்டு வருகிறார்கள்.

முதல் நாள் பிரதியை அவள் பார்த்துக் கொண்டிருக்கையில் இடியாக 'கட்சித் துரோகம்' என்ற சொல் முட்டுகிறது.

"என்ன சொல்கிறீர்கள் தோழர்?"

"நீங்க கட்சி நிர்வாகக் குழுவினரைக் கலந்தாலோசிக்காமல் எந்த முடிவையும் எடுக்க முடியாது என்று தெரியாதா? பதவி கிடைக்கலேங்கற ஆத்திரத்தில், நீங்க கட்சியை ... நீங்களே பிராபல்யம் பெற பிளவு பண்ண முடிவு எடுத்திருக்கிறீங்க?"

இவள் திகைத்துப் போகிறாள்.

"நான் என்ன முடிவு செய்துவிட்டேன், தோழர்?"

"சோடிக்கு ரெண்டணா சந்தான்னு யாரைக் கேட்டு முடிவு செய்தீங்க? ஏற்கெனவே கட்சிப் பணம் போனதுக்கு உங்ககிட்ட சரியான விளக்கம் இல்ல. உங்க சொந்தப் பணம் தங்கி, வீடு வாங்கியிருக்கிறீங்க! கட்சிப் பணம் மட்டும்..."

அடி வயிற்றில் கத்தி சொருகப்பட்டாற்போன்று துடிதுடித்துப் போகிறாள்.

என்றாலும், இவள் சத்தியம், இவள் விவேகம், இவள் முதிர்ச்சி, இவளை அமைதியாக வைக்கின்றன.

"உங்கள் இஷ்டத்துக்கு நீங்கள், ஆட்களை உங்கள் பக்கம் சேர்த்துக் கொள்ளுறீங்க .... இது பெரிய துரோகம்!"

"தோழர் ... நிதானமாகப் பேசுங்கள். துரதிஷ்டவசமாக நான் அந்தப் பணம்பற்றிப் பேசும் நிலையில் இல்லை. எனக்கென்று ஒரு பணமும், சொத்தும் நான் வைத்துக்கொள்ளவில்லை. என் சொத்தே என் சத்தியமும், நான் உழைக்கும் இந்த இயக்கமும்தான் உழைப்பாளிகளை, விவசாயிகளைப் பண்ணை முதலாளிகள்தாம் வயிற்றில் அடிக்கிறார்கள். அவர்களை எந்தக் காரணம் காட்டி சங்க ஒற்றுமையைக் குலைக்கலாம் என்று கண்ணி வைக்கிறார்கள். நாமும் கட்சி என்ற முறையில் அவர்களை நிர்ப்பந்தப்படுத்தலாமா? நம் குறிக்கோள் சங்க உணர்வைச் சிதையாமல் காப்பாற்ற வேண்டும்..." -

"அதற்காக உங்கள் இஷ்டப்படி முடிவு செய்வதா? அது கட்சி மேலிடம் தீர்மானம் செய்யும் விஷயம். தனிப்பட்டவர் கருத்து இங்கே குற்றம்தான். கட்சி விதிக்கு விரோதமாக நீங்கள் செயல்படுறீங்க?

"அப்படியானால் மக்களை இயக்கத்தில் இணைப்பது முக்கியமில்லையா? கட்சி விதி .... அதுதான் முக்கியமா? வேலி பயிரை மேய்ந்தால், அதைத் தூக்கி எறிவேன் நான் !"

இவளும் பொங்கித்தான் வெடிக்கிறாள்.

ஆனால், இந்தக் கத்திக் குத்தல் போன்ற தாக்குதல் புரையோடிப் போவது தெரியாமல், இவளைத் தனிமைப்படுத்தும் போக்குகள் தொடருகின்றன. ஏற்கனவே இவள் சொந்தபந்தங்கள், இடைநிலை வருக்கப் பெண்கள் என்று அன்னியப்படுத்தப்பட்டவளாக இருக்கிறாள். கட்சி சார்ந்தும் இவள் - அன்னியப்பட்டுப் போவது வெளிக்குத் தெரியாமலே தொடருகிறது. அவள் தானாக அண்டிய தனித்துவம், தன் சுயமதிப்புக்காக, தற்காப்புக்காகத் தேடிக் கொண்டது. அந்தத் தனித்த ஆளுமையில் கவரப்பட்ட ஆயிரமாயிரம் ஏழை

உழைப்பாளர்கள், அவளைத் தன்னிகரில்லாத் தலைவியாக ஏற்றுக் கொண்டிருக்கிறார்கள்.

"மணியம்மா! எங்க ஊருக்கு வாங்க! எங்களுக்கும் உங்க சங்கத்துல சேரணும், செங்கொடி குடுங்க!" என்று இவள் செல்லுமிடமெல்லாம் மக்கள் மொய்க்கின்றனர். "என்னப்பா பக்கிரி? படிப்பை மேலே தொடராமல் என்னிடம் வேலை குடுங்கன்னு வரியே? உன்னைத் திருச்சி ஆஸ்டலில் சேர்க்கச் சொல்லட்டுமா?..." .

"அம்மா, உங்க கூடக் கொஞ்ச நாளேனும் இருக்கேம்மா! என்ன வேலைன்னாலும் குடுங்கம்மா!"

இந்த இளைஞர்களுக்குத்தான் இவளிடம் எவ்வளவு நம்பிக்கை !

அவன் காலையில் ரயிலடிக்குச் சென்று, ஜனசக்தி இதழ்களைப் பெற்று, வாடிக்கையாளரிடம் கொடுத்துக் காசு வாங்கிக் கொண்டு பத்துமணி சுமாருக்கு அம்மாவின் இருப்பிடத்துக்கு வந்தால், காலை உணவு தோசையோ, உப்புமாவோ அம்மா கொடுக்கிறாள். பிறகு அவனைக் கட்சிச் சங்க அலுவலாக எங்கு அனுப்பினாலும் சென்று திரும்பி விடுகிறான்.

அம்மாவின் அலுவலகத்தில்தான் படுக்கை.

இன்னோர் இளவல் தியாகராசன். இவன் பொது வுடைமைக் கட்சியைச் சேராத, திராவிட முன்னேற்றக் கட்சி இளைஞன், அம்மாளிடம் மிகுந்த அபிமானம். அம்மாள் பொதுவுடைமைப் பிரசார வெளியீடுகளை எங்கே கொண்டு செல்லப் பணித்தாலும் ஓடி வந்து ஒட்டிக்கொள்கிறான். இவளுடைய மனிதாபிமானத்துக்குக் கட்சி, சமயம், இனம் எதுவுமே கிடையாது. திராவிடக் கட்சியில் ஈடுபாடு கொண்டதால் ஜமா அத்தை விட்டு விலக்கம் பெறும் முஸ்லிம் அன்பர் அம்மாளிடம் வந்து ஆலோசனைக் கேட்டுப் பழகுகிறார்.

"அம்மா...!" என்றழைத்துக்கொண்டு அன்று காலை வில்வனம்படுகை கோபால் வருகிறான்.

"என்னப்பா கோபால், என்ன சமாசாரம்?"

"பட்டாமணியம், அதாம்மா மணலூரு பட்டாமணியம் போயிட்டாரு...!"

"என்னது...? சொக்கலிங்கம்மா? சின்ன வயசு; நல்லாத்தானே இருந்தான்?"

"... ஆமாம்மா .... பந்தநல்லூரில... தொடுப்பா இருந்த பெண்ணு வீட்டில் என்னமோ சாப்பிட்டாராம். பலது சொல்லிக்கிறாங்க. பிளசர் வச்சிக் கொண்டாந்திருக்காங்க."

"அட ..... பாவி ...."

இவளை எப்படி எதிரிட்டுக் கொண்டு தனக்கு நிகரில்லை என்று நடந்தான். 'நீ உன்னாலானதைப் பார்ப்பியோ? சல்லிக் காசு பேராது!' என்று அவன் பேசிய பேச்சுகள் ஒலிக்கின்றன.

பிறர் உழைப்பில் உண்டு கொழுத்த சதைப் பசிக்கு எத்தனை பெண்கள் இரையாயிருப்பர்? ...

அவன் இளம் மனைவி ... உறவினர் ..., "இரப்பா, கோபால், நானும் வரேன் ! சாவு வீட்டுக்குப் போகணும் !"

அன்று கோபாலும் அவளும் பேசிக்கொண்டே ரயிலில் அடியக்கமங்கலத்தில் இறங்கி, மணலூருக்கு நடந்து செல்கிறார்கள்.

30

1953, ஏப்ரலில், மன்னார்குடியில், தமிழக விவசாயிகள் சங்கத்தின் 3வது மாநில மாநாடு கூடுகிறது. இந்த மாநாடு கூடுவதற்கு முன்பே, மணி பொது இயக்கத்திலிருந்து தான் அன்னியப் படுத்தப்பட்டுவிட்டதை உணர்ந்திருக்கிறாள்.

ஆனால், அவளுடைய மக்களில் எவருக்கேனும் இந்த மேலிடத்தின் போக்குத் தெரியுமோ? இது மிக நுட்பமான நரம்போட்டம்.

"எங்களுக்கு மணியம்மா கட்சிதா வோணும். நாங்க அதில் சேர்ந்திட்டோம் ...?"

"அதென்ன மணியம்மா கட்சி?"

"செங்கொடிக் கட்சி .... அதுதா மணியம்மா கட்சி. சோடிக்கு ரெண்டணாச் சந்தா ..."

இந்த அலையை எவராலும் தடுத்து நிறுத்த முடியவில்லை.

"அது என்னடா மணியம்மா கட்சி? ஆட்டுப் புழுக்கை கட்சி ?"

"ஓரடிக்குத் தாங்காது! மரியாதையா எல்லாம் காங்கிரசில சேர்ந்து நாயமா இருங்க!" என்று உள்ளூர் காங்கிரஸ் தலைவர் கள் பண்ணையாள்களை மிரட்டுவதையும் மணி அறிகிறாள்.

ஆனால், மணி, மக்களையும், தன் இலட்சியங்களையும் தவிர வேறு எந்தப் பேச்சையும் போக்கையும் பொருட்படுத்தாதவளாகச் செயல்படுகிறாள். ஜனசக்திக்கு மட்டுமின்றி, சோவியத் நாடு, மற்றும் சோவியத் நாட்டில் வெளியாகும் குழந்தைப் புத்தகங்கள் உள்ளிட்ட பல பிரசுரங்களையும் வரவழைத்து விற்பனை செய்யப் போகிறாள்.

எந்தக் கூட்டமானாலும் தயங்குவதில்லை. பாபநாசமா; ராதாநல்லூரா? வெண்ணைத்தாழி உற்சவமா! இளைஞன் தியாகராசனுடன் கட்டுக்களைத் தூக்கிக் கொண்டு கிளம்பி விடுவாள்.

'ஓரணாத்தான். வாங்கிப் படியுங்கள்? புதிய செய்தி? புதிய அறிவு. தான்யா, வீரமங்கையின் கதை ...' என்று இவள் புத்தகப் பிரசுரங்களை வைத்துக்கொண்டு விற்பது சாதாரணக் காட்சியாகிறது.

முன்பெல்லாம் எந்தக் கூட்டமானாலும், இவள் பேசாமல் அது நிறைவு பெறாது. "இப்போது தோழியர் மணியம்மை பேசுவார்!" என்று அறிவிப்பதை எதிர்பார்த்து மக்கள் இருப்பார்கள்.

"ஆம்பிள மாதிரியப்பா, பொம்பிள பேசுறாங்க!" என்று பார்ப்பார்கள், "மணி அம்மா! நம்ம மணி அம்மா!" என்று கீழ்வருக்கம் பூரித்துப்போகும். போலீசும் கூட. இவள் பேசும் கூட்டத்தை விலக்குவதில் தீவிரம் காட்டியதில்லை. அத்தகையவளுக்கு, இன்று மாநாட்டில், பிரதிநிதித்துவம் மறுக்கப்படுகிறது. பண்ணையாள் பாதுகாப்புச் சட்டமா? வார உரிமைப் பிரச்சினையா? எதுவானாலும் கீழ்மட்டத்தில் அடிவரையில் உழலும் மக்களின் உணர்வோடு ஒன்றி அவற்றைப் பரிசீலனை செய்யும் தகுதி அவளைவிட வேறு எவருக்கு உண்டு? இவள் 'நடுவாள்' முறையை ஒழிக்க முன்வந்து உழைப்பவர் பக்கம் நின்றபோது, இவளைச் சேர்ந்த காங்கிரசே இவளைத் தாக்கி எறிந்தது.

"பொதுவுடைமையில் ஜனநாயகத்துக்கு ஏது இடம்?" என்று அந்நாளில் இவளைப் பலரும் துருவியிருக்கிறார்கள். இந்நாளில் காங்கிரஸ் தன் செல்வாக்கு, அதிகாரம் அனைத்தையும் பிரயோகித்து, பண்ணையாட்களைச் சிறிது சிறிதாகத் தங்கள் பக்கம் கவர முயலுகிறது. அவர்களை எதிர்த்து, ஏழை உழைப்பாளிகளின் உரிமை உணர்வை ஒன்றுபட்ட சக்தியைத் தோற்றுவிக்க, ஓர் அற்பமான சந்தாக் குறைப்பு... இதை ஒத்துக்கொள்ளக் கூடாதா மேலிடம்?

"ஓ, நீங்கள் கையாண்ட யுக்தி சரியே அம்மா. நாம் கூட்டத்தில் இதுபற்றித் தீர்மானம் நிறைவேற்றுவோம். நம் கட்சிக்கு இது ஊக்கச் சக்தியாகும்..." என்று ஏன் இவர்கள் சொல்லவில்லை?

மாறாக... மாறாக... இவளுக்குப் பிரதிநிதித்துவம் இல்லை. ஏன்... ஏன்?

காலம் காலமாக 'தான்' என்று ஆதிக்கச் சிந்தனையை வளர்த்து வந்திருக்கும் ஆண் வருக்கம், அங்கே பெரும்பான்மை.

இவள் சிறுபான்மை இனத்தில் பட்ட பெண். எந்தப் பக்கமும் ஆதரவின்றி அன்னியப்படுத்தப்பட்டவள்.

வெளியே காட்டிக்கொள்ளாமல் மாநாட்டுப் பந்தலுக்கு வெளியே பிரசுரங்கள் விற்கிறாள். சில்லறையை எண்ணிப் போட்டுக்கொள்கிறாள்.

இந்தக் கட்சி அமைப்பு, விதிகள், கட்சி ஒருமைப்பாடு அனைத்துமே, இரகசிய ஆணைகளின் வலிமையில் நிலை நிற்பதாகும்.

உங்கள் கட்சியில் மனித மதிப்பு தனிமனித நிலையில் துடைக்கப்படுகிறது என்று அவளிடம் எத்தனை பேர் வாதாடி இருக்கிறார்கள்? தனிமனிதர்களை அமுக்கி வெறும் இயந்திரங் களாக்கும் அமைப்பா இது? மனித சக்தியை ஒன்றிணைக்கச் சில விதிகளும் கட்டுப்பாடுகளும் கடுமையாக இருக்கவேண்டியதவசியம் என்றாலும், மனிதாபிமான வேரையே அது பதம் பார்ப்பது சரிதானா ..?

இல்லை.... இல்லை.... இவளை அன்னியப்படுத்தித் தூக்கியெறியும் இந்தப் போக்கு, இவள் ... இவளாக இருப்பதால் தான்.

கட்சியின் உயிர்மூச்சாக, அது நலிந்த நிலையிலும் கட்டிக் காத்த அவளுக்கு இந்தத் தண்டனை சரிதானா ..?

இத்துணை குமுறல்களையும் அவள், அந்தப் பெரிய கூட்டத்தின் ரகசிய அரண்களை உடைத்துக்கொண்டு வெடிக்க முடியும்.

அது... கட்சியின் புனிதமான இலட்சியத்தை மாசு படுத்திவிடும்.

ஏற்கெனவே நிலப் பிரபுத்துவமும் முதலாளித்துவமும்; இந்தக் கட்சியின் மீது வன்முறை உயிர்க்கொலை வண்ணங்களைப் பூசி, இளைஞர் பலரையும் இந்த அமைப்பில் சேரா வண்ணம் தடுத்துக் கொண்டிருக்கின்றன. எனவே, மணி பொறுக்கிறாள்.

மாலையில் பொதுக்கூட்டம், இரவில் சில நிகழ்ச்சிகள். 'தான்யா' நாடகம் அரங்கேறுகிறது. சோவியத் வீராங்கனை தான்யாவாக ருக்மணி நடிக்கிறாள்.

ருக்மணி ... "காம்ரேட்! உங்களுக்கு ஒண்ணுமில்லை; உடம்பு சரியாகிப் போகும். உங்கள் ... இலட்சியம் வீணாகாது..!" என்று சொல்லி அமுதமாக ரசம் சோறு கரைத்துக் கொண்டு வந்த சகோதரி; நாடகம் முடிந்ததும் மேடையேறிச் சென்று அவளைத் தழுவிப் பாராட்டுகிறாள்,

"ருக்மணி, அற்புதமாக நடித்தீர்கள்..."

கண்ணீர் மல்க, உணர்ச்சிமுட்ட, பேச நாவெழாமல் நிற்கிறாள்.

இந்த மாநாட்டில் வரலாறு காணாத அளவு மிகப் பெரிய பேரணி நடக்கிறது. விவசாய சங்கங்கள் ஒவ்வோர் ஊராக அணி அணியாகத் திரண்டு நிற்கிறார்கள். மணி எத்தனையோ பேரணிகளில்

பங்கு கொண்டிருந்திருக்கிறாள். மதுரைத் தொழிற்சங்க மாநாட்டில் இவளுக்குத்தான் எத்தனை புகழும் பெருமையும் செல்வாக்கும் இருந்தன? கூட்டத்தில் பெண்கள் அணியில் இவள் கோஷமிட, கேரளத்தில் இருந்து வந்த தோழர் ஒருவர் இவளை ஆணென்று நினைத்து, 'இந்தப் பக்கம் வாருங்கள்!' என்று கத்தியபோது எழுந்த சிரிப்பலை!

ஆனால், இன்றும் இவளுடைய தொண்டர்களாகிய செல்லப்பிள்ளைகள் இவளைத் தலைவியாகத்தான் கருதி நீண்ட அணியாக நிற்கின்றனர். 'செங்கொடி வானில் பறக்கட்டும்! புரட்சி ஓங்குக! பாட்டாளிகளின் உரிமையைப் பறிக்காதே! உழவனின் உரிமையைப் பறிக்காதே!' என்ற கோஷங்களுக்கு இடையே 'தோழியர் மணியம்மை வாழ்க!' என்றும் முழங்குகிறார்கள்.

இவளோ, 'உழவருக்கும் தொழிலாளிக்கும் நியாயம் செய்! உரிமைகளைப் பறிக்காதே! ஒற்றுமை ஓங்குக! உலகத் தொழிலாளர்களே, ஒன்றுபடுவோம்!' என்ற கோஷங்களை முன்வைத்து நடக்கிறாள்.

○

31

"வாய் கசந்து, ரொம்பப் பித்தமாக இருக்கு; தலை சுத்தறது. எதானும் மருந்து குடப்பா!"

"சொல்லி அனுப்பினால் நான் வரமாட்டேனா மணி? எதற்கு நீ முடியாமல் இங்கே வரணும்?"

"...ஒரு நாலெட்டுக்கூட இல்ல, இது ஒரு முடியாமையா? டெயிலர்ட்ட ஒரு பெரிய பை தைக்கச் சொல்லிக் குடுத்திருந் தேன். அதை வாங்கிட்டுப் போக வந்தேன். அப்படியே உன்னிடம் மருந்தும் வாங்கிக்கலாமேன்னு நுழைஞ்சேன்!"

இவள் வட்டமான ஸ்டூலில் உட்காருகிறாள். தலை கனமாக இருக்கிறது. இரவில் நல்ல உறக்கம் வருவதில்லை. உறங்கினாலும் உருப்படியில்லாத கனவுகள்.

டாக்டர் இவள் இரத்த அழுத்தத்தைப் பரிசோதிக்கிறான். "உனக்கு பிரஷர் இருக்கு மணி, பேசாம எல்லாத்தையும் விட்டுட்டு ரெஸ்ட் எடுத்துக்கோ ..."

"இராத்திரி போட்டுண்டு கொஞ்சம் தண்ணீர் குடிச்சிட்டுப் படுத்துக்கோ..." என்று மருந்துப் பொட்டலமும் டானிக்கும்

தருகிறான். சூசகமாக எல்லாம் “விட்டுடு” என்கிறான்; உறவு முறையில் சகோதரன் ஆக வேண்டும்.

எல்லாம் என்றால் எதை எப்படி விடுவது?

புதிதாகத் தைத்த பை பெரிதாக இருக்கிறது. ஒரு விரிப்பு, ஒரு செட் உடை எல்லாம் தாராளமாகக் கொள்ளும். இரவு நன்றாகத் தூங்குகிறாள்.

பையில் சமக்காளம், போர்வையை மடித்து இவள் வைப்பதைப் பார்க்கும் வண்ணம் தியாகராஜன் படியேறி வருகிறான்.

“அம்மா, எங்கே கிளம்புறாப்பல?”

“ஏம்பா, தியாகராஜன்? என்ன, விசேஷம் எதானும் உண்டா?

“ஆமா, லால்குடில மகாநாடு -...”

“என்ன மகாநாடு? இந்தி எதிர்ப்புப் போராட்டமா?”

“இல்லம்மா.... பல பிரச்சனைகள் ...”

மணி ஒருகணம் மவுனமாக நிற்கிறாள்.

அதே நாளில்தான் நாகையில் இவர்கள் கட்சி மாநாடு நடக்க இருக்கிறது. இவள் மீது நடவடிக்கை எடுத்து... அதிக பட்ச தண்டனை கொடுக்கும் தீர்மானம்...

“ஏம்பா, உங்க மாநாட்டிலும் கூட்டம் நிறைய இருக்கு மில்லையா?”

“ஆமாம்மா! நேரு, தி.க. - தி.மு.க. வித்தியாசம் கூடத் தெரியாமல் பொதுப்படையா நான்சென்ஸ்னு சொன்னாரே, அதைக் கண்டனம் செய்யறது முக்கியம்... அரசியல் நட

“நம்ம பிரசுரங்களை அங்கே கொண்டு வந்தாலும் விற்கலாம், இல்லையா?”

“... ஓ... விற்கலாம்மா ?”

“அப்பா, வெள்ளிக்கிழமை சாயங்காலம், வழக்கமான இடத்தில் வந்து, இந்தக் கட்டெல்லாம் எடுத்திட்டுப் போகிறாயா?...”

“நெட்டி வேலைக்காரன் தெரு பெட்டிக் கடையில்தானே?

“ஆமாம், நீ கிளம்பு முன்ன, வெள்ளிக்கிழமை அங்கு வந்து இரு..”

அவனுக்குச் சந்தோஷம்; போகிறான்.

இவளுக்கு ஓர் இறுக்கம் விட்டாற்போல் இருக்கிறது. டாக்டரிடம் வாங்கி வந்த பொடியைப் போட்டுக்கொண்டு தண்ணீரைக் குடிக்கிறாள்.

அன்றிரவு உறங்கிப் போகிறாள்.

மாநாடு - மாநில அளவில் நடக்கிறதென்றால், எத்தனை உற்சாகமாக இவள் முன்னேற்பாடுகளைச் செய்வாள்? நிதி திரட்டுவாள்? அறுவடையானதும் மக்களிடம் அரைப்படி, ஒருபடி என்று அரிசி வாங்கி மூட்டையாகச் சேர்த்துக் கொண்டு போவார்கள்.

ஆனால், இப்போது கிராமங்களில் மணியம்மை கட்சி என்று சொல்பவர்கள், மணியம்மா இல்லாத கம்யூனிஸ்ட் மாநாடு கூட்டுகிறது என்று அறிவார்களோ?....

இந்தக் கட்சியின் பெயரிலேயே பிற இளைஞர்களுக்கு ஓர் அச்சம் தோன்றியிருப்பது உண்மை. ஏனென்றால் எந்த ஒரு முரணான சிலும்பலையும் மேலிடம் பொறுக்காது. அநியாயம் என்று எவரும் வாதிட முடியாது. கட்சி மேலிடம் என்பது தனிப்பட்ட தலைவனின் ஆணையா, பொதுக்குழுவா என்பதைக்கூடக் கேட்க முடியாது. தொண்டனாகச் செயல் படுபவன், யாருக்குத் தாது செல்கிறான், யாரைக் கூட்டிச் செல்கிறான், யாருக்கு உணவு போகிறது என்பதையே அறியான். சொல்லப் போனால் அவன் இயந்திரம். அதற்கு மேல் அவனுக்கு அறிவு தேவையில்லை. எனவே மணியம்மாவுக்கு அநியாயம் இழைக்கப்படுகிறதென்று அரசல் புரசலாகத் தெரிந்தாலும் அது ஒதுக்கப்படும். அவர்கள் இதை அறிவதற்குள் இவள் விலாசம் இல்லாதவளாகி விடுவாள்.

இத்தனை நாட்களில் இத்தனை போராட்டங்களில் ஈடுபட்டிருக்கிறாளே, வெளிப்படையாக இவளை யாரேனும் பாராட்டு முகமாக அல்லது இவர்கள் பத்திரிகையிலே கூட, ஒரு பெயரையேனும் வெளியிட்டிருக்கிறார்களா? இல்லை.

பெண்ணும் ஆணும் சமம் - சம உரிமை என்று வாய் கிழியக் கொள்கை பேசினாலும், ஒரு பெண் - ஆணுக்கு நிகராக ஏன் மேலாகவே போராளியாவதைச் சகிக்காத ஆதிக்கமே இவள் உணர்ந்த உண்மை.

இவள் அதையெல்லாம் பொருட்படுத்தி இருக்கவில்லை.

இவள் இலட்சியம், சமுதாய ஒற்றுமை, பலம், மனித சக்தி, அதனாலேயே இவள் எதையும் பொருட்படுத்தி இருக்கவில்லை. இது இறுதிக்கட்டப் போராக இருக்கும். ஆம், அனைத்து உழைப்பாளிகளும் இவள் பக்கம் வருவார்கள். நியாயக் குரல் ஓங்கும்.

வெள்ளியன்று காலையில் பையை மாட்டிக் கொண்டு குடையை இடுக்கிக்கொண்டு கிளம்புகையில் ஓர் ஆள் வருகிறான். பேச்சுவார்த்தைக்கு, சமரசத்துக்கு வரவும்... என்று சோதரராக உறவுகொண்டாடும் பண்ணையில் இருந்து செய்தி கொண்டு வருகிறான்.

“சரி... பூந்தாழங்குடிக்கு நாளக் காலம வர்றேன். அங்கோ்ந்து வரேன்னு சொல்லு?”

மனம் இலேசாகிறது. தம்பி முறைப்பையன். புதிய முன்னேற்றங்களைக் கொண்டு வர வேண்டும் என்ற ஆர்வம் உடையவன்.

பேச்சுவார்த்தைக்குச் செல்லும் முக்கியத்துவம் இருக்கிறது

விறுவிறுப்பாக நெட்டிவேலைக்கார தெருவுக்கு நடக்கிறாள்.

“நாகப்பா! ஒரு சோடா குடு!” என்று கேட்டு வாங்கிக் குடிக்கிறாள். வைகாசி பிறக்கப்போகும் நாட்கள் ஏறும் வெய்யிலிலே கடுமையாக இருக்கிறது.

“நான் இன்னிக்கு தியாகராஜனிடம் லால்குடி மகா நாட்டுக்கு வரதாச் சொல்லியிருந்தேன். வரதுக்கில்ல, வேற ஓரிடம் போகவேண்டியிருக்கு. அவன் வந்து விசாரிப்பான், சொல்லிடுங்கோ !”

காலையில் இவள் பூந்தாழங்குடியில் வந்திறங்குகையில், பல புன்னகை முகங்கள் வரவேற்கின்றன. “வாங்கம்மா! வாங்கம்மா! இத்தின நேரமாச்சே, இந்தப் பக்கம் பஸ் போயிடிச்சேன்னு பார்த்தேம்மா!” என்று வரவேற்கும் தோழர், வீட்டுக்குக் கூட்டிச் செல்கிறார். கட்டிலைப் போட்டு, உட்காரச் சொல்கிறார்கள். தட்டில் சர்க்கரையும் பழமும் வருகின்றன.

வீட்டில் பெண்கள் பலர் புடை சூழும் கோலாகலம், வாயிலில் கோலம்; மாவிலைத் தோரணம்.

இளநீரைச் சீவிக்கொண்டு வந்து வைக்கிறார்கள்.

“அம்மா! நீங்கள் கட்டி வச்ச ராசாத்தி! எட்டு வருசம் கழிச்சி புள்ள பெத்திருக்கா, அம்மா மடில வச்சி பேரு சொல்லணும்...” சுருள் முடி கண்களை மறைக்க, ஒரு பூங் குழந்தையை அதன் பாட்டி இவள் மடியில் கொண்டு வந்து வைக்கிறாள்.

மணிக்கு உடல் புல்லரிக்கிறது. பட்டுப்போன்ற அதன் மேனியைத் தொடும்போதே ஒரு பரவசம் தோன்றுகிறது.

மனித சமுதாயம் என்றும் ஓடிக்கொண்டிருக்கும் ஒரு ஜீவநதியன்றோ? என்றும் பழமையாய், என்றும் புதுமையாக ஓடிக்கொண்டிருக்கும் ஜீவநதி.

குழந்தையின் முடியில் எண்ணெய்க் கிண்ணத்தைத் தொட்டு உச்சி வைக்கிறாள். சர்க்கரையை நாவில் வைக்கிறாள். அது செவ்விதழ் அகல பட்டுப்போன்ற நாக்கில் இனிப்பைச் சுவைப்பது கண்டு பூரித்துப்போகிறாள். இங்கு சாதி, மதம், ஏழை, பணக்காரா்

என்ற வேற்றுமைகள் கரைந்து போகட்டும். மனிதன்... ஒப்புயர்வற்ற அந்த உன்னத நேய உணர்வு என்றென்றும் இனிமையாகச் சுரக்கட்டும்.

இதுவே இந்த மனிதத்தின் இலட்சியமாக இருக்கட்டும். போராட்டங்களும், புயல்களும் கொந்தளிப்புகளும், இந்த இலட்சியத்தை நோக்கிய இயக்கங்களாகவே இருக்கக் கூடும் ...

"பேர் வைக்கணும்மா, நீங்க..! புள்ளக்கி நல்ல பேரா வைங்க." 'உஷா'ன்னு வைக்கிறேன். காலை உதயம், இருட்டுப் போகும் வெளிச்சம், விடிவெள்ளி. இவள் எப்போதும் சுறுசுறுப்பாக இருப்பாள்?" முத்தமிட்டுக் குழந்தை பெயரைச் சொல்லி அழைக்கிறாள்.

உஷா.. உஷா...

ஒரே மகிழ்ச்சி.

பிறகு பெண்களைப் பாடச் சொல்கிறாள்.

விடுதலைப்பாட்டு; கட்சிப்பாட்டு; நடவுப்பாட்டு; தாலாட்டுப்பாட்டு. ஒரே உற்சாகத்தினிடையே மணி தோசையும் காப்பியும் அருந்துகிறாள். பதினொரு மணி சுமாருக்கு பஸ் வருகிறது, எல்லோரும் வந்திருந்து பஸ்ஸில் ஏறுவதைப் பார்க்கிறார்கள்.

அண்மையிலுள்ள ஊர்தான். சாலையின் ஒரு புறத்தில், குளத்தங்கரை, அரசமரம், பள்ளிக்கூடம். எதிரே பண்ணைப் பங்களா, அதனுள் செல்லும் கப்பிப்பாதை நேராக இவர்களுடைய கிராமம் அக்கிரகார வீட்டுக்குச் செல்லும்.

உச்சிவெயில் உக்கிரமாக இருக்கிறது. நீலவானில் ஒரு பஞ்சு ரேகை கூடக் கிடையாது.

மணி, தன் மணிக்கட்டுக் கடிகாரத்தைப் பார்க்கையில் கமலாபுரம் தோழர் குரல் கேட்கிறது.

"வாங்கம்மா ... இந்தப் பஸ்ஸில்தான் வாரீங்களா?"

"ஆமா, பூந்தாழங்குடி போயிட்டேன் காலம... என்னப்பா விவகாரம்..?"

இதற்குள் ஆங்காங்கிருந்த பண்ணை ஆட்கள் வந்து சூழ்ந்து விடுகிறார்கள்.

ஒருவன் உள்ளே பங்களாவின் முன் பெஞ்சியைக் கொண்டு வந்து போட்டுத் தகவல் சொல்லப் போகிறான்.

மணி உட்காரவில்லை.

பிணைவாசல் நாகப்பன் தட்டு வண்டியில் நெல் மூட்டைகளுடன் வந்தவன் அம்மாளைக் கண்டு வண்டியை விட்டிறங்கி நிற்கிறான்.

"பொம்பிளங்க சாணிக்கூடை சுமக்கணும். மூணுபடி குடுக்க முடியாது. அம்புட்டுப் பேரு போயி காங்கிரசுக்கு விரோதமா ஓட்டப் போட்டீங்க .... இதாம்மா வெவகாரம்."

மணி கேட்டுக்கொண்டே நிற்கிறாள். எதிரே கப்பிப் பாதையில் வில் வண்டி வந்து நிற்கிறது. சகோதரன் தம்பி இறங்கி வருகிறான்.
"அக்கா வந்து ரொம்ப நாழியாச்சா?"

"இப்பதான் கொஞ்ச நேரம்..."

"ஆத்துக்குப் போகலாமா? வாயேன்? சாப்பிட்டுட்டுப் பேசலாம்?"

"வரதுக்கில்ல"-

இவள் இருபக்கமும் பார்த்துக்கொண்டே உள்ளே அவனுடன் நடந்து செல்கிறாள்.

"புதுசா கிரேன் கிரஷர்.... வந்திருக்கு பார்க்கிறாயா?"

அதைப் பற்றித்தான் பேசிக் கொண்டு நடக்கிறான்.

கரும்பைப் பிழிந்து பெரிய கொப்பறைகளில் இட்டு வெல்லங் காய்ச்சுவார்கள். இப்போது வேலை நடக்கவில்லை.

அருகில் உள்ள பெரிய பண்ணைக்காரர் - மிகப்பெரிய பண்ணை... சர்க்கரை ஆலை ஓடுகிறது. ஆலை என்று வைத்தால் அதற்குப் பகாசுரத் தீனிபோட வேண்டும். கரும்பு சீசன் இல்லாத நாட்களில் தொழிலாளிக்கு வேலை கிடையாது.

"இவனுக ரொம்பத் தகராறு பண்றானுக, வைக்கோல் போர் போடுவது வழக்கம்தானே? ஒரு பேச்சுக்குச் சொன்னால் கேட்கிறதில்ல. அந்தக் கமலாபுரம் ஆள் வேற தூண்டிக் கொடுக்க....."

"அது சரி, அவங்க நியாயத்துக்குமேல் கேட்கமாட்டா. ஒப்பந்தத்துல இருக்கிறாப்பல, கூலியை நீங்க குடுக்க வேண்டியது தானே? மனைக்கட்டைவிட்டுப் போகச் சொல்வது நியாயமா? நீங்க ஒண்ணு மறந்து போயிடக் கூடாதப்பா, அவங்க உழைப்புத்தான் நாம் சாப்பிடுறோம். நியாயப்படி, அவங்களுக்கு எத்தனையோ உரிமை இருக்கு. கல்வி, வைத்தியம், வயசு காலத்துக்கான பாதுகாப்பு இதெல்லாம் கூட இருக்கணும். இதெல்லாம் நினைச்சுப்பார்க்க வேண்டாமா?"

இது எப்போதும் இவள் ஊதும் சங்குதான். ஆனால் பலன்..?

மணி பேசிக்கொண்டே போனவள், திரும்பிச் சாலை ஓரம் இவர்களை எதிர்நோக்கி வருகிறாள். அவன் வண்டியிலேறிக் கொண்டு திரும்பிச் செல்கிறான்.

குளத்தங்கரை அரச மரத்தடியில், அம்மா என்ன சொல்கிறார்கள் என்றறிய ஆணும் பெண்ணுமாய்க் கூடி இருக்கிறார்கள்.

"நீங்க விட்டுக் குடுக்கக்கூடாது. எட்டு மணி நேர வேலைன்னா, வேலைதான். நீங்க ஒண்ணு சேர்ந்து நிற்பதுதான் ஆயுதம். இந்தப் பேச்சுவார்த்தை, ஒப்பந்தம் இதெல்லாம் பலனில்லாமல் போகும்போது, வேற வழியில்லை."

"என்ன நாகப்பா? பிணைவாசல்தானே? இங்க எங்கே வந்தே ?"

"இது சேப்பு ராசி. வெத நெல்லு. போட்டுட்டு ரெண்டு மூட்ட வெள்ள ராசி வாங்கிட்டு வரச் சொன்னாருங்க ஐயா..."

அவன் சொல்லிக் கொண்டிருக்கும்போதே, கையில் வளைந்த குச்சியுடன் பயல் சாலையைக் கடந்து இவர்கள் பக்கம் வருகிறான்.

"மான் அந்தால தோப்புல கட்டியிருக்காங்களா? இந்தப் பொடிப்பயதா மான் மேய்க்கிறவன். இவன் சொன்னா அது கேட்கும், நில்லுன்னா நிக்கும்; ஓடுன்னா ஓடும் ...." என்று யாரோ கூட்டத்தில் விளக்கம் கொடுக்கிறான்.

மணிக்கு நினைவு வருகிறது. இவன் இங்கே அபூர்வமாகக் கலைமான் ஒன்று வளர்க்கிறான். குட்டியாகக்கொண்டு வந்தான். அதை இங்கே இந்தப் பக்கத் தோப்பில் கட்டியிருக்கிறானா?

ஆனால் மணி திரும்பித் திருவாரூர் செல்லும் பஸ்ஸுக் காகக் காத்து நிற்கிறாள், மானைப் பார்க்கப்போய்க் கொண டிருக்க முடியாது. இந்த பஸ்ஸைத் தவறவிட முடியாது. இவர்கள் அழகுக்கு, ஆசைக்கு மான் வளர்க்கிறார்கள்.

மனிதத்துவத்தை வளர்க்கமாட்டார்கள். காட்டில் யதேச்சையாகக் கூட்டத்தோடு திரியும் மிருகத்தைக் கொண்டு வந்து இங்கே கட்டிப்போட்டு வளர்க்க வேண்டுமா?

இவளுக்கு மாட்டைக் கட்டுவது கூடப் பிடிக்காது. அந்த நாட்களில் மணலூரில், இவள் பசுக்கள் ஒவ்வொன்றும் எப்படி இருக்கும்? பட்டாமணியத்தின் ஆட்கள், அவற்றை வழி மறித்துப் பற்றிக்கொண்டு போக நிற்பார்கள். அவை தாமாக அதைப் புரிந்துகொண்டு ஒரே பாய்ச்சலில் இவள் கொட்டிலில் வந்து நிற்கும். ஏன் தம்பி நிலங்களையும், தோப்பையும், வீட்டையும் பட்டாமணியத்துக்குக் குத்தகைக்கு விட்ட நாட்களில் கூட, அந்தப் பசுக்கள் இவள் கொட்டிலில்தான் வந்து நிற்கும்.

நாகப்பன் கத்துகிறான். 'அம்மா! மான் அவுத்திருக்காப்பல, ஓடிவருது!"

"அதுக்கு நீ ஏம்ப்பா கத்தறே? மான் அவுத்திட்டா அது அந்தால தோப்புக்குள்ள ஓடிப்போகுது."

சொல்லிவிட்டு மணி பையும் இடுக்கிய குடையுமாகச் சாலையில் பஸ்ஸைப் பார்த்து நிற்கிறாள்.

அடுத்த சில கணங்களில், அவள் இடுப்பிலும், விலாவிலும், குத்து வாளாய்க் கொம்பு இறங்க... "அம்மா...?" என்ற எதிரொலி அனைத்து மக்களின் இதயங்களையும் தாக்கும்படி எழும்புகிறது.

இரத்தம் பீறிட, குடல் சரிய அந்தப் பெருமகள் மண்ணுக்கு மணியாரமாக அணி செய்பவளாகச் சாய்கிறாள்.

இறுதிவரை என் இலட்சியம் கட்சிப்பணி. என்னை நீக்கிவிட்டு நீங்கள் மாநாட்டை வெற்றிகரமாக முடிப்பீர்களா? இந்த அணியில் இருந்து என்னை நீக்கிவிட முடியுமா என்று கேட்கும் முகம். அவள் அடி வைத்த இடங்களில் செம்பருத்தி இதழ்களாய்ச் சிவக்கக் குருதி ...

○

32

தாய், குடல் சரிய குலை சரிய இரத்தம் பீறிட, மண்ணை நனைத்துக்கொண்டு கிடக்கிறாள். சமுதாயத்துக்கு உணவளிக்கும் ஏழைகளின் தாய்...

நாகப்பன் அப்படியே இறுகிப்போய் நிற்கிறான்.

வானம் இடிந்து தலையில் விழுந்துவிட்டது; பெரும் பிரளயம் வந்து முழுக்கிவிட்டது.

அம்மா! அம்மா...!

நீங்க ஏன் வந்தீங்க? எதுக்கு வந்தீங்க?

எத்தனை முறைகள் அம்மாளைக் காப்பாற்ற, விளக்கும் பாலா கம்பும் கொண்டு பின்னே சென்றிருக்கிறான்?

மான் எப்படி, இந்தப் பக்கம் ஓடி வந்தது? இந்த நடுப்பகலில், தோப்பில் கட்டியிருந்த மான் எப்படி இங்கே அம்மாளைக் குத்த ஓடி வந்தது? அது சனியா? யமதூதனா?...

ஓடி ஓடி வருவாயே அம்மா?

எந்த பஸ்ஸுக்குக் காத்திருந்தாளோ, அது வருகிறது.

நவுரு, நவுரு -... வழிவிடுங்க! ...

பஸ்ஸில் எடுத்துச் செல்கிறார்களா? உசிர் இருக்குமா?

நாகப்பன் எம்பிப் பார்க்கிறான். வந்த காரியம்... மூட்டையும் நெல்லும் அநாதைகளாக... மறந்துபோய் நிற்கிறான்.

பஸ் அப்படியே போகிறது.

அம்மாளின் உடல் போகவில்லை.

“பஸ்ஸில் ஏத்திட்டுப் போனா என்னடா? பாவி! போயி முட்டிட்டுச் சாவு!” என்று ஒரு பெண் பிள்ளை கையை நெரிக்கிறாள்.

“போலீசு கேசாயிடுமில்ல? அவனுக்கு ஏன் வீண்வம்பு?” என்று ஒருவன் வியாக்கியானம் சொல்கிறான்.

ஒன்றரை மணி சுமாருக்கு விழுந்த அம்மாளின் உடல் மூன்று மணி சுமாருக்கு யாரோ கார் கொண்டுவர, திருவாரூர் ஆஸ்பத்திரிக்கு எடுத்துச் செல்லப்படுகிறது.

நாகப்பன் வண்டியைத் திருப்பி மூட்டை நெல்லை மாற்றாமலே பிணைவாசலுக்கு ஓட்டிச் செல்கிறான்.

செய்தி காட்டுத் தீயாகப் பரவுகிறது.

“அம்மா..! அம்மா, மணியம்மா, போயிட்டாங்க! பிணை வாசல்லே மான் குத்தி... போயிட்டாங்க!”

“மான் குத்திச்சா? ... மான் எப்படீப்பா குத்திச்சி...?”

“திருவாரூர் ஆஸ்பத்திரிக்குக் கொண்டிட்டுப் போயிருக்காங்க?”

சுற்றுவட்டம் கிராமங்கள் அனைத்திலுமிருந்து ஆண்கள், பெண்கள், குழந்தைகள் என்று சாரி சாரியாகத் திருவாரூருக்கு நடக்கின்றனர்.

எத்தனை மாநாடுகள், எத்தனை பேரணிகள் கண்டவள் மணியம்மை! இன்று, நாகை மாநாட்டுப் பேரணி... ‘என்னை விலக்கிவிட்டு நடந்து விடுமோ’ என்று அறைகூவல் விடுத்து வெற்றியும் பெற்றுவிட்டாள்.

திருவாரூர் ஆஸ்பத்திரி டாக்டரின் அறுவை சிகிச்சையில் இவள் உயிர் மீட்கப்படவில்லை. அறுத்துத் தைக்கப்பட்ட உடல், அந்திம ஊர்வலத்துக்குத் தயாராகிறது.

கல்யாண காலமன்றோ? மல்லிகை, ரோஜா, செவ்வரளி மாலைகள் வந்து குவிகின்றன. நேர்த்தியாக அலங்கரிக்கப்பட்ட

ஊர்தியில் இவளைச் செம்மலர் மஞ்சத்தில் வைத்து, செம்பட்டுக் கொடி கொண்டு போர்த்துகிறார்கள்.

செய்திகள் வானில் பரவும் புகை மண்டலம் போல் பரவுகிறது. ஆஸ்பத்திரிக்கு முன் திரண்ட கூட்டம், உடலை ஊர்வலத்துக்குப் பெறுமுன், கட்டுக்கடங்காத உணர்வுகளுடன் அலை மோதுகிறது.

"மணி அம்மாவா - அவங்களையா, பண்ணை வளர்ப்பு மான் குத்திச்சு? ஆம்பிள போல் வேட்டி கட்டிட்டு வருவாங்களே? அந்தம்மாளா? விவசாயத் தொழிலாளர்களுக்காக, கொடி புடிச்சிட்டு வரும் மணி அம்மாளா? தோட்டித் தொழிலாளர்களுக்காக போராட்டம் நடத்தின அந்த மணி அம்மாளா?"

"வேணுமுன்னுதான் மானை அவுத்துவிட்டிருக்காங்க. பாவிங்க! தாயைக் கொன்னிட்டாங்க..."

இவர்கள் ஊகங்களும், சோகத்தில் பீறிட்ட வெறிகளும், நிலப்பிரபுத்துவ வருக்கத்தையே சுட்டுச் சாம்பலாக்கிவிடப் போதுமான வேகம் கொண்டிருக்கிறது.

ஆனால், நாகை மாநாட்டை முடிக்காமலே, அந்திம ஊர்வலத்தை இவளைக் கட்சி அமைப்பிலிருந்து வெளியேற்றத் திட்டமிட்ட கட்சி நடத்துகிறது. ஒவ்வொரு கட்சித் தலைவருக்கும் செயலாளருக்கும், நெஞ்சுவலிக்கச் சத்தியத்தின் சாட்டை கொண்டு வீறினாற் போல் ஓர் அதிர்ச்சியைத் தந்திருக்கிறாள் அல்லவோ? இறுதி ஊர்வலத்தில் அனைத்து தலைவர்களும் கலந்து கொண்டு இரங்கல் கூட்டம் நடத்துகிறார்கள்.

இவளுடைய போராடும் எழுச்சிகண்டு பொறாமல், பிற பெண்களை இவளிடம் இருந்து விலக்கி வைத்த சாதிச் சமுதாயம், இவள் அந்திம ஊர்வலம் கண்டு மலைத்து நிற்கிறது. கூட்டுப் புழுக்களாய் இருந்த அந்த உறவு கிராமப் பெண்கள், இந்நாளில் திருவாரூர் வீட்டுப் படிகளில் நின்று, "அடியே, இவளைப்பற்றி எத்தனை பழி சொல்லி மறைவாகத் தூற்றினோம்? உண்மையில் இப்படி ஒரு மகிமைக்காரியா இவள்? காந்தி செத்துப் போய் ஊர்கோலம் போனபோது கூடின கூட்டம் பேப்பரில் வந்ததைக் காட்டினாளே, அப்படி அல்லவா ஜனக் கூட்டம் போகிறது?"

அவர்களையும் அறியாமல் கண்ணீர் பெருகிவருகிறது. திராவிட முன்னேற்றக் கட்சி மாநாடு முடிந்தபின் திருவாரூர் திரும்பிய இளவல் தியாகராஜன், அன்னை மாண்டதை எந்தக் கடையில் அவள் தன்னுடன் வருவதற்கில்லை என்ற செய்தியை அறிந்தானோ அதே இடத்தில்தான் கேள்விப் படுகிறான்.

திடுக்கிட்டுத் தூக்கிவாரிப் போட நிலை குலைகிறது நெஞ்சம். அம்மா, அம்மா! விதியை நம்பாதவர்களையும் கலக்க வைக்குதே இச்செய்தி!... நீங்கள் அன்று.... அந்தப் பிரசுரங்களுடன் இந்த மாநாட்டுப் பந்தல் வாயிலில் வந்து விவரித்திருக்கலாகாதா? இங்கே ஏன் நின்றீர்கள்?

மான்... மான் எப்படிக் குத்தியது?..

"மானா... வேறு விதமாகவும் சொல்லிக்கிறாங்க.... இந்த கம்யூனிஸ்ட்காரங்களே பின்னாடிருந்து குத்திட்டதாச் சொல்லிக்கிறாங்கப்பா!"

"... அதெல்லாம் இல்ல... சும்மா... டிராக்டர் ஓடுறத வேடிக்க பாத்திட்டு அம்மா போயிருக்காங்க. மான் வந்து பின்னாலேந்து குத்திடிச்சி. ஏழு கலை கொம்புள்ள ஆண் மான். புல்லுக்குடுக்கறதுக்குப் போனாங்களாம், குத்திச்சாம்பா? ஏவிவிட்டுக் கொன்னிட்டாங்கன்னு சொல்றாங்க. அது சும்மா ? - ..."

பல்வேறு பிசுறுகள், வதந்திகளாக - செய்திகளாக மாறிப் பரவ அவள் அந்நாளிலேயே வரலாற்று நாயகியாகிப் போகிறாள்.

நண்டு வள மண்ணெடுத்த
நாலு பக்க வளவுக்குள்ளே
பண்டு பண்டாய் நாங்க ருந்தோம்
பண்ணைக்காரர் அடிமகளாய்
புத்துவள மண்ணெடுத்த
புத்தூரு கோட்டக் குள்ள,
புத்தி சத்தி இல்லாமலே
புதஞ்சிருந்தோம் நாங்களெல்லாம்.
கோட்டைக்குள்ள நாங்க ருந்தோம்
கொடுமயெல்லாம் சகிச்சிருந்தோம்
சாட்டயடி கொண்டிருந்தோம்
சாணிப்பால் குடிச்சிருந்தோம்.
கோட்ட சரிஞ்சி விழ
கொடி பிடிச்சி அம்மா வந்தா.
சாட்ட யடிக்கு முன்னே
சாகசங்கள் செய்து வந்தா.

மதிலுகள் சரிஞ்சு விழ,
மணியம்மா அங்கே வந்தா
பதிலுகள் கேட்டு வந்தா
பட்ட மரம் தழைக்க வந்தா.
நம்பி உழைப்பவர்க்கு
நாயங்கள் கேட்டு வந்தா
கும்பி குளூர வந்தா
குரலுகளும் எழுப்பி வந்தா.

ரோதை உருண்டு வர,
ரத்தம் தெறிச்சிதம்மா!
பாதை யெல்லாம் செம்பூவாய்
பதிஞ்ச அடி பூத்ததம்மா!
மாடு முட்டிக் கேட்டதுண்டு,
மான் முட்டிக் கேட்டதுண்டோ ?
ஆடு முட்டிப்பாத்ததுண்டு.
ஆமை முட்டிப்பாத்ததுண்டோ?
ஏழைக்குலம் குளூரும்
எங்கம்மா பேரு சொன்னா ?
மக்கள் குலம் விளங்கும்
மணியம்மா பேரு சொன்னா

❍❍❍

தினமணி கதிரில் நாவல் நிறைவுற்றதும் வெளியான சில கடிதங்கள்

நிறைவைத் தந்தது!

ராஜம் கிருஷ்ணனின் நெடுங்கதை நிறைவைத் தந்தது.

உலக நாடுகளில் கம்யூனிசம் ஒரு கேள்விக்குறியாகி வரும் இந் நேரத்தில் ஆசிரியை அந்தக் கொள்கையை எடுத்துக் கொண்டிருக்கிறாரே என்று சந்தேகப்பட்டேன். கூறவேண்டியதைத்தான் கூறியிருக்கிறார்.

40 ஆண்டுகளுக்கு முந்தைய குடும்பம், அரசியல் பற்றிய யதார்த்த நிலையை ஆசிரியை கண் முன் கொண்டு வந்திருந்தார்.

ஆசிரியைக்கு நன்றி.

சி.மூர்த்தி
கொடுவாய்

ஒரு மைல் கல்!

ராஜம் கிருஷ்ணனின் 'பாதையில் பதிந்த அடிகள்...' என்ற நிஜ வாழ்க்கைத் தொடரைப் படித்து வந்தேன். சற்றும் மிகைப்படுத்தாமல் இக் காவியத்தைப் படைத்த ராஜம் கிருஷ்ணனுக்கு இக் கதை ஒரு மைல் கல்.

எம்.சந்திரசேகர்
மேட்டு மகாதானபுரம்

தமிழிலக்கியத்திற்குப் பெருமை!

மணலூர் மணியம்மாளின் தீரத்தை, போராட்டத்தை, சாகசத்தை, தியாகத்தை மக்கள் அறியாது மண்ணோடு மண்ணாகப் புதைந்து போக இருந்ததை வரலாறாக்கி - சரித்திரம் படைத்திருக்கும் ராஜம் கிருஷ்ணனின் பணி தமிழிலக்கியத்திற்குப் பெருமை சேர்க்கும்.

தாரகை
பெங்களூரு - 13

பாதையில் பதிந்த அடிகள்

வரலாற்றுப் பொக்கிஷம்

பாதையில் பதிந்த அடிகள், தொடர் எங்களைப் போன்ற இளைஞர்களுக்கு எழுச்சியூட்டும் வரலாற்றுப் பொக்கிஷம்.

ஜே.ஹெச்.எம். பத்மநாபன்
கோவை.

இதய நிறைவான நன்றி!

தீண்டாமை; ஆண்டான் - அடிமை மனோபாவம்; மேல்சாதி - கீழ்சாதி எனும் பத்தாம் பசலிப் பழக்க வழக்கங்கள் ஆகிய கொடுமைகளை வேரோடு கிள்ளியெறியும் முயற்சியில், போர்க்கொடி ஏந்தி, சாகசம் பலவற்றைப் புரிந்து, தன் இன்னுயிரையே இம் 'மண்ணுக்கீந்த' வீராங்கனை, மணலூர் மணியம்மாளை, "தினமணி கதிர்" வாயிலாக, அறிமுகப்படுத்திய ராஜம் கிருஷ்ணனுக்கு இதய நிறைவான நன்றி!

கே.என்.பாலகிருஷ்ணன்
கும்பகோணம்